आपल्या स्नेहीजनांना पुस्तके भेट द्या

दोस्ती दुनियादारी और दिल

मंजुश्री गोखले

मेहता पब्लिशिंग हाऊस

Please contact us at **Mehta Publishing House,** Pune 411030.
© +91 020-24476924 / 24460313 / Mob. No. 9545000513
Email : production@mehtapublishinghouse.com
Website : www.mehtapublishinghouse.com

◆ *या पुस्तकातील लेखकाची मते, घटना, वर्णने ही त्या लेखकाची असून त्याच्याशी प्रकाशक सहमत असतीलच असे नाही.*

DOSTI DUNIYADARI AUR DIL by MANJUSHRI GOKHALE
दोस्ती दुनियादारी और दिल : मंजुश्री गोखले / कादंबरी

Email : author@mehtapublishinghouse.com
प्रकाशक : सुनील अनिल मेहता, मेहता पब्लिशिंग हाऊस,
१९४१ सदाशिव पेठ, माडीवाले कॉलनी, पुणे – ३०.

मुद्रक : ट्रिनिटी अ‍ॅकॅडमी फॉर कॉर्पोरेट ट्रेनिंग लिमिटेड

मुखपृष्ठ : फाल्गुन ग्राफिक्स

प्रथमावृत्ती : जानेवारी, २०२२

किंमत : ₹ २२०

P Book ISBN 9789392482526
E Book ISBN 9789392482649
E Books available on : amazonkindle Apple Books Google Play Books

---

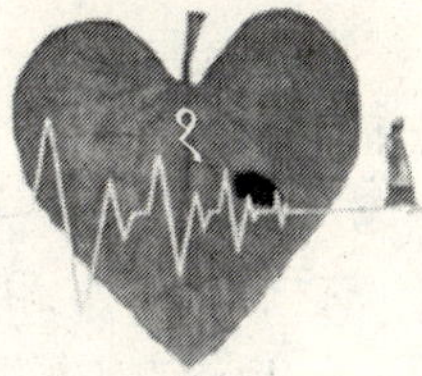

कबीर खान रांगेत उभा होता. ॲक्सिस बँकेत खातं उघडणाऱ्या लोकांच्या रांगेत तो उभा होता. त्याच्या हातात असलेल्या फोल्डरमध्ये त्याचे सगळे पेपर होते, तरीही तो भिरभिरत्या नजरेनं इकडे तिकडे पाहत होता. त्याच्या कंपनीनं त्याला ॲक्सिस बँकेत खातं उघडायला सांगितलं होतं. त्यासाठी आपली सगळी डॉक्युमेंट्स घेऊन तो बँकेत आला होता. बँकेत आल्यावर त्यानं 'चौकशी' असं लिहिलेल्या टेबलाजवळ जाऊन माहिती घेतली. तिथे त्याला चारपानी फॉर्म देण्यात आला. तो फॉर्म भरत असताना एका प्रश्नाजवळ कबीर खान अडखळला. त्यात एका कॉलममध्ये 'तुम्हाला ओळखत असलेल्या व्यक्तीचे नाव' असा कॉलम होता आणि या प्रश्नाचं उत्तर कबीर खानकडे नव्हतं. या शहरात तो नवा होता. या शहराबाहेर असलेल्या आयटी पार्कमध्ये त्याच्या कंपनीनं नुकतंच नवीन ऑफिस उघडलं होतं. तिथे तो नुकताच चार दिवसांपूर्वी रुजू झाला होता. अजून त्याचं राहण्याचं ठिकाण नक्की नव्हतं. कंपनीच्याच गेस्ट हाऊसमध्ये तो राहत होता. त्याला ओळखणारं त्याच्या कंपनीचं पत्र त्याच्याकडे होतं हे जरी खरं असलं तरी, या गावात त्याला ओळखणारी कुणीच व्यक्ती नव्हती आणि या मुद्द्यावर बँकेत अडवणूक केली तर पंचाईत होणार होती. त्यामुळेच रांगेत उभ्या असलेल्या आणि बँकेत इतस्ततः वावरणाऱ्या माणसांवरून त्याची नजर भिरभिरत होती. पण असा एकही चेहरा त्या इतक्या लोकांच्या गर्दीत त्याला दिसत नव्हता, की जो त्याला मदत करू शकेल. आता आपण काय करायचं याचा गोंधळ त्याच्या चेहऱ्यावर स्पष्टपणे उमटला. हळूहळू रांग पुढे सरकत होती. बँकेत खातं उघडण्यासाठी आणलेले दहा हजार रुपये कबीर खानच्या खिशात होते; पण त्या दहा हजारानंच काय, दहा लाखानंही जे काम होणार नव्हतं ते केवळ एका ओळखीमुळे झालं असतं. कबीर खानला तशी पैशांची कमतरता नव्हती; कॉम्प्युटरमध्ये इंजिनिअर झालेला कबीर खान भारतात सहाव्या नंबरवर असलेल्या टी.सी.एस. या कंपनीत प्रोजेक्ट मॅनेजर म्हणून नोकरीला लागला होता. वीस लाखांचं पॅकेज कंपनीनं त्याला दिलं होतं, म्हणजे जवळ जवळ दीड लाख रुपये पगार त्याला महिन्याला मिळत होता. इतका पगार मिळविणारा कबीर खान अजून एकटाच होता. अवघा सव्वीस वर्षांचा होता तो. अजून त्याचं लग्न झालेलं नव्हतंच. त्याच्या काकांनी त्याला

कसंबसं वाढविलं होतं. अम्मी, अब्बूंच्या निधनानंतर लोकलज्जेस्तव त्याचे काका त्याला आपल्या घरी घेऊन गेले होते. कसंबसं त्याला त्यांनी तो दहावी पास होईपर्यंत सांभाळलं होतं. नव्वद टक्क्यांच्या वर मार्क मिळवलेल्या कबीरला त्याच्यातील हुशारी बघून त्याच्या शाळेचे मुख्याध्यापक श्रीकांत देवधर यांनी आधार दिला होता. अकरावी-बारावी होईपर्यंत कबीर त्यांच्याच घरात राहिला. देवधर सरांची बायको– तिला कबीर सरकाकू म्हणायचा, म्हणजे देवधरांना सर आणि त्यांची बायको म्हणून सरकाकू – तिनंही कबीरवर पोटच्या पोरासारखी माया केली. देवधर सरांना एकच मुलगा होता आणि तो अमेरिकेत होता, त्यामुळे आपल्या हृदयातील सगळी माया त्यांनी कबीरवर ओतली. बारावीच्या वर्षात तर तिनं कबीरला अतिशय जपलं. त्याला सर्दी, खोकलासुद्धा होऊ दिला नाही. बारावी बोर्डात कबीर सहावा आला. त्याची मुलाखत घ्यायला पत्रकार आले, तेव्हा त्याच्या यशाचं श्रेय घ्यायला त्याचे काका-काकू तिथे हजर होते; पण मुलाखतीत कबीरनं सख्ख्या काका-काकूंचे औपचारिक आभार मानत आपल्या यशाचं श्रेय देवधर सर आणि त्यांच्या बायकोला दिलं, त्यामुळे संतापलेल्या काका-काकूंनी तत्क्षणी त्याच्याशी संबंध तोडले. मेरिटवर कबीरला बारावीनंतर कॉम्प्युटर इंजिनिअरिंगला अॅडमिशन मिळाली. अलीकडे सरकाकूंची तब्येत बरी राहत नसे. त्यांचा मुलगा त्या दोघांना अमेरिकेला घेऊन जायला येणार होता. हे कळताच देवधर सरांनी आपली ओळख वापरून त्याला कॉलेजच्या हॉस्टेलमध्ये प्रवेश मिळवून दिला. त्याचबरोबर पंतप्रधान योजनेतून त्याला शैक्षणिक कर्जही मिळवून दिलं. त्यांच्या मित्राचे– मोरे सरांचे– कॉम्प्युटरचे क्लासेस होते, तिथे त्यांनी कबीरची एक्स्ट्रॉ शिक्षणाची आणि नवख्या मुलांना शिकवण्याची व्यवस्था लावून दिली. त्यामुळे वरखर्चाला कबीरच्या हातात चार पैसे राहायला लागले. त्याची सगळी व्यवस्था लावूनच देवधर सर आणि सरकाकू अमेरिकेतल्या मुलाकडे गेले. जातानाही त्यांनी आपल्या तीन खोल्यांच्या घराची किल्ली कबीरकडेच दिली. ते निघाले तेव्हा कबीरला रडू आवरलं नाही. अम्मी, अब्बू गेल्यानंतरही वाटलं नव्हतं, एवढं वाईट त्याला आता सर आणि सरकाकू गेल्यावर वाटलं. आपला आधार गेला आहे आणि आपण अगदी एकटे, एकाकी झालो आहोत, अशी भावना कबीरच्या मनात दाटून आली आणि त्याला प्रथमच आपण अनाथ झालो आहोत असं वाटलं. या भावनेतून सावरायला, विरहाच्या या दुःखातून बाहेर यायला कबीरला बराच वेळ लागला. सर आणि सरकाकूंची आठवण झाली की तो त्यांच्या घरी जायचा. घराचं कुलूप काढून दोन-दोन तास तिथे बसायचा. पण त्यामुळे त्याच्या मनातलं दुःख कमी होण्याऐवजी वाढायला लागलं. मग मात्र त्यानं तिथे जाणं कमी केलं. कॉलेज सुरू झाल्यानंतर कॉलेजचे वर्ग, प्रॅक्टिकल यात त्याचा सबंध दिवस जायला लागला. पुन्हा

संध्याकाळी मोरे सरांच्या क्लासवर तो शिकायला आणि शिकवायलाही जात असे. अशा रीतीनं त्याचा सबंध दिवस एंगेज राहायला लागला आणि सर आणि सरकाकूंच्या वियोगाच्या दुःखाची तीव्रता कमी-कमी व्हायला लागली. त्यातच त्याचे हॉस्टेलचे मित्र दिलीप, राहुल, सिमॉन आणि तो या चौघांचा एक छान ग्रूप बनला आणि या तिघांच्या मैत्रीच्या आधारावर कॉलेजची चार वर्षं कशी निघून गेली, ते कबीरला कळलंही नाही. सर आणि सरकाकूंच्या वियोगाची धार अगदी बोथट झाली होती. सुरुवातीला पत्र, फोन, ई-मेलवर चॅटिंग यांमधून त्यांच्याशी थोडातरी संपर्क राहिला होता; पण अलीकडे तेही कमी झालं होतं. या चार वर्षांत कबीरनं कॉलेजमधलं आपलं मेरिट सोडलं नाही. कॉलेजच्या प्रत्येक परीक्षेत तो नियमित पहिला यायचा. फायनल इअरच्या परीक्षेपूर्वी असणाऱ्या कॅम्पस इंटरव्ह्यूत मात्र कबीरला फार मोठा धक्का बसला.

कॅम्पस इंटरव्ह्यू घेण्यासाठी काही कंपन्यांचे अधिकारी आले होते. कबीर खान कॉलेजमधला स्कॉलर, बारावी बोर्डाचा रँकर, सगळ्यांच्या आधी त्याला नोकरी लागणार असाच सगळ्यांचा अंदाज होता; पण कॅम्पस इंटरव्ह्यूच्या पहिल्याच इंटरव्ह्यूमध्ये कबीर खानला फार मोठा धक्का बसला. त्याची सगळी दहावी-बारावी कॉलेजची सर्टिफिकेट्स, उत्कृष्ट फुटबॉलपटू असलेल्या कबीरची इंटरझोनची सर्टिफिकेट्स, ठिकठिकाणी वेगवेगळ्या स्पर्धेतून कॉलेजचं प्रतिनिधित्व करत मिळवलेली बक्षिसं हे सगळं बघितल्यानंतर त्याच्या कर्तृत्वानं दिपून गेलेल्या इंटरव्ह्यू घेणाऱ्या अधिकाऱ्यांपैकी एका अधिकाऱ्यानं कबीरला विचारलं, “आपलं नाव कबीर खान म्हणजे आपण मुस्लिम आहात का? आपलं संपूर्ण नाव कबीर रसूल खान असं आहे म्हणून विचारलं.” त्या अधिकाऱ्याचा तो प्रश्न ऐकून कबीरला धक्का बसला. इतक्या दिवसांत नव्हे, तर इतक्या वर्षांत आपण मुसलमान असल्याचं त्याच्या लक्षातही आलं नव्हतं आणि कुणी ते त्याला लक्षातही आणून दिलं नव्हतं. आपण मुसलमान आहोत हे त्याला कधी जाणवलं नव्हतं आणि कुणी मुद्दामही जाणवू दिलं नव्हतं. दहावीपर्यंतचे त्याचे शाळेतले वर्गमित्र, शाळेतले शिक्षक त्यांनीही ते कधी लक्षात आणून दिलं नाही. देवधर सर आणि सरकाकू तर ब्राह्मण, कबीरवर पोटच्या पोरासारखी त्यांनी माया केली. त्याला घरात ठेवून घेताना, त्याच्यावर माया करताना त्या दोघांच्या कधी लक्षातही आलं नसावं की तो मुसलमान आहे. प्रत्येक परीक्षेला जाताना सरकाकू त्याला देवखोलीत घेऊन जायच्या, देवाला नमस्कार करायला लावायच्या, त्याला पेपर चांगले जाऊ देत म्हणून देवाचा अंगारा लावायच्या. त्याच्या हातावर प्रसाद ठेवायच्या. हे त्या जितक्या निर्मळ मनानं करायच्या, तितकंच कबीरचं मनही निर्मळ होतं. त्यांच्या देवघरात प्रवेश करताना, देवाला नमस्कार करताना, देवाचा अंगारा लावून घेताना

कबीरच्याही हे कधी लक्षात आलं नाही की, आपण मुसलमान आहोत आणि हे हिंदूंचं देवघर आहे. हॉस्टेलवर राहायला गेल्यावर तो दिलीप आणि राहुलसोबत मंदिरात जायचा आणि सिमॉनबरोबर तर परीक्षेच्या वेळी चर्चमध्ये. पण कसं काय कोण जाणे; तो मशिदीमध्ये एकदाही गेला नव्हता. ना त्याला तशी आतून ऊर्मी झाली, ना त्याला कुणी जायला सांगितलं. तो गेला नाही एवढं मात्र खरं. त्याच्या मित्रांनीही या गोष्टींचा कधी बाऊ केला नव्हता. तो मुसलमान आहे आणि त्यानं मशिदीमध्ये गेलं पाहिजे, अशी कोणतीही धारणा त्याच्या मित्रांच्या मनात कधीच आली नाही आणि कबीरच्याही मनात अशी भावना कधीच निर्माण झाली नाही. आपण कोण आहोत... आपला धर्म काय... आपण मुसलमान आहोत का... आणि मुसलमान आहोत, म्हणजे इतरांपेक्षा वेगळे आहोत का, आपण मुसलमान असूनही आपले मित्र हिंदू कसे, आपण मुसलमान आहोत तर आपल्याला एका हिंदू ब्राह्मण कुटुंबानं कसा आधार दिला... आपल्याला पोटचा पोर मानून आपल्यावर विलक्षण माया कशी केली... आपल्यासोबत हॉस्टेलवर राहणाऱ्या आपल्या मित्रांनाही आपल्या धर्माबद्दल कधीच प्रश्न पडला नाही, हे कसं काय? आपण आत्तापर्यंत एक विद्यार्थी, एक भारतीय, एक माणूस म्हणूनच राहिलो, वाढलो आणि शिकलो. आपल्या बुद्धिमत्तेच्या आणि हुशारीच्या जोरावर आपण सतत रँकमध्ये आलो. त्याही वेळी आपण मुसलमान असल्याचं कुणाच्याही लक्षात आलं नाही, ना कुणी ते आपल्याला लक्षात आणून दिलं. मग आत्ताच आयुष्याच्या या महत्त्वाच्या वळणावर आपलं मुसलमान असणं हे अधोरेखित का केलं जातंय? कबीरच्या मनात शेकडो प्रश्नांचं आणि भावनांचं वादळ थैमान घालत होतं. या वादळात तो हेलपाटून गेला. तोच त्याच्या कानावर त्या अधिकाऱ्याचे शब्द पडले, "सॉरी यंग मॅन! फक्त हिंदूंना नोकरी देण्याचं आमच्या कंपनीचं धोरण असल्यामुळे तुम्ही पात्र असूनही आम्ही ही नोकरी तुम्हाला देऊ शकत नाही! अँड वुई आर व्हेरी व्हेरी सॉरी फॉर दॅट." त्या अधिकाऱ्याचं हे वाक्य ऐकल्यानंतर धुमसणाऱ्या आपल्या मेंदूतल्या विचारांवर कुणीतरी पेट्रोल टाकलं आहे, असं कबीरला वाटलं. त्याच्या मेंदूमध्ये स्फोट झाल्याची वेदना त्याला अंगभर जाळत गेली. त्याच तिरिमिरीत तो उठला. त्या अधिकाऱ्याच्या टेबलावर असलेली, आत्तापर्यंत त्याच्या अभिमानाचा विषय असलेली त्याची प्रोफाईल फाईल त्यानं उचलली आणि तो कॅम्पस इंटरव्ह्यूसाठी ठेवलेल्या हॉलमधून बाहेर पडला. आत जाताना त्याच्यासोबत त्याचे मित्र होते; पण तो जेव्हा बाहेर पडला, तेव्हा एकटा होता. आपल्या संतापाच्या झंझावातासमोर या गोष्टींचं भान त्याला राहिलं नाही की आपले मित्र इंटरव्ह्यूच्या दालनातच आहेत आणि आपण एकटेच बाहेर पडलो आहोत. तिरिमिरीत तो बाहेर आला खरं; पण बाहेर आल्यानंतर कुठे जायचं हेच त्याला सुचेना. घडलेली ही घटना इतका

मनस्ताप देणारी होती की कबीरच्या डोळ्यांसमोर अंधारी यायला लागली. कॉलेज कॅम्पसमध्ये गेटजवळ असलेल्या चौथऱ्यावर काही क्षण तो बसला. एकीकडे तो आतल्या आत धुमसत होता, तर दुसरीकडे त्याला जोरात ओरडून रडावंसं वाटत होतं आणि प्रत्यक्षात यातलं काहीच तो करू शकणार नाही हे त्याला माहीत होतं. आणि याही गोष्टीचा त्याला अतिशय त्रास होत होता. मनात खदखदणारा हा ज्वालामुखी लाव्हा बनून कुठंतरी पसरायला हवा होता. कुठेतरी त्याचा निचरा व्हायला हवा होता; पण कबीरची आत्ताची मनःस्थिती अशी होती की आपण हे कुणाजवळ सांगावं हेच त्याला आठवत नव्हतं. खरंतर त्याचे अम्मी, अब्बू नसले, तरीसुद्धा त्याची अशी जिव्हाळ्याची अनेक माणसं होती. परदेशात असले तरी देवधर सर आणि सरकाकू होत्या. मोरे सर आणि बाई होत्या. त्याचे हॉस्टेलमधले तीनही जवळचे मित्र होते; पण आत्ता या क्षणी त्यातल्या एकाचंही नाव कबीरला आठवत नव्हतं. आठवत होतं ते फक्त त्या इंटरव्ह्यू घेणाऱ्या त्या अधिकाऱ्याचे शब्द, "आपण मुसलमान आहात का? सॉरी यंग मॅन! फक्त हिंदूंना नोकरी देण्याचं आमच्या कंपनीचं धोरण असल्यामुळे आपण पात्र असूनही आम्ही आपल्याला नोकरी देऊ शकत नाही!" पुनःपुन्हा तेच ते शब्द त्याला आठवत होते आणि पुनःपुन्हा त्याच्या मनात उसळणाऱ्या आगीला हवा मिळत होती आणि पुनःपुन्हा हृदयातली आग वाढतच होती.

दुपार उलटून गेली तरी कबीर तसाच बसून होता. हळूहळू अंधारून आलं आणि अचानक पावसाला सुरुवात झाली. टपोरे थेंब घेऊन पाऊस कोसळायला लागला. कबीर तसाच बसून होता. वरून पडणाऱ्या पावसानं तो चिंब भिजला. का कोण जाणे, पण पावसाच्या त्या गार स्पर्शानं त्याच्या मस्तकात उसळलेल्या आगीचा दाह विसावला, शांतवला, कमी झाला. मेंदूचा दाह जसा कमी झाला, तशा कबीरच्या डोळ्यांतून अश्रुधारा वाहायला लागल्या. तो हमसून हमसून रडायला लागला. त्याच्या डोळ्यांतून वाहणारं पाणी आकाशातून पडणाऱ्या पाण्यात मिसळून गेलं आणि काळे ढग जसजसे रिते व्हायला लागले, तसतशी कबीरच्या मनात उमटलेली संतापाची काजळीही वाहून जायला लागली. पावसाच्या साथीनं आणि सोबतीनं कबीर मनसोक्त रडला. आत्तापर्यंतच्या आयुष्यात तो पहिल्यांदाच असा रडला असावा. अम्मी, अब्बू गेले तेव्हा कबीर लहान होता. ना कळत्या वयातला. अम्मी, अब्बू गेले म्हणजे नक्की काय झालं, हे न समजणाऱ्या वयाचा होता तो. अम्मी-अब्बूंना त्या दिवशी घेऊन गेले आणि त्यानंतर ते आपल्याला कधीच भेटले नाहीत, एवढंच त्याला कळलं होतं. त्यानंतर काकांकडे राहिल्यानंतर शिळंपाकं अन्न खाताना त्याला अम्मीची आठवण यायची. अम्मी त्याला गरम गरम मऊ भात द्यायची; पण ते तेवढंच कारण. अम्मी-अब्बूनं लाड करावेत, कौतुक

करावं अशी त्यांचीही परिस्थिती नव्हती. त्यामुळे अम्मी-अब्बूंच्या लाडकौतुकाची आठवण येण्याचा प्रसंगच नव्हता. कबीरला कधीतरी अम्मी आठवायची; पण ती तेवढीच. त्या आठवणीनं त्याला रडूबिडू यायचं नाही. काकांकडे राहायला गेल्यावर तर रडू यायचा प्रश्नच नव्हता. दहावी झाल्यावर देवधर सरांच्या घरी मात्र त्याला खूप माया मिळाली. देवधर सर आणि सरकाकू अमेरिकेला मुलाकडे गेल्यानंतर त्यांच्या आठवणीनं त्याला भरून यायचं. पण नंतर हॉस्टेलवर मित्र मिळाले, त्यांच्याशी छान मैत्री झाली, भावबंध जुळले आणि देवधर सर आणि सरकाकूंच्या आठवणीनं भरून येणंही कमी झालं; पण आज मात्र कबीर बांध फुटल्यासारखा रडत होता. रडल्यामुळे असेल कदाचित किंवा मनातल्या भावनांचा निचरा झाल्यामुळे असेल कदाचित; पण कबीरला बरं वाटलं. इतका वेळ आगीमध्ये जळणारा मेंदू काहीसा शांतवला आहे आणि तो विचार करू शकतो, याचं भान त्याला आलं. एव्हाना चार वाजून गेले होते. आपल्याला भूक लागली आहे, याचीही त्याला जाणीव झाली, तरीपण मनातल्या विचारांना आपण कुठेतरी वाट मोकळी करून दिली पाहिजे, त्याशिवाय आपलं मन जाग्यावर येणार नाही, असंही त्याला वाटलं. तशी त्याच्या मनानं त्याला साक्ष दिली आणि कबीरच्या सावध झालेल्या मेंदूनं नाव सुचवलं मोरे सरांचं.

मोरे सर कबीरच्या कॉलेजमध्ये प्राध्यापक होते. त्याचबरोबर ते कॉम्प्युटरचा क्लासही चालवत. त्यांच्याच क्लासमध्ये कबीर शिकतही होता आणि शिकवतही होता. मोरे सर देवधर सरांचे जवळचे मित्र होते, ते वर्गमित्रही होते म्हणूनच देवधर सर अमेरिकेला जाताना कबीरचं पालकत्व मोरे सरांकडे देऊन गेले होते; कारण देवधर सर अमेरिकेला गेल्यानंतर मोरे सरांनी त्याच भावनेनं कबीरकडे पाहिलं होतं. म्हणूनच डोक्यात पेटलेली संतापाची आग कमी झाल्यानंतर भानावर आलेल्या कबीरच्या मेंदूनं कबीरला मोरे सरांचंच नाव सुचविलं होतं. पाऊस थांबला, तसा कपड्यावरचं पाणी झटकून कबीर तिथून उठला. खरं तर आता त्याचे मित्र थोड्या वेळातच बाहेर आले असते. कारण कॅम्पस इंटरव्ह्यू संपल्याची बेल झाली होती; पण आत्ता या क्षणी कबीरला आपल्या मित्रांपेक्षा आपल्याशी वडिलांप्रमाणे वागणाऱ्या व्यक्तीची गरज होती आणि मोरे सर खरोखरच तसेच होते. म्हणूनच इंटरव्ह्यू हॉलमधून मित्र बाहेर येण्याआधीच कबीर कॉलेज कॅम्पसमधून बाहेर पडला आणि तडक त्यानं मोरे सरांचं घर गाठलं. मोरे सर जिथे क्लास घेत, तिथेच वरच्या मजल्यावर त्यांचं घर होतं. कबीर तडक वर गेला व त्यांच्या समोर जाऊन उभा राहिला होता. त्याला बघताक्षणी 'आत्ताच तुझी आठवण काढली होती. अरे, मोठा पाऊस आलाय! अशा हवेत तुला गरम चहा खूप आवडतो, हे आम्हाला माहीत आहे. तू बस, मी तुझ्यासाठी गरम चहा करून आणते!' असं म्हणत बाई उठल्या

आणि स्वयंपाकघरात गेल्या. कबीर काहीही न बोलता तसाच उभा राहिला. त्याच्या मनावर असलेला ताण त्याच्या चेहऱ्यावर स्पष्ट दिसत होता. मोरे सरांचं त्याच्या चेहऱ्याकडे लक्ष गेलं आणि काहीतरी बिनसलं आहे हे त्यांनी तत्काळ ओळखलं. नेहमी प्रसन्न असणारा, हसऱ्या चेहऱ्यानं वावरणारा, वातावरण प्रसन्न ठेवणारा, लाघवी वागणारा, बोलणारा कबीर आज असा विस्कटल्यासारखा का दिसतोय, हे त्यांना समजेना. ते खुर्चीवरून उठले. कबीरजवळ आले. त्याच्या खांद्यावर हात ठेवून त्यांनी मायेनं विचारलं, ''कबीर, काय झालं? व्हॉट्स रॉंग विथ यू? कसलं टेन्शन आलंय? सांग मला!'' मोरे सरांच्या आवाजात वात्सल्य स्पष्ट दिसत होतं. त्यांच्या स्वरातली माया आणि त्याच आपुलकीनं त्यांनी विचारलेला प्रश्न ऐकून कबीरच्या डोळ्यांत पुन्हा पाणी उभं राहिलं. मोरे सरांनी तेही बघितलं. त्याला हाताला धरून ते आत घेऊन आले. त्याला खुर्चीवर बसवलं. मोरे सरांच्या त्या आपुलकीच्या स्पर्शानं कबीरला खूपच रडू आलं. त्याच्या डोळ्यांतून अश्रुधारा वाहायला लागल्या. मोरे सर त्याच्या खांद्यावर थोपटत राहिले. त्याला तसंच रडू दिलं. पाच मिनिटं अशीच गेली. बाई चहाचा कप घेऊन बाहेर आल्या. सोबत गरम भजी पण होती. कबीरला रडताना पाहून काहीतरी घडलंय हे त्यांच्याही लक्षात आलं. हातातली डिश टिपॉयवर ठेवून त्या कबीरजवळ गेल्या. त्याच्या डोक्यावरून हात फिरवत म्हणाल्या, ''रडू नकोस बाळा! काय झालं? काय झालंय ते मोकळेपणानं सांग. कोणतीही अडचण असू दे, कितीही मोठी असू दे, आपण तिघं जण मिळून विचार करून ती सोडवू शकतो. काय झालंय ते सांग!'' रडून मोकळा झालेला कबीर सावरला. त्यानं डोळे पुसले. खिशातून रुमाल काढून खसाखसा चेहरा पुसला. टिपॉयवर ठेवलेल्या तांब्यातलं पाणी तो गटागटा प्यायला. पुन्हा त्यानं तोंड पुसलं. खुर्चीवर उठून मोरे सरांच्या पायाजवळ बसला आणि मोरे सरांच्या गुडघ्यावर हात ठेवून बाईंच्याकडे बघत भिजल्या आवाजात त्यानं प्रश्न केला, ''मी मुसलमान आहे, हा माझा गुन्हा आहे का?''

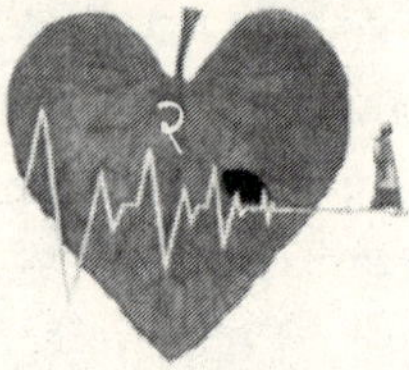

अत्यंत अस्वस्थ मनानं, विस्कटलेल्या काळजानं, चिंध्या झालेल्या हृदयानं आणि उद्ध्वस्त मनानं कबीर खाननं विचारलेला तो प्रश्न ऐकून मोरे सर अस्वस्थ झाले. उमद्या मनाच्या या तरुणाच्या बाबतीत काहीतरी गंभीर असं घडलं होतं, हे नक्कीच! आणि म्हणूनच तो इतका अस्वस्थ झाला होता. कबीर खानला गेले चार वर्षं ते ओळखत होते. बारावीनंतर कॉम्प्युटर इंजिनिअरिंगला आपल्या मार्कांच्या जोरावर ॲडमिशन मिळवलेल्या कबीरला, देवधर सर मोरे सरांकडे घेऊन आले होते आणि ''हा माझा मानसपुत्र कबीर; याला मेरिटमध्ये तुमच्या कॉलेजला ॲडमिशन मिळालेली आहे. त्याला माझ्याशिवाय कुणी नाही आणि आता तुम्ही! तो हॉस्टेलवर राहील. त्याच्या शिक्षणाचा सगळा खर्च त्याच्या स्कॉलरशिपमधून होईल; पण त्याला स्वतःच्या खर्चासाठी काही पैशांची गरज आहे, त्याचबरोबर कॉम्प्युटरच्या शिक्षणासाठी क्लास लावणेही गरजेचे आहे. तेव्हा त्याला तुमच्या क्लासमध्ये शिकायला घ्या आणि त्याचबरोबर तुमचे इतर जे क्लासेस आहेत, त्या क्लासमध्ये त्याला शिकवण्याची नोकरी द्या. या अनाथ पोराला आत्तापर्यंत माझा आणि यापुढे तुमचा फक्त आधार आहे, हे लक्षात ठेवा.'' असं सांगून देवधर सर कबीरला मोरे सरांच्या ताब्यात सोपवून गेले. देवधर सरांचे मोरे सरांवर खूप उपकार होते. ते दोघे क्लासमेट होते, त्या वेळेपासून देवधर सर मोरे सरांना सतत मदत करत आले होते. मोरे सरांच्या घरची परिस्थिती हलाखीची होती. बहुतेकदा दोघांचा डबा देवधर सरांच्या घरातूनच येत असे. इतकेच नव्हे, तर मोरे सरांना एकदा टायफॉईड झालेला असताना देवधर सरांच्या घरातूनच जवळ जवळ चार महिने त्यांना पथ्याचा वरण-भात येत होता. अनेक वेळेला मोरे सरांच्या परीक्षेची फीसुद्धा देवधर सरांच्या घरातून भरली गेली होती. देवधर सरांचे हे उपकार मोरे सरांनी कायम स्मरणात ठेवले होते. आणि म्हणूनच जेव्हा देवधर सर कबीरला घेऊन मोरे सरांकडे आले आणि कबीरला मोरे सरांच्या हाती सोपवलं, तेव्हा मोरे सरांनी आनंदानं ते स्वीकारलं. तो गुणी असल्याशिवाय देवधर सरांनी त्याला आसरा दिला नसता, हेही तितकंच खरं आहे; पण कबीरसुद्धा ज्या लाघवीपणानं आणि सुसंस्कृतपणानं देवधर सरांच्या सोबत राहिला, त्याच लाघवीपणानं त्यानं मोरे सरांचं आणि बाईंचंही मन जिंकून घेतलं. मोरे सरांना दोन मुलगे होते आणि त्यातला मोठा सिव्हिल इंजिनिअर

होऊन बंगळुरू येथे नोकरी करीत होता. धाकटा बी.ए.एम.एस.च्या तिसऱ्या वर्षाला होता. आणि आता कॉम्प्युटर इंजिनिअरिंगच्या पहिल्या वर्षाला ॲडमिशन घेऊन कबीर मोरे सरांच्या सहवासात आला होता. गेली चार वर्षं तो मोरे सरांच्या सहवासात होता, पण या चार वर्षांत एकदाही क्षुल्लक कारणासाठीसुद्धा कबीरनं तक्रारीला जागा ठेवली नव्हती, इतकं त्याचं वागणं चोख होतं. मोरे सरांच्या घरातल्या सगळ्या सणा-समारंभात कबीर अत्यंत उत्साहाने सहभागी होत असे; मग गणपती असो, नवरात्र किंवा दिवाळी! कबीरचा उत्साह ओसंडून वाहत असे. त्या चार वर्षांत कबीर धर्मानं कोण आहे, जातीनं कोण आहे हा विषय ना मोरे सरांच्या मनात आला, ना बाईंच्या, ना कबीरच्या. आणि आज अचानक काय झालं होतं? खरं तर परीक्षा जवळ आली होती. दर वर्षीप्रमाणे याही वर्षी कबीर मेरिटमध्ये येणार याची खात्री जशी सर्वांना होती, तशीच ती मोरे सरांनाही होती. कॅम्पस इंटरव्ह्यूमध्ये सगळ्यात चांगल्या आणि मोठ्या कंपनीत सगळ्यात आधी कबीरची निवड होणार, याची खात्री कबीरपेक्षा मोरे सरांनाच जास्त होती. अशा पार्श्वभूमीवर इतरांसमोर यशाचं लखलखतं उदाहरण असलेला हा कबीर आत्ता या क्षणी उद्‌ध्वस्त झालेल्या मनानं मोरे सरांसमोर बसला होता आणि त्यांना विचारत होता, ‘‘सर, मी मुसलमान आहे, हा माझा गुन्हा आहे का?’’

मोरे सरांनी कबीरला अशा मनःस्थितीत या चार वर्षांत कधी पाहिलंच नव्हतं. देवधर सरांच्या आणि सरकाकूंच्या आठवणीनं तो कधी कधी उदास व्हायचा तेवढंच. पण असा अस्वस्थ झालेला, उद्‌ध्वस्त झालेला, कोसळलेल्या मनःस्थितीत ढसाढसा रडणारा कबीर त्यांनी कधीच बघितला नव्हता. रडण्याचा आवेग ओसरल्यानंतर उन्मळून पडलेल्या मनःस्थितीतला कबीर आणि त्यानं विचारलेला हा प्रश्न, म्हणजे नक्कीच काहीतरी भयंकर घडलं असावं, असा मोरे सरांनी अंदाज बांधला. असं भयंकर की त्या घटनेनं कबीर मुळापासून घाबरला होता. त्यातच कबीरनं विचारलेला हा प्रश्न म्हणजे एका वादळाची नांदी होती. एकतर त्या वादळानं हेलपाटून जाऊन कबीरचं आयुष्य उद्‌ध्वस्त झालं असतं किंवा या वादळानं उद्‌ध्वस्त होऊन कबीरचं भविष्य भरकटलं असतं. ...आणि यातलं काहीही झालं असतं तरी कबीरचं जीवन पणाला लागणार होतं. तेव्हा काय घडलं होतं की ज्यामुळे कबीर एवढा घायाळ झाला होता, जखमी झाला होता, याचा शोध आधी घ्यायला हवा होता. कबीरच्या मनावर साठलेलं कुशंकांचं मळभ आधी दूर व्हायला हवं होतं. मोरे सरांनी तेच करायचं ठरवलं. काही न बोलता कबीरच्या पाठीवर ते थोपटत राहिले. रडून मन मोकळं झाल्यानंतर कबीर थोडासा सावरला. आपल्या पायाजवळ बसलेल्या कबीरला मोरे सरांनी उठवून खुर्चीवर बसवलं. तोवर मोरे बाईंनी त्याचा गार झालेला चहा पुन्हा गरम करून आणला. येताना त्यांच्या दुसऱ्या हातात पाण्याचा तांब्या होता.

खुर्चीवर बसलेल्या कबीरसमोर त्यांनी पाण्याचा तांब्या धरला. आपल्या समोर उभ्या असलेल्या बाईंच्याकडे एक कटाक्ष टाकून कबीरनं त्यांच्या हातातून तांब्या घेतला आणि तांब्या तोंडाला लावत तो गटागटा पाणी प्यायला लागला. पाणी प्यायल्यानंतर त्याला थोडंसं बरं वाटलं असावं, कारण त्याचा चेहरा किंचित निवळला. काही न बोलता मोरे सरांनी टेबलावरचा चहाचा कप उचलून त्याच्या हातात दिला. काहीही न बोलता कबीरनंही तो चहा पिऊन टाकला आणि आता मात्र त्याला खूपच बरं वाटायला लागलं. एकतर त्या अधिकाऱ्यानं विचारलेल्या त्या प्रश्नानं त्याच्या मनाच्या चिंध्या झाल्या होत्या आणि दुसरं म्हणजे सकाळपासून त्याच्या पोटातही काही नव्हतं. कपभर चहा पोटात गेल्यानंतर कबीरचं मन थोडं ताळ्यावर आलं असावं. कबीरनं चहा एका दमात संपवलेला बघून मोरे बाई पुन्हा आत गेल्या आणि त्यांनी आणखी एक कप चहा आणला. काही न बोलता कबीरनं तोही संपविला आणि रिकामा झालेला कप मोरे बाईंच्या हातात न देता, खुर्चीवरून उठून तो रिकामा कप घेऊन स्वयंपाकघरात गेला आणि डायनिंग टेबलावर कप ठेवून बाहेर आला. कबीरचं मन जाग्यावर आल्याची ही साक्ष होती. मोरे सर आणि बाईंनी एकमेकांकडे पाहिलं. दोघांच्याही नजरेत काहीसं समाधान तरळत होतं. कप ठेवून कबीर बाहेर आला. येऊन सरांच्या शेजारच्या खुर्चीवर बसला. काही क्षण तसेच स्तब्धतेत गेल्यावर सरांनी विचारलं, ''कबीर, आर यू ओके नाऊ? आता तुला बरं वाटतंय का? आमच्याशी काही बोलावं, काही शेअर करावं असं तुला वाटतंय का? आत आल्या आल्या मला विचारलेला तो प्रश्न 'सर, मी मुसलमान आहे, हा माझा गुन्हा आहे का?' तुझ्या मनात का आला आणि हा प्रश्न विचारताना तू एवढा अस्वस्थ का झाला होतास ते मला सांगशील का? पण त्याही आधी तू मघाशी विचारलेल्या प्रश्नाचं मी तुला उत्तर देतो. कबीर, तू मुसलमान आहेस, तुझा धर्म मुसलमान आहे, हे ना आमच्या कधी लक्षात आलं, ना आम्ही कधी त्याचा विचार केला. आम्हाला स्वतःलाच ते जाणवलं नव्हतं, तेव्हा ते तुला जाणवून देण्याचा प्रश्नच नव्हता आणि सर्वांत महत्त्वाचं म्हणजे तू मुसलमान आहेस हा कधीच गुन्हा नाहीये; पण कबीर आताच असं काय घडलं की आपण मुसलमान असल्याचं तुला जाणवलं आणि त्यामुळे तू इतका अस्वस्थ झालास?'' मोरे सरांनी निःसंदिग्ध शब्दांत कबीरला दिलासा दिला आणि त्यांच्या त्या शब्दांमुळे कबीरला काय घडलं ते सांगण्याचं बळ आलं आणि त्यानं सांगायला सुरुवात केली – ''सर, आज कॉलेजमध्ये कॅम्पस इंटरव्ह्यू होते.'' कबीरनं बोलायला सुरुवात केली, तोच त्याला हातानं थांबण्याचा इशारा करून मोरे सर म्हणाले, ''थांब कबीर! आपण भजी खात खात बोलू या. बाईंनी गरम भजी केली आहेत. त्यांच्यावर अन्याय नको. घे आणि खात-खात सांग!'' मोरे सरांचं बोलणं ऐकून कबीरच्या उदासवाण्या

चेहऱ्यावर एक हलकं स्मित उमटलं. डिशमधली दोन भजी उचलून तोंडात टाकून त्यानं खाल्ली. मघाचा दोन कप चहा आणि आताची ही भजी, यामुळे त्याला छान वाटलं. त्याच छान मनःस्थितीत त्यानं आणखी दोन-चार भजी खाल्ली. त्यावर एक भांडंभर पाणी तो प्यायला. आता मात्र त्याचं पोट खरंच भरलं होतं. पोट भरल्याची एक सुखाची भावना त्याच्या चेहऱ्यावर उमटली. एकतर दिवसभराचा उपवास आणि त्यात झालेला मनस्ताप. पण आता पोट भरल्यावर हे सगळं कुठल्या कुठे पळालं आणि आपल्याला झालेल्या मनस्तापाची कहाणी काहीशा अलिप्त मनानं सांगायला कबीर सिद्ध झाला आणि त्यानं सांगायला सुरुवात केली. अगदी पार सकाळी कॅम्पस इंटरव्ह्यूला उत्साहित मनःस्थितीत सुरुवात झाल्यापासून ते त्या अधिकाऱ्यानं कबीरला नोकरी देण्याबद्दल त्याच्या धर्माचं कारण सांगून असमर्थता दर्शवण्यापर्यंत आणि त्यामुळे अत्यंत उद्ध्वस्त मनःस्थितीत तिथून बाहेर पडून कॉलेज कॅम्पसच्या गेटजवळच्या कट्ट्यावर बसून दुःखी मनानं रडत रडत उपाशीपोटी आपण घालवलेला वेळ आणि त्यानंतर रडून थोडं मन मोकळं झाल्यावर आपल्या मनानं इथे येण्याचं सुचवण्यापर्यंतची सगळी हकिगत अत्यंत सविस्तरपणे, पण काहीशा अलिप्त मनःस्थितीत कबीरनं मोरे सरांना सांगितली. हे सर्व सांगत असताना मध्ये एक-दोन वेळा त्याचा आवाज भरून आला, डोळ्यांत पाणीही भरलं; पण पुन्हा स्वतःच्या मनाला आवर घालून कबीरनं ते पाणी परतून लावलं आणि आपली कहाणी पूर्ण केली.

मोरे सर शांत चेहऱ्यानं कबीरचा शब्द न् शब्द ऐकत होते. कबीरची कहाणी ऐकत असताना त्यांनी चेहरा जरी शांत ठेवला होता, तरीसुद्धा कबीरची कहाणी ऐकून त्यांच्या मनात प्रचंड खळबळ माजली होती. आजच्या या जाती-धर्मापलीकडे गेलेल्या जगात ही अशा पद्धतीची धर्मावर आधारित धोरणं एखाद्या मान्यवर कंपनीनं ठेवावीत, ही गोष्टच मुळी धक्का देणारी आहे. कबीर अशा पद्धतीनं मनानं कोसळला, यात काहीच नवल नव्हतं. कबीर सरळ विचारांचा, संवेदनशील तरुण होता, ज्याच्या डोळ्यांमध्ये आपल्या उज्ज्वल भवितव्याचं स्वप्न होतं, ज्याच्या मनामध्ये विश्वबंधुत्वाची हाक होती आणि ज्याच्या हृदयामध्ये मित्रत्वाची साद होती, अशा तरुणाला अशा पद्धतीनं अपमानित व्हावं लागलं, ही बाब खरं तर सर्वांसाठीच शरमेची होती; पण आता मोरे सरांच्या समोर उद्ध्वस्त झालेला कबीर बसला होता. त्याच्या मनात निराशेचा संपूर्ण अंधकार पसरला होता. पहिल्यांदा मोरे सरांना त्याच्या मनातला निराशेचा हा अंधकार दूर करावा लागणार होता. त्यानंतरच कबीरला झाल्या प्रकरणाची कारणमीमांसा पटवून घेता आली असती. कबीरचं सांगून झालं. क्षणभर तिथे शांतता पसरली. काही न बोलता मोरे सरांनी कबीरसमोर पाण्याचं भांडं धरलं. त्यांच्याकडे एक कटाक्ष टाकून कबीरनं ते भांडं उचललं आणि

पाणी पिऊन खाली ठेवलं. कबीरची समजूत घालण्यासाठी शब्दांची जुळवाजुळव करायला मोरे सरांना तेवढा वेळ पुरेसा होता. कबीरवर एक प्रेमळ कटाक्ष टाकून त्यांनी बोलायला सुरुवात केली, ''कबीर बेटा, झाली ती गोष्ट अतिशय वाईट, धक्कादायक आणि माणुसकीला काळिमा फासणारी आहे. तुझ्यासारख्या संवेदनशील तरुणाला या घटनेचा प्रचंड त्रास होणं स्वाभाविक आहे. तुझ्या जागी मी असतो तरी मलाही असाच त्रास झाला असता; पण तरीही कबीर आता काही गोष्टी मी तुला सांगणार आहे. मी तुला हा उपदेश करतोय असं नाही, तर आता मी जे काही सांगतो त्यामध्ये माझ्यापेक्षा तुझे अनुभव जास्त आहेत, तेच मी वेगळ्या पद्धतीनं तुझ्यासमोर मांडणार आहे. कबीर, तू हिंदू आहेस की मुसलमान हा प्रश्न काही काळ बाजूला ठेवू या. आता मला सांग, तुझ्या लहानपणापासून तू कोणाच्या सहवासात लहानाचा मोठा झालास? कुणी तुला काय आणि कशी मदत केली आणि ती मदत त्यांनी कोणत्या दृष्टिकोनातून केली, ते आपण पाहू या. आत्तापर्यंत ज्या ज्या लोकांनी तुला मदत केली, ज्यांनी तुला आधार दिला, त्यातल्या कुणीही तू हिंदू आहेस की मुसलमान, तुझा धर्म कोणता हे विचारात घेतलं नाही. तुला आधार देताना त्यांच्या मनामध्ये फक्त आणि फक्त मानवतेचाच विचार होता आणि तो विचार करूनच त्यांनी तुझ्यावर प्रेम केलं. माया केली. अर्थात, हा विचार मांडण्याचं प्रत्येकावर बंधन आहे असं नाही. त्यामुळे आपण कोणाला त्याबद्दल जबरदस्ती करू शकत नाही. अर्थात, मानवता मानणारे हा विचार नक्कीच करतील; पण आपण कुणाला हा विचार करायला लावू शकत नाही. तो करायचा की नाही हे ज्याचं त्यानं ठरवायचं. कबीर, मला असं वाटतं, तुझे आई-वडील लहानपणी वारल्यामुळे माणसाला मिळालेला जो जन्मजात धर्म असतो, त्याच्याशी तुझी ओळख झाली नाही. अर्थात, ती झाली नाही म्हणून फारसं बिघडलं नाही कारण,

दैवायत्तं कुले जन्म ।
महायत्तं तु पौरुषम् ।।

म्हणजे 'जन्म कोणत्या कुलात हे दैवाधीन असलं तरी कर्तृत्व हे कर्माधीन असतं' असा या श्लोकाचा अर्थ आहे आणि दैवाधिष्ठित धर्माला मागे सारून तू कर्तृत्व गाजविलं आहेस; पण कबीर मला असं वाटतं की या गोष्टीसाठी तू ओव्हर रिॲक्ट झालास. एवढं रिॲक्ट तू व्हायला नको होतंस. अरे, आपण बाजारातून दोन डझन आंबे आणले आणि त्यातला एखादा आंबा सडका किंवा किडका निघाला की आपण तो काढून टाकतो ना? तो सडलेला आंबा ज्या निर्मोहीपणे काढून टाकतो, त्याच निर्मोहीपणे त्या अधिकाऱ्याचं बोलणं तू मनावेगळं करायला हवं होतंस. कबीर, जगात सगळी माणसं देवधर सरांसारखी नसतात आणि सगळी

माणसं त्या अधिकाऱ्यासारखीही नसतात. त्या अधिकाऱ्याचं बोलणं इतकं मनाला लावून घेऊन तू बाकीच्या सगळ्या कंपन्यांच्या इंटरव्ह्यूवर फुली मारून बाहेर पडलास. खरं तर त्या अधिकाऱ्याच्या कंपनीवर तूच फुली मारायचीस आणि हे बघ, दुसरी गोष्ट अशी की आज सगळे जण दहशतवादाच्या छायेखाली वावरत आहेत, हे सत्य आहे. त्याचबरोबर हा दहशतवाद काही घातकी मुस्लिम संघटनांनी पसरवला आहे, हेही तितकंच सत्य आहे. अशा परिस्थितीमध्ये सुरक्षेचा विचार करून सावधगिरी बाळगणं हा विचार प्रत्येक जण करत असतो. दुधानं तोंड पोळलं तर आपण ताकसुद्धा फुंकून पितो. त्या कंपनीला कदाचित काही मुस्लिमधर्मीयांकडून विचित्र अनुभव आलेलेही असतील आणि म्हणूनच त्यांनी असं धोरण ठेवलं असेल, ही शक्यता आहे. हा विचार तू केलास का? तो अधिकारी कंपनीच्या नियमांशी बांधील आहे. आपणसुद्धा एखाद्या गोष्टीचा आपल्याला वाईट अनुभव आला, तर त्या गोष्टीपासून शक्यतो लांब राहण्याचा प्रयत्न करतो. ते जमलं नाही तर निदान त्या गोष्टीजवळ तरी जात नाही. त्या कंपनीनं त्यांना आलेल्या अनुभवापोटी जर असं धोरण ठेवलं असेल, तर त्यात त्यांची काही चूक आहे, असं मला वाटत नाही. त्या अधिकाऱ्यानं फक्त ते तुला स्पष्टपणे सांगितलं एवढंच. ते स्पष्टपणे न सांगता इतर कुठलंतरी कारण दाखवून त्यानं तुला रिजेक्ट केलं असतं, तर कदाचित तुला इतकं वाईट वाटलं नसतं. त्यातच आत्तापर्यंतच्या तुझ्या आयुष्यामध्ये, भले ते कोणा ना कोणाच्या तरी आधारानं उभं राहिलेलं असलं तरीसुद्धा, कधीच कुणीच तुझ्या धर्माचा उल्लेख केला नव्हता. कुणाला तशी गरजही पडली नव्हती. कंपनीचं धोरण म्हणून त्या अधिकाऱ्यानं तो केला आणि तुला तसं स्पष्ट सांगितलं, एवढंच मी म्हणतो. कबीर, एकापरीनं झालं हे बरंच झालं. या दहशतवादी मुस्लिम संघटनांच्या कारवायांमुळे भारतामध्ये अनेक ठिकाणी या प्रकारचा सावधगिरीचा दृष्टिकोन तयार होतो आहे, झाला आहे. यापुढच्या तुझ्या आयुष्यातसुद्धा कधीतरी अशा अनेक प्रसंगांना तुला सामोरं जावं लागेल; पण यापुढे तू त्या प्रसंगाला धीरगंभीरपणे तोंड देशील आणि तू ते तसंच द्यावंस असं मला वाटतं. अनेक लोकांच्या दृष्टीनं धर्म ही जरी क्षुल्लक बाब असली तरीसुद्धा या दहशतीच्या वातावरणात सावधगिरी ही महत्त्वाची बाब ठरू शकते आणि म्हणूनच अशा पद्धतीचे अनुभव यापुढे तुला येतच राहणार. त्या वेळी तू असा उद्ध्वस्त होत गेलास, तर तुझं भवितव्य तर कठीण आहेच, पण आत्तापर्यंत ज्यांनी ज्यांनी केवळ मानवतेच्या दृष्टिकोनातून तुला मदत केली आहे, तुला पाठिंबा दिला आहे, तुझ्यावर माया केली आहे, त्या सगळ्यांनी केलेल्या मदतीचा, दिलेल्या पाठिंब्याचा, तुझ्यावर केलेल्या मायेचा तो अपमान ठरेल, हे लक्षात ठेव. त्या निःस्वार्थी मदतीचा आणि निरपेक्ष मनानं केलेल्या प्रेमाचा अपमान करण्याचा तुला कोणताही

अधिकार नाही आणि धर्मापलीकडे असणाऱ्या मानवतेच्या दृष्टिकोनातूनही ते योग्य नाही, हे लक्षात ठेव. आपण कोण आहोत यापेक्षासुद्धा आपल्याला कोण बनायचं आहे, याचा विचार जास्त कर. त्याचबरोबर आपण धर्मानं मुस्लिम आहोत याही सत्याचा तू डोळसपणे स्वीकार कर. हा स्वीकार करण्यामध्ये कोणतीही शरमेची गोष्ट नाही किंवा कोणताही अपमान नाही. उलट ज्या मुस्लिम संघटनांमुळे या भारतात राहणाऱ्या सर्वच मुस्लिमांकडे थोड्याबहुत संशयाच्या नजरेनं बघितलं जातंय, त्याच भारतात राहून, धर्मानं मुस्लिम असूनही सगळ्या भारतीयांचा विश्वास संपादन करणारे राष्ट्रपती अब्दुल कलाम हेही मुस्लिमच होते, ही गोष्ट लक्षात ठेव आणि इतका मोठा हो, इतका मोठा हो की मुस्लिमांची तर बातच सोड; पण सगळ्या हिंदूंना आणि तुझ्यावर प्रेम करणाऱ्या सर्व माणसांना तुझा अभिमान वाटला पाहिजे. आणि असं अजिबात मानू नकोस की या प्रवासात तू एकटा आहेस. आम्ही सगळी तुझ्या प्रेमाची माणसं तुझ्यासोबतच आहोत. आमचे सगळ्यांचे आशीर्वाद तुझ्या पाठीशी आहेत आणि कितीही कठीण परिस्थिती येऊ दे, कितीही मोठं संकट येऊ दे, त्या प्रत्येक क्षणी आम्ही तुझ्यासोबत आहोत, हे लक्षात ठेव.''

मोरे सर बोलायचे थांबले. त्यांनी पाहिलं, कबीरचा चेहरा पूर्ण निवळला होता. नुसताच निवळला नव्हता, तर पूर्वीचं प्रसन्न हास्य त्याच्या चेहऱ्यावर विलसत होतं. डोक्यातल्या शंकांचा गढूळपणा पुसला जाऊन, तिथे स्वच्छ, नितळ प्रसन्नता पसरली होती. तेथे बसलेल्या मोरे बाई वारंवार आपले भरून येणारे डोळे पदराने पुसत होत्या. त्यांच्याकडे लक्ष जाताच आपल्यावरची त्यांची माया त्यांच्या अश्रूंतून कबीरला पुन्हा जाणवली. तो खुर्चीवरून पट्‌कन उठला आणि नेहमीच्या खेळकर स्वरात म्हणाला, ''सर, मी आता फर्स्टक्लास चहा करून आणतो. आपण तिघं जण बसून तो घेऊ या. नंतर मला लगेचच रूमवर जायचंय. उद्या कॉलेजमध्ये कॅम्पस इंटरव्ह्यूसाठी काही इंटरनॅशनल कंपन्या येणार आहेत. मला त्याची तयारी करायची आहे.'' असं सहज स्वरात म्हणत कबीर स्वयंपाकघरात गेला. त्याच्या पाठमोऱ्या आकृतीकडे सर आणि बाई पाहतच राहिले. पहिला कबीर त्यांना गवसला होता. त्याच्या मनावर साठलेलं कुशंकांचं मळभ दूर झालं होतं. बाईंनी खिडकीतून बाहेर नजर टाकली. मघाशी आभाळ काळवंडलं होतं. अंधारूनही आलं होतं. संध्याकाळी पाच वाजता रात्र झाल्यासारखी वाटत होती. पावसाची मोठी सर येऊन गेली. आभाळ पुन्हा स्वच्छ झालं. मावळणाऱ्या सूर्याच्या संधिप्रकाशात सगळा परिसर सोनेरी दिसत होता.

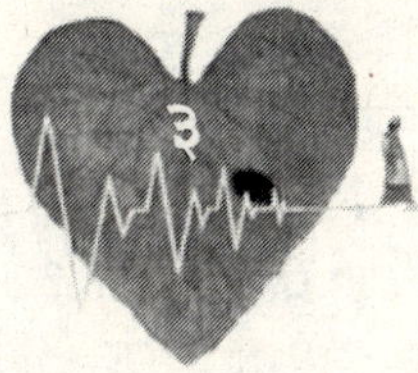

मोरे सरांच्या घरात शिरणारा कबीर आणि मोरे सरांच्या घरातून बाहेर पडलेला कबीर यांमध्ये जमीन-अस्मानाचा फरक होता. कबीर तोच होता; पण जातानाचा कबीर गोंधळलेला, विस्कटलेला, उद्ध्वस्त झालेला असा होता, तर बाहेर पडतानाचा कबीर स्थिर बुद्धीचा, विचारांचा, निश्चित दिशा सापडलेला आणि जीवनाच्या संघर्षाला तोंड देण्यासाठी सर्वार्थानं सिद्ध झालेला होता. कबीर गेला आणि मोरे सरांनी समाधानानं डोळे मिटून घेतले. त्यांच्या हातून आज एक फार मोठं कार्य घडलं होतं. एक उद्ध्वस्त होणारं आयुष्य त्यांनी वाचवलं तर होतंच, पण त्या उद्ध्वस्त मनःस्थितीत कदाचित वाममार्गाला लागून आणि कालांतरानं भारत देशाशी शत्रुत्व पत्करून देशविघातक कृती करण्यासाठी निर्माण होणारा, भारताचा एक शत्रूही त्यांनी मित्र बनविला होता. एका तरुणाचं उद्ध्वस्त होणारं आयुष्य वाचवत असताना, आपण आपल्या देशाला एक चांगला नागरिक मिळवून दिल्याचं समाधानही मोरे सरांना या घटनेनं मिळवून दिलं होतं. कबीर तिथून बाहेर पडला तेव्हा तो थेट आपल्या हॉस्टेलच्या रूमवर गेला. तिथे त्याचे तीन मित्र दिलीप, राहुल आणि सिमॉन त्याचीच वाट बघत होते. इंटरव्ह्यू हॉलमधून कबीर अचानक तडकाफडकी बाहेर पडलेला त्यांनी पाहिलेला होता. त्याचं कारण कुणालाच कळलं नव्हतं आणि तिथून बाहेर पडलेला कबीर कुठे गेला, कुठे बेपत्ता झाला हेही त्यांना कळेना. तिघांचा इंटरव्ह्यू झाला होता. तिघांना नोकऱ्याही मिळाल्या होत्या. इंटरव्ह्यू हॉलमधून बाहेर पडल्यावर त्यांनी कबीरला खूप शोधलं. देवधर सरांच्या घरीही ते जाऊन आले; पण घराला कुलूप होतं आणि कबीर तिथे नव्हता, हे बघितल्यावर ते तिघं जण पुन्हा हॉस्टेलवर परतले. संध्याकाळ होत आली तरी कबीर आला नाही म्हटल्यावर त्यांना काळजी वाटायला लागली. आणखी थोडा वेळ वाट बघावी, नाहीतर मोरे सरांना घेऊन पोलीस स्टेशनला जावं, असं त्यांनी ठरवलं. कबीर कुठे गेला असेल, त्या इंटरव्ह्यू हॉलमध्ये असं काय घडलं असावं की कबीर तडकाफडकी तिथून बाहेर पडला, हे कोडं त्यांना उलगडत नव्हतं. आता काय करायचं, कसं करायचं, याची चर्चा ते तिघं जण करीत बसले असतानाच कबीर आला. तो आलेला बघितल्यावर तिघंही जण त्याच्याकडे धावले. "साल्या कबीर आला. तू? तू कुठे गेला होतास? किती शोधला तुला! होतास कुठे तू

दिवसभर? तो मोबाईल फोन काय शोभेला ठेवलास? काहीतरी कळवायचं की नाही? आणि काय रे, त्या हॉलमधून असा तडकाफडकी बाहेर का पडलास? तिथे तुझं भांडणबिंडण झालं की काय? आम्ही किती काळजी करीत होतो. आणखी थोडा वेळ वाट बघून पोलीस स्टेशनला जाण्याचा विचार करीत होतो. होतास कुठे तू दिवसभर?'' कबीरला समोर बघितल्यावर त्याच्या मित्रांनी फक्त प्रश्नांचा भडिमारच केला नाही, तर शिव्यांची लाखोलीही वाहिली. कबीरनं त्या सगळ्यांचे प्रश्न, शिव्या शांतपणे ऐकून घेतल्या आणि मग तो म्हणाला, ''अरे हो! हो! मला काही बोलू द्याल, तर मी तुमच्या काही प्रश्नांची उत्तरं देईन ना! सांगतो, सांगतो. सगळं सांगतो!'' असं म्हणत कबीरनं आपले कान धरले. ''सॉरी यार, चुकलंच माझं! मी तिथून असं तडकाफडकी बाहेर पडायला नको होतं; पण काय करू? त्या अधिकाऱ्यानं मला माझ्या फिल्डबाहेरचे प्रश्न विचारले आणि त्यांची उत्तरं मला आली नाहीत म्हटल्यावर तो मला माझा अपमान वाटला. तुम्हाला कुठल्या गाढवानं इंजिनिअर केलं असं तो म्हणाला. तो असं म्हटल्यावर माझं डोकं फिरलं आणि मी इंटरव्ह्यूच्या हॉलमधून संतापलेल्या अवस्थेत बाहेर पडलो. नंतर कितीतरी वेळ मी गेटजवळच्या कट्ट्यावर बसलो होतो. संतापानं मला रडायला आलं. तुम्ही तिघंही जण आत होतात. कुणाजवळ बोलावं ते मला समजेना. म्हणून मग मी मोरे सरांच्या घरी गेलो आणि तिथेच थांबून राहिलो. मोरे सरांनी मग माझी खूप समजूत काढली. बाईंनी मस्त गरमागरम भजी-चहा दिला. चार वाजले तसा मी तिथून बाहेर पडलो आणि पावसात अडकलो आणि पाऊस थांबल्यावर आता इथं आलो!'' कबीरनं सगळं काही सांगितलं; पण का कुणास ठाऊक, त्याच्या धर्मावरून त्याचा झालेला अपमान त्यानं मित्रांना सांगितला नाही. कोणजाणे त्यावर त्याच्या मित्रांची काय प्रतिक्रिया होईल? इतकी वर्षं त्याचा धर्म, तोही त्यांच्या मैत्रीच्या आड आला नव्हता; पण आता आपण जर ती घटना सांगितली तर कदाचित मित्रांच्या मनातही किल्मिष येण्याची शक्यता होती. म्हणून घडलेल्या घटनेतलं त्रास देणारं महत्त्वाचं सत्य लपवून त्यानं बाकीची घटना मित्रांना सांगितली. त्याच्या बॉयकॉट करण्यावर मित्रांनीही त्याला पाठिंबा दिला. ''या सगळ्या अधिकाऱ्यांना अशाच पद्धतीनं अद्दल घडविली पाहिजे. त्यांच्या कंपनीमध्ये बुद्धिमान आणि हुशार तरुणांनी नोकऱ्याच नाही केल्या पाहिजेत!'' कबीरच्या मित्रांची ही कमेंट कबीरच्या मनाला थोडासा का होईना, दिलासा देऊन गेली. एवढ्यात त्याच्या लक्षात आलं की त्याचे तिघं मित्रही कॅम्पस इंटरव्ह्यूसाठी गेले होते. हे लक्षात आल्यावर कबीर म्हणाला, ''छोड यार! जाऊ दे तो विषय! अरे, तुम्ही तिघंही गेला होतात ना इंटरव्ह्यूला? मग तुमच्या तिघांचं काय झालं?'' कबीरच्या चेहऱ्यावरची उत्सुकता बघून तिघंही एकदमच ओरडले, ''अरे कबीर, आम्हाला नोकऱ्या मिळाल्या!'' ते ऐकल्यावर कबीरनं त्या

तिघांना मिठी मारली. चौघंही एकमेकांच्या गळ्यात पडून नाचायला लागले. अचानक पावसाची सर आली. पावसानंही जणू आपला आनंद व्यक्त केला. पाऊस मोठा आला तशी चौघंही हॉस्टेलच्या कॉरिडॉरमध्ये पळाले. तिथून चौघंही रूमवर गेले. केस आणि अंग कोरडे केल्यानंतर सिमॉनने रूममध्ये फर्स्टक्लास कॉफी बनविली आणि थंड झालेल्या वातावरणात गरम कॉफी पिण्याचा आनंद घेत चौघंही गप्पा मारायला लागले. दिलीप, राहुल आणि सिमॉन यांना प्रत्येकी पाच लाखांचं पॅकेज मिळालं होतं. विशेष म्हणजे तिघांना एकाच कंपनीत नोकरी मिळाली होती. राहुलनं विचारलं, ''यार कबीर, या एका अधिकाऱ्याच्या मूर्खपणामुळे तू पुढचे सगळे इंटरव्ह्यूच देणं बंद केलंस. निदान उद्यातरी असं करू नकोस. उद्या काही इंटरनॅशनल कंपन्या इंटरव्ह्यूसाठी येणार आहेत, हे तुला माहिती आहे ना?'' ''हो यार, मला आहे माहीत. मी आज रात्री त्याचीच तयारी करणार आहे.'' कबीरनं उत्तर दिलं. तोच सिमॉन म्हणाला, ''इंटरव्ह्यूची तयारी तर करच; पण आजच्यासारखं वैतागून डोकं फिरवून घेऊन इंटरव्ह्यू सोडून जाऊ नकोस. डोकं शांत ठेव!'' सिमॉननं कबीरला जणू इशाराच दिला. त्याची री ओढत राहुल म्हणाला, ''होय कबीर, सिमॉन म्हणतोय ते बरोबर आहे! माझी आजी सांगायची, 'अति राग जळून खाक!' इंटरव्ह्यू घेणारा काय लायकीचा आहे हे आपल्याला माहीत झालं तरीसुद्धा शांत डोक्यानं इंटरव्ह्यू दे यार कबीर, तू खूप हुशार आहेस. बारावीपासून रँकर आहेस. तुला चांगल्या मोठ्या कंपनीत मोठ्या पॅकेजची नोकरी सहज मिळेल. तेव्हा तिथे काहीही झालं, कितीही उलटसुलट प्रश्न विचारले, कुणी काहीही बोललं तरीसुद्धा तुझं डोकं शांत ठेव. उगीच क्षुल्लक कारणानं भडकून बॉयकॉट करून बाहेर निघून येऊ नकोस.'' राहुलनं कबीरला उपदेशाचा मोठा डोस पाजला, ''कबीर, आम्हाला तिघांना नोकऱ्या लागल्याच आहेत आणि उद्या तुला नोकरी मिळाली की आपण फर्स्टक्लास पार्टी करू.'' असं म्हणून दिलीपनं वातावरण हलकं केलं. त्यांच्या गप्पा होईपर्यंत रात्रीचे आठ वाजले. मेसवर जाऊन जेवण करून चौघं आपापल्या रूममध्ये गेले. राहुल कबीरचा रूममेट होता. कबीर इंटरव्ह्यूची तयारी करायला बसलेला बघून झोपण्यापूर्वी राहुलनं त्याला पुन्हा काही सूचना केल्या. उपदेशाचे आणखी चार डोस पाजले आणि तो झोपला. कबीर इंटरव्ह्यूची तयारी करीत होता खरं; पण आज त्याचं त्यात लक्ष नव्हतं. दिवसभर घडलेल्या सगळ्या घटना एखाद्या चित्रपटाप्रमाणे त्याच्या नजरेसमोर तरळत राहिल्या. राहून राहून इंटरव्ह्यू घेणाऱ्या त्या अधिकाऱ्यानं कबीरच्या धर्माचा केलेला अपमानास्पद उल्लेख, त्यामुळे कबीरच्या मनाला झालेली जखम, मोरे सरांनी त्या जखमेवर अत्यंत मायेनं आणि आपुलकीनं लावलेलं मलम आणि त्यामुळे उद्ध्वस्त होता होता वाचलेला कबीर – हा सगळा घटनाक्रम आत्ताही त्याच्या मनात पिंगा

घालत होता. मोठ्या प्रयत्नांनी ते विचार बाजूला सारून कबीरनं अभ्यासात लक्ष घातलं. आपण उद्या उत्तम रीतीनं इंटरव्ह्यू देऊ शकू याचा विश्वास येण्याइतपत त्याची तयारी झाली, तेव्हा रात्रीचा दीड वाजला होता. लाईट बंद करून कबीरही निजला. दिवसभराच्या घडलेल्या घटनांचे डोक्यात येणारे विचार प्रयत्नपूर्वक बाजूला सारून त्या जागी उद्याचे इंटरव्ह्यूचे विचार कबीरनं आपल्या डोक्यात आणले आणि मगच त्याला झोप लागली. दुसऱ्या दिवशी सकाळी कबीर उठला तेव्हा त्याची मनःस्थिती अतिशय प्रसन्न होती. काल दिवसभरात जे काही घडलं ते एखादं वाईट स्वप्न असावं, असं मानण्याइतपत तो सावरला होता. स्वतःचं आता उठून आवरावं असा विचार तो करीत असतानाच त्याचा फोन वाजला. मोरे सरांचा फोन होता. नेहमीच्याच प्रेमळ आवाजात ते बोलत होते. "काय कबीर, कसा आहेस बाबा तू? झाली का इंटरव्ह्यूची तयारी?" अत्यंत आपुलकीच्या स्वरात मोरे सरांनी विचारलं. त्यांच्या आपुलकीनं कबीरच्या मनाला आणखी बळ मिळालं; आपण कुणीही असो– हिंदू, मुस्लिम, गरीब, श्रीमंत, अनाथ, सनाथ – पण आपल्यालाही आपलं कुणीतरी आहे आणि त्यालाही आपली काळजी आहे, या विचारानं त्याच्या मनाला मोठी उभारी मिळाली. प्रसन्न स्वरात तो म्हणाला, "सर, मी एकदम छान आहे. I am fine now! रात्री दीड वाजेपर्यंत इंटरव्ह्यूची तयारी करीत बसलो होतो. एकदम फर्स्टक्लास तयारी झाली आहे. आता यश माझ्या दृष्टिक्षेपात आहे, सर. डोन्ट वरी!" कबीर खाननं नेहमीच्याच आनंदी खेळकर आवाजात उत्तर दिलं. मोरे सरांनाही बरं वाटलं. त्यांचा पूर्वीचा कबीर त्याच्या आवाजातून दिसत होता आणि इतक्या मोठ्या आघातानंतर सावरलेला हा कबीर आता येणाऱ्या कोणत्याही प्रसंगाला तोंड द्यायला समर्थ होता, असा विश्वास त्या कबीरच्या निर्धास्त, प्रसन्न आवाजानं मोरे सरांना दिला. आता तो कोणतंही आव्हान स्वीकारायला तयार होता.

बरोब्बर नऊच्या सुमाराला कबीर कॉलेज कॅम्पसमध्ये पोहोचला. इंटरव्ह्यूची गडबड सुरू होती. खूप विद्यार्थी इतस्ततः भटकत होते. प्रत्यक्ष इंटरव्ह्यूला सुरुवात व्हायची होती. आपल्या हातातला फोल्डर सावरत कबीर इंटरव्ह्यू हॉलमध्ये पोहोचला. आज त्याचे मित्र आले नव्हते. कारण त्यांना कालच जॉब मिळाला होता. एरवी आपले मित्र सोबत नाहीत म्हणून कबीर कंटाळला असता; पण आज तो वेगळ्याच मनःस्थितीत होता. आत्मविश्वासानं भरलेल्या एका मोठ्या मनस्ताप देणाऱ्या घटनेतून बाहेर पडलेला कबीर मुशीतून तावून सुलाखून बाहेर पडलेल्या झळाळणाऱ्या सोन्यासारख्या तेजानं भरलेला होता. त्याच आत्मविश्वासानं त्यानं इंटरव्ह्यू दिले आणि निकाल वेगळा सांगायची गरजच नव्हती. पहिल्याच इंटरव्ह्यूमध्ये कबीर सिलेक्ट झाला. सगळ्या जगभर शाखा असलेली ती टी.सी.एस. कंपनी

होती. कबीरची सगळी सर्टिफिकेट्स बघून टी.सी.एस.च्या अधिकाऱ्यांनी कबीरची नेमणूक थेट प्रोजेक्ट मॅनेजर म्हणून केली. वीस लाखांचं वार्षिक पॅकेज त्याला दिलं आणि त्यांचा नवीन प्रोजेक्ट ज्या गावात चालला होता, त्या गावात त्या नव्या प्रोजेक्टवर प्रोजेक्ट-इनचार्ज म्हणून त्याची नेमणूक केली. कालच्या दिवसभराच्या प्रचंड मनस्ताप देणाऱ्या घटनेनंतर आजचा हा दिवस म्हणजे रात्रीच्या घोर अंधाराला संपविणारा सोनेरी प्रकाश होता. इंटरव्ह्यू देऊन हातात अपॉइंटमेंट लेटर घेऊन कबीर इंटरव्ह्यू हॉलच्या बाहेर आला. बाहेर आल्या आल्या त्याने मोरे सरांना फोन लावून ही बातमी सांगितली. मोरे सरांना झालेला आनंद त्यांच्या स्वरातून उमटला होता. त्यांनी कबीरला संध्याकाळी घरी यायला सांगितले आणि त्याचबरोबर तुला मिळालेलं यश तुझ्या मोरे बाई तुला आवडणाऱ्या पुरणपोळ्या करून साजरं करणार आहेत, तेव्हा जेवायलाच घरी ये, असं सांगायला सर विसरले नाहीत. सरांच्या या निमंत्रणानं कबीरचा आनंद द्विगुणित झाला. त्याचबरोबर मोरे सरांच्या चाणाक्षपणाचं, मनकवडेपणाचं कौतुक वाटलं. कालच्या प्रचंड त्रास देणाऱ्या दिवसानंतर कबीरला आता काही वेळ एकट्याला घालवायचा होता, हे सरांनी बरोबर ओळखलं होतं आणि ते खरंही होतं. खरोखरच कबीरला थोडा वेळ एकट्याला बसायचं होतं आणि एकट्यानं बसण्यासारखं त्याच्यासाठी एकमेव ठिकाण होतं. ते म्हणजे देवधर सरांचं घर आणि आनंदाच्या आणि अतिदुःखाच्या क्षणी त्याला आठवणारं, त्याला आधार देणारं तेच एक घर होतं. म्हणून कालसुद्धा दुपारी इंटरव्ह्यू कॅम्पसमधून अपमानित होऊन पडल्यानंतर कबीर आधी थेट देवधर सरांच्या घरी गेला. तिथे गेल्यानंतर काही क्षण त्याला बरं वाटलंही; पण मन मोकळं करणं अतिशय गरजेचं होतं. त्यामुळे तिथे त्याला एकट्यालाही बसवेना. म्हणून तिथून तो लगेच बाहेर पडला आणि त्यानं मोरे सरांचं घर गाठलं; पण आत्ताची परिस्थिती वेगळी होती. आत्ता त्याची मनःस्थिती तशी प्रसन्न होती आणि म्हणूनच देवधर सरांच्या घरी जाऊन बसल्यानंतर त्या प्रसन्न मनःस्थितीला लाघवीपणाची, कौतुकाच्या वातावरणाची, त्या वातावरणातल्या प्रेमळ स्पर्शाची किनार लाभली. टेबलावर देवधर सरांचा आणि सरकाकूंच्या दोघांचा फोटो होता. कबीर त्या फोटोसमोर हात जोडून, डोळे मिटून उभा राहिला; जणू आपल्या अंतर्मनाची साथ अमेरिकेत असलेल्या देवधर सरांच्या मनापर्यंत तो पोहोचवू पाहत होता. असा मनाचा संवाद करताना त्यानं देवधर सरांना सगळं सगळं सांगितलं. काल दिवसभरात घडलेली घटना, कॉलेज कॅम्पसमध्ये रडून घालवलेला दिवस, घायाळ मनःस्थितीत इथं नुसतंच येऊन गेल्याचं आणि त्यानंतर मोरे सरांच्या घरी गेल्यावर त्यांच्याकडून मिळालेली सांत्वना, त्यांनी दिलेला मानसिक आधार, त्यांच्या प्रेमळ शब्दांनी मनाला झालेल्या जखमेवर केलेली मलमपट्टी आणि त्यांनी केलेल्या मार्गदर्शनामुळे मनातलं धुऊन

गेलेलं किल्मिष, हे सगळं देवधर सरांशी झालेल्या मनाच्या संवादात सांगितल्यावर त्याच्या मनाचं आभाळ मोकळं आणि स्वच्छ झालं. त्या घराचा निरोप घेऊन तो उठला आणि त्यानं बाहेर येऊन मित्रांना फोन केला. त्याचे मित्र त्याच्या फोनची वाटच बघत होते. सकाळी त्यांना न भेटताच तो इंटरव्ह्यूला गेला होता. त्यामुळे ते सगळेजण त्याच्या फोनचीच वाट बघत होते. कबीरचा फोन आला आणि त्यानं इतकी आनंदाची बातमी फोनवर सांगितली म्हटल्यावर त्या तिघांच्याही आनंदाला आभाळ कमी पडले. त्यांच्या नेहमीच्या ठिकाणी लगेचच भेटायचे असे सगळ्यांनी मिळून ठरवले आणि मनाला झालेला आनंद मित्रांसोबत शेअर करायला कबीर निघाला.

संध्याकाळी कबीर मोरे सरांच्या घरी पोहोचला, तेव्हा पुरणपोळीचा आणि कटाच्या आमटीचा वास घरभर पसरला होता. त्या वासानं कबीरच्या आनंदात आणखी भर घातली. तो आलेला पाहताच मोरे सर उठून पुढे आले. कबीर वाकून त्यांच्या पाया पडला; पण पूर्ण वाकू न देता मोरे सरांनी मधेच अडवून त्याला मिठीत घेतलं. मोरे सरांच्या मिठीत कबीर अलगद विसावला. सरांच्या मिठीतून, त्यांच्या मिठीच्या स्पर्शातून आपुलकी, अभिमान, कौतुक, माया, अपेक्षापूर्ती, विश्वास, जिव्हाळा या सगळ्या भावना बोलत होत्या. कबीरला त्या सगळ्या सगळ्या भावना जाणवल्या. सरांच्या मिठीत आणि मिठीच्या स्पर्शातून बोलणाऱ्या भावनांनी कबीरला पुन्हा एकदा विश्वास दिला की, तो या जगात एकटा नाही. त्याचंही कुणीतरी अगदी जिव्हाळ्याचं आहे. दोघांचं बोलणं ऐकून मोरे बाई स्वयंपाकघरातून बाहेर आल्या. त्यांनी तर कमालच केली. त्यांच्या हातात ओवाळणीचं निरांजनाचं तबक होतं. कबीरला खुर्चीवर बसायला सांगून त्याच्या कपाळाला गंध लावत मोरेबाईंनी त्याला ओवाळलं. निरांजनाच्या ज्योतीचं प्रतिबिंब त्यांच्या डोळ्यांत पडलं होतं. त्या प्रतिबिंबासोबत कबीरला त्या डोळ्यांत दिसली अपार माया आणि अमाप कौतुक. आणि त्या डोळ्यांनी कबीरला पुन्हा विश्वास दिला की, त्याचं कुणीतरी आहे. आठ वाजले तशी कबीर आणि मोरे सर जेवायला बसले. मोरेबाई कौतुकानं वाढत होत्या. कबीरच्या पानातल्या पोळीवर दोन चमचे तूप जास्तच पडत होतं. त्या तुपाच्या धारेतूनही त्यांची माया कबीरला जाणवत होती. दोघांची जेवणं झाली आणि काय आश्चर्य, मोरे सरांच्या फोनवर देवधर सरांचा फोन आला. आंतरिक भावनांचे बंध कसे जुळलेले असतात, याचं प्रत्यंतरच या घटनेतून कबीरला आलं. मोरे सरांच्या जवळ देवधर सरांनी सर्वप्रथम कबीरचीच चौकशी केली. कबीर इथंच आहे असे मोरे सरांनी सांगताच देवधर सर मोठ्या उत्सुकतेनं आणि आनंदानं कबीरशी बोलायला लागले. त्यांच्या शब्दाशब्दांतून कबीरबद्दलचं प्रेम आणि अभिमान ओसंडून वाहत होता. कालची मनस्ताप देणारी घटना वगळून

कबीरनं देवधर सरांना बाकी सगळं सांगितलं. आपला मल्टिनॅशनल कंपनीत इंटरव्ह्यू झाल्याचं आणि आपल्याला महिन्याला साधारण दीड लाख रुपये पगार मिळणारी नोकरी मिळाल्याचंही त्यानं देवधर सरांना सांगितलं आणि देवधर सरांच्या आनंदाला पारावार राहिला नाही. हे ऐकून देवधर सर म्हणाले, ''कबीर, अरे केवढा मोठा झालास तू? पाच आकडी पगार मिळविणारा साहेब झालास तू आता! कबीर, तू इतकी मोठी आनंदाची बातमी दिली आहेस, की मी तिथे असतो ना तर सगळ्या गल्लीला साखर वाटली असती. तुझं कौतुक करायला, तुला शाबासकी द्यायला माझ्याजवळ शब्द नाहीत. असाच मोठा हो! इतका मोठा हो, की तुझे हात आभाळाला पोहोचू देत. पण बाळा, इतका मोठा होऊ नकोस, की तुला पायाखालची जमीन दिसणार नाही. आभाळाला हात पोहोचले, तरी पायाखालच्या जमिनीला कधी विसरू नकोस. कारण आभाळाला हात लावता येतो; पण भक्कम आधारावर उभं राहण्यासाठी जमीनच लागते. जसा जमिनीला विसरू नकोस, तसाच तुझ्यावर प्रेम करणाऱ्या माणसांनाही विसरू नकोस; कारण आपण ज्या जमिनीवर उभे असतो, त्या जमिनीत ओलावा येतो, तो आपल्यावर प्रेम करणाऱ्या माणसांमुळेच! आणि ओलावा असल्याशिवाय लहानशा रोपालासुद्धा जमीन घट्ट पकडू ठेवू शकत नाही. कबीर पोरा, खूप मोठा हो, आम्हाला सगळ्यांना तुझा अतिशय अभिमान वाटतो; पण या देशालासुद्धा तुझा अभिमान वाटला पाहिजे. तुझी सरकाकू तुझी खूप आठवण काढते आहे. बोल तिच्याशी.'' असं म्हणत देवधर सरांनी सरकाकूंकडे फोन दिला. पहिले काही क्षण मन भरून आल्यामुळे सरकाकूंना बोलताच येईना; पण मग त्यांनी स्वतःला सावरलं आणि कबीरला म्हणाल्या, ''बाळा, ऐकली हो तुझी बातमी! मी तिथे असते तर तुझी दृष्टच काढली असती; पण असू दे, इथं मी तू आम्हाला दिलेल्या तुझ्या फोटोची दृष्ट काढते आणि मोरेबाईंना तिथे तुझी दृष्ट काढायला सांगते.'' सरकाकूंच्या बोलण्यातून आपल्यावर असलेली त्यांची प्रचंड माया कबीरला जाणवत होती. तोच देवधर सर पुन्हा बोलायला लागले. आता ते गुरूच्या भूमिकेत होते, हे कबीरला त्यांच्या बोलण्यावरून जाणवले. ते म्हणाले, ''कबीर, नोकरी मिळालीये याचा अर्थ शिक्षण पूर्ण झालंय असा नव्हे. तुझी आत्तापर्यंतची सर्टिफिकेट्स बघून फायनलची परीक्षासुद्धा तू अश्याच उत्तम मार्कांनी पास होशील, या विश्वासावर त्यांनी तुला कॅम्पस इंटरव्ह्यूमध्ये सिलेक्ट केलं आहे हे विसरू नकोस. तेव्हा तो विश्वास सार्थ ठरवणं, हे तुझं पहिलं काम असणार आहे, हे लक्षात ठेव आणि अभ्यासाला पूर्णविराम न देता, स्वल्पविराम देऊन पुन्हा सुरुवात कर. आत्तापर्यंत तू मिळवलेल्या देदीप्यमान यशाची परंपरा खंडित होऊन चालणार नाही. फायनल परीक्षेतही आमच्या कबीरनं असंच मोठं यश मिळवलेलं आम्हाला बघायचं आहे.'' असं म्हणत देवधर सरांनी पुढचा संवाद मोरे सरांशी

केला. देवधर सरांनी असं सांगताच कबीर म्हणाला, ''सर, मी तुम्हाला वचन देतो, तुम्हाला सगळ्यांना अभिमान वाटेल असंच यश मी मिळवेन.'' कबीरचं बोलणं ऐकून ''शाब्बास!'' असं तिकडून देवधर सर आणि सरकाकू तर इकडून मोरे सर आणि बाई एकदमच ओरडले. कबीरचं पालकत्व पत्करलेल्या या चार प्रेमळ माणसांच्या मनाची एकवाक्यता किती होती, हे कबीरला तेव्हा जाणवलं.

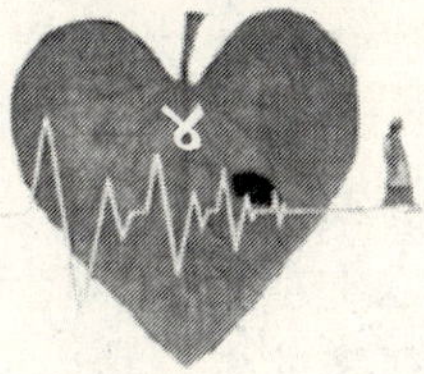

कबीरची फायनल परीक्षा झाली. अपेक्षेप्रमाणे कबीर कॉलेजमध्येही पहिला आला आणि विद्यापीठातही तो रँकर ठरला. सगळीकडे कबीरचं कौतुक झालं. त्याच्या या यशाचं कौतुक म्हणून नोकरी दिलेल्या कंपनीनं त्याला एक गाडी भेट म्हणून दिली. परीक्षा संपल्या. रिझल्ट लागला. सगळीकडे कौतुकात नाहणारा कबीर आठ दिवसांनी नोकरीच्या जागेवर रुजू व्हायचा होता. हे आठ दिवस तो मोरे सरांच्या घरीच राहणार होता. सरांनी तसं त्याला सांगूनच ठेवलं होतं. कबीरचा रिझल्ट समजल्यावर देवधर सरांना आणि मोरे सरांना आकाश ठेंगणं झालं. देवधर सरांनी तिकडून कबीरसाठी एक भारीतलं पेन पाठविलं होतं. त्या पेनची किंमत भारतीय रुपयांत साडेतीन हजार रुपये होती. त्या पेनसोबत एक चिठ्ठीही होती आणि त्या चिठ्ठीत देवधर सरांनी लिहिलं होतं, ''कबीर, तू तुझ्या नोकरीवर हजर झाल्यानंतर जी पहिली सही करशील ती या पेननं कर. हे पेन म्हणजे तुला पाठवलेली नुसतीच भेटवस्तू नाही, तर या पेनसोबत माझं आणि तुझ्या सरकाकूंचं प्रेम आणि त्याचबरोबर आमची सगळी पुण्याई तुला पाठविली आहे. तुझ्या कष्टांना यश मिळायला माझं हे पेन, पेन नव्हे तर माझीही पुण्याई तुला साहाय्यभूत ठरेल.'' ते पत्र वाचलं आणि कबीरच्या डोळ्यांत पाणी उभं राहिलं. खरं तर देवधर सरांना अमेरिकेत जाऊन चार वर्षं होऊन गेली होती; पण या चार वर्षांत ना ते कबीरला विसरले होते, ना कबीर त्यांना. चार वर्षांनंतरही कबीरबद्दलचा देवधर सरांच्या आणि सरकाकूंच्या मनात असलेला जिव्हाळा अजूनही तसाच कायम होता. देवधर सरांकडून आलेलं ते पेन कबीरनं मोठ्या भक्तिभावानं हातात घेतलं. कपाळाला लावलं. त्यावर ओठ टेकवून चुंबन घेऊन त्या पेनाबद्दलचा आपला आदर, आपली माया त्यानं व्यक्त केली. मोरे सरांनी तर त्याला आठ दिवस आपल्याकडेच ठेवून घेतलं आणि त्या आठ दिवसांत त्यांनी त्याच्यासाठी केलेली खरेदी म्हणजे कबीरच्या दृष्टीनं तो सगळ्यात आनंदाचा भाग होता. बारावीपर्यंत त्याच्यासाठी देवधर सर आणि सरकाकू काहीतरी प्रेमाने आणायचे; पण बारावीनंतर देवधर सर अमेरिकेला गेल्यानंतर तो मोरे सरांच्या क्लासमधील नोकरीला लागला आणि या चार वर्षांत त्यानं जे काही घेतलं ते स्वतःच स्वतःला, त्यामुळे आठ दिवस आपल्या घरी त्याला ठेवून घेऊन मोरे सरांनी आणि बाईंनी त्याच्यासाठी कौतुकानं जी खरेदी केली, ती बघून कबीर

अक्षरशः भारावून गेला. ही सगळी मायेची माणसं त्याला पुनःपुन्हा तो एकटा नाही, एकाकी नाही याची जाणीव करून देत होती. आठ दिवसांनी नोकरीच्या जागी हजर होण्यासाठी कबीर निघाला, तेव्हा वारंवार त्याचे डोळे भरून येत होते. मोरे सरांचे डोळे वारंवार भरून येत होते. मोरे बाई तर चक्क हुंदके देऊन रडत होत्या. कबीरची निघायची वेळ झाली. शेवटी स्वतःला सावरून वातावरणाचा ताण हलका करण्यासाठी मोरे सर हसून म्हणाले, "आम्हाला मुलगी नाही; पण मुलीची पाठवणी करताना आई-बापांची अवस्था काय होत असेल, हे कबीर तुझ्यामुळेच समजलं." त्यांच्या या वाक्याचा योग्य तो परिणाम झाला. मोरे बाईंनी आपलं रडू आवरतं घेतलं, तर कबीरनं मोठ्या निग्रहानं स्वतःला सावरलं. नोकरीवर हजर होण्यासाठी जाण्यापूर्वी मोरे सरांच्या घरी राहिलेल्या या आठ दिवसांत कबीरनं कंपनीनं दिलेल्या गाडीतून सगळ्यांना फिरवून आणलं. आपल्या मित्रांना पण. सगळ्यांबद्दल त्याच्या मनात असलेला हा अकृत्रिम जिव्हाळा बघून सगळ्यांना कबीरच्या मोठ्या मनाची साक्ष पटली.

कबीर नोकरीच्या जागी रुजू झाला. अल्पावधीतच त्यानं तिथेही नाव कमावलं. दोन वेळा तर परदेशातही जाऊन आला. अधूनमधून तो मोरे सरांना आणि बाईंना भेटायलाही यायचा. कबीरचं काम बघून कबीरच्या कंपनीनं बंगळुरूजवळ असलेल्या एका गावात जिथे त्या कंपनीचा नवीन प्रोजेक्ट सुरू होणार होता, तिथे त्याला मोठ्या अधिकाराची जागा देऊन पाठवले आणि कबीर या गावात रुजू झाला. या गावात तो नुकताच चार दिवसांपूर्वी आला होता. त्याच्या कंपनीनं त्याला सांगितल्याप्रमाणे आज कबीर खातं उघडण्यासाठी या क्यूमध्ये अस्वस्थपणे उभा होता. हातात सगळी डॉक्युमेंट्स असलेला कबीर भिरभिरत्या नजरेनं कुणी ओळखीचं दिसतंय का... असं कुणी दिसतंय का जो आपल्या ओळखीची जबाबदारी घेईल... या दृष्टीनं इकडे तिकडे पाहत होता. पहिल्या इंटरव्ह्यूच्या वेळेला त्याच्या धर्माबद्दलचा अनुभव जो त्याला आला होता, तसाच अनुभव नंतरही त्याला बऱ्याचदा आला; पण त्या वेळी झाला होता तेवढा कबीर पुन्हा अस्वस्थ झाला नव्हता. कारण मोरे सरांनी दिलेली शिकवण त्याच्या पक्की लक्षात होती. आपण मुसलमान आहोत या गोष्टीला हा विरोध नसून, त्याच्या स्वतःच्या जीवित-वित्ताच्या असुरक्षिततेसाठीचा तो विरोध आहे, ही गोष्ट मोरे सरांनी कबीरला पटवून दिली होती. तीच गोष्ट कबीरनेही लक्षात ठेवली होती. त्यामुळेच तो मुसलमान आहे म्हणून त्याला विरोध करणाऱ्या त्या लोकांचा त्याला राग न येता उलट त्यांची कीव वाटली. तरीही असे अनेक अनुभव कबीरला येऊन गेले होते; पण मोरे सरांच्या उपदेशामुळे विचाराने प्रगल्भ झालेल्या कबीरने ते अनुभव कानाआड केले; पण तरीही त्या अनुभवाने शहाणा झालेला कबीर प्रत्येक ठिकाणीच सावधगिरीने वागायला लागला होता. पहिल्यांदा समोरच्या

व्यक्तीचा अंदाज घेतल्याशिवाय तो त्या व्यक्तीशी मोकळेपणाने बोलायचाही नाही. त्या व्यक्तीच्या विचारांची खोली तपासल्यानंतरच कबीर एखाद्या व्यक्तीशी बोलायचा. बाकी काही नाही तर त्या आलेल्या अनुभवाने त्याला एवढं शहाणपण आणि सावधपण नक्की शिकविलं होतं. आत्ताही बँकेमध्ये रांगेत उभा राहून इकडे तिकडे पाहणारा कबीर हाच अंदाज घेत होता. रांगेत उभं राहून माणसं काहीबाही बोलत होती. आपसात गप्पा मारत होती. त्यांचं बोलणं कबीर लक्ष देऊन ऐकत होता. त्यांच्या बोलण्यातून त्यांचे विचार जाणून घेण्याचा प्रयत्न करीत होता. विशेषतः हिंदू, मुस्लिम धर्माबद्दलचे त्यांचे विचार जाणून घेण्याचा तो प्रयत्न करीत होता. कोणाशी बोलावं, कोणाला विचारावं, यातलं कोण आपल्याला मदत करू शकेल याचा अंदाज बांधत होता. रांग हळूहळू पुढे सरकत होती तसं कबीरचं टेन्शन वाढत होतं. काऊंटरवर आपला नंबर येईपर्यंत जर आपल्याला कुणी भेटलंच नाही, तर आज बँकेचं काम होणार नव्हतं. काय करावं हे कबीरला काही सुचत नव्हतं आणि खरंच त्याच्या दुर्दैवानं तशीच वेळ आली. काऊंटरला त्याचा नंबर आला तरीसुद्धा त्याला ओळखणारं कोणी भेटलंच नाही. आपले डॉक्युमेंट्स बँकेच्या त्या अधिकाऱ्यासमोर ठेवून कबीर शांतपणे बसून राहिला. 'बघू आता काय होतंय ते! त्या बँकवाल्यालाच काही बुद्धी सुचली आणि त्यानं काही हरकत घेतली नाही, तर आज आपलं काम होऊन जाईल,' असा विचार त्याच्या मनात आला. आपली कागदपत्रांची फाइल बँकेच्या त्या अधिकाऱ्यासमोर ठेवून कबीर वाट बघत बसला, तो आता प्रश्न कधी विचारतोय याची. आणि त्याच्या अपेक्षेप्रमाणेच त्या बँक अधिकाऱ्यानं प्रश्न विचारलाच, "साहेब, तुम्ही कुणाची ओळख देऊ शकाल का?" ज्या प्रश्नाला कबीर घाबरत होता, तोच प्रश्न त्यानं विचारला आणि त्याला काय उत्तर द्यावं हे कबीरला समजेना. उत्तर देणं तर भागच होतं. त्या बँक अधिकाऱ्याकडे बघून कबीरनं नकारार्थी मान हलविली आणि तो म्हणाला, "नाही साहेब, मी या गावात नवीन आलो आहे. माझ्या कंपनीनं इथे नवीन प्रोजेक्ट चालू केला असून, इथे माझी नेमणूक केली आहे. बँकेत खातं उघडण्यासाठी आवश्यक असणारी सगळी कागदपत्रं कंपनीनं मला दिली आहेत. ती आपल्यासमोर आहेतच. त्या कागदपत्रांवर आपण मला खातं उघडून देऊ शकाल का? मी इथे नवीन असल्यामुळे माझं कोणीच ओळखीचं नाही, त्यामुळे मी इथे कोणाची ओळख देऊ शकत नाही. माझ्या साहेबांना तुम्हाला फोन करायला सांगेन, त्यावर आपलं काम चालू शकेल का?" कबीरनं विचारलं. पण तो अधिकारी नियमावर बोट ठेवून बसला. तो कबीरला म्हणाला, "साहेब, माझी स्वतःची वैयक्तिक काहीही अडचण नाही; पण बँकेच्या नियमाबाहेर मी जाऊ शकत नाही. त्यामुळे तुम्हाला कोणाची तरी ओळख द्यावीच लागेल. त्याशिवाय तुम्हाला खातं उघडता येणार नाही." बँकेच्या त्या

अधिकाऱ्यानं असं उत्तर दिल्यावर कबीरनं त्याला विनवण्याच्या स्वरात पुन्हा प्रश्न केला, ''साहेब, तुम्हीच कोणीतरी एखादा माणूस मला गाठून द्याल का जो तुमच्या बँकेचा खातेदार असेल, म्हणजे मग माझे काम सोपे होईल.'' त्या अधिकाऱ्यानं क्षणभर विचार केला. एकदा कबीरच्या अर्जाकडे नजर टाकली आणि म्हणाला, ''माफ करा साहेब, आज-काल अनोळखी व्यक्तींना ओळख सांगण्यासाठी कुणी तयार होत नाही. आजकाल दिवस फार वाईट आलेत.'' त्याला काय म्हणायचं होतं, हे कबीरच्या लक्षात आलं. कबीरच्या प्रस्तावाला नाही म्हणून सांगण्यापूर्वी त्यानं कबीरच्या फाइलवर एक नजर टाकून त्याचं नाव पाहिलं होतं आणि ते 'कबीर खान' असं वाचल्यावर त्याला स्पष्ट शब्दांत सांगण्याऐवजी त्यानं असं सांगितलं होतं, तरीही त्यातल्या त्यात कबीरला बरं वाटलं. निदान या अधिकाऱ्याने नाही म्हणून सांगताना त्याच्या धर्माचं कारणतरी पुढे केलं नव्हतं. पण आता ओळखीपायी आपलं काम अडून राहिल्यामुळे कबीर डोकं धरून तिथेच बसून राहिला. त्याची अस्वस्थता बघितल्यावर तो बँक अधिकारी म्हणाला, ''साहेब, मी तुमची अडचण समजू शकतो; पण मी काहीच करू शकत नाही. आपण कृपया तिथे वेटिंग चेअरवर जाऊन बसाल का? म्हणजे मला पुढच्या कस्टमरकडे लक्ष देता येईल.'' सभ्य भाषेत विनवणीच्या स्वरात त्या बँकेच्या माणसानं त्याला तिथून उठण्याची सूचना केली होती, हे कबीरच्या लक्षात आलं. अचानक त्याला नैराश्य आलं. आपल्या डोक्यावरचे केस दोन्ही हातानं पकडून कबीरने ईश्वराला साद घातली. म्हणाला, 'ओ गॉड! प्लीज हेल्प मी! आता मी काय करू? कुठे जाऊ? कुणाची मदत मागू? प्लीज हेल्प मी गॉड. प्लीज हेल्प मी!' निराश मनःस्थितीत वैतागून कबीर असं म्हणाला, तेव्हा त्याचा स्वर बऱ्यापैकी मोठा होता. अचानक पाठीमागून एक गोड आवाज आला. ''मी तुम्हाला मदत करू शकते का? मे आय हेल्प यू?'' त्या आवाजासरशी कबीरनं पाठीमागून वळून पाहिलं. एक सावळ्या रंगाची, गोड चेहऱ्याची, चेहऱ्यावर प्रसन्न हास्य असणारी, पाठीवर रुळणारे केस मोकळे सोडलेली तरुणी त्याच्या पाठीमागे उभी होती आणि गोड आवाजात त्याला 'मदत करू का' असं विचारत होती. तिच्या गळ्यामध्ये निळ्या रिबिनीमध्ये अडकवलेले एक आयडेंटिटी कार्ड होतं, त्यावर तिचं नाव समीरा रेड्डी असं लिहिलं होतं आणि त्या नावाखाली फायनान्स कोऑर्डिनेटर, ॲक्सिस बँक असं लिहिलं होतं. तिचा मधाळ आवाज आणि चेहऱ्यावरचं प्रसन्न हास्य बघून ती आपल्याला नक्की मदत करू शकेल, याची त्याला खात्री पटली. पट्कन तो म्हणाला, ''मॅडम, तुम्ही मला नक्कीच मदत करू शकाल. मी फार मोठ्या समस्येत सापडलो आहे. मला या बँकेत खातं उघडायचं आहे. माझ्याकडे त्यासाठी लागणारी सगळी डॉक्युमेंट्स आहेत; पण बँकेला मला ओळखणाऱ्या कोणातरी स्थानिक व्यक्तीची सही व नाव

हवं आहे. मला या शहरात येऊन आठच दिवस झाले आहेत. मी कंपनीच्या गेस्ट हाऊसमध्ये राहतो. त्यामुळे मला ओळखणारं इथे कोणीच नाही. अशा परिस्थितीत मी कोणत्या स्थानिक माणसांची ओळख देणार? आणि मला ओळखणारी स्थानिक व्यक्ती मी कुठून आणणार? या गावात जर मला कोणी ओळखतच नाही तर अशा व्यक्तीचं नाव मी कसं सांगू शकेन? मी या गावात नवीन आहे. मग मला ओळखणारी व्यक्ती कशी असणार? आणि कोण असणार?'' कबीरच्या डोक्यातला विचारांचा आणि प्रश्नांचा गोंधळ त्याच्या शब्दाशब्दांतून जाणवत होता.

''अहो, मी आहे ना! मी तुम्हाला ओळखते! तुम्ही मला ओळखत नसाल, तरीही मी करते ना सही तुमच्या अर्जावर, तुम्ही मला ओळखत नाही का? माझं नाव समीरा रेड्डी! द्या तो फॉर्म इकडे, मी करते त्यावर सही!'' असं म्हणत समीरानं हात पुढे केला. कबीर तिच्याकडे बघतच राहिला. 'कोण ही समीरा रेड्डी? ही आपल्याला कशी काय ओळखते?' या प्रश्नाचं उत्तर कबीरला मिळेना. गेल्या आठ दिवसांत आपण कोणाकोणाला भेटलो...? आपल्याला कोण कोण भेटलं...? आपल्या ऑफिसमध्ये कोण कोण आलं होतं...? त्यात ही होती का..? ते आठवायचा तो प्रयत्न करीत होता; पण नाही. या मुलीला कुठं बघितल्याचं त्याला आठवेना. कुठं बघितलंच नव्हतं, तर ते त्याला आठवणार तरी कसं? त्याच्या मनातला हा संभ्रमही त्याच्या चेहऱ्यावर उमटला. तो संभ्रम सोडवायलाही पुन्हा समीराच त्याच्या मदतीला आली. म्हणाली, ''मिस्टर कबीर, आता डोकं शिणवू नका. तुम्ही मला ओळखत नाही. आपण कुठेही भेटलेलो नाही. तुम्ही मला पाहिलंही नाही. मी तुम्हाला ओळखते कसं त्याचा तपशील आपण नंतर बघू. सध्या तुम्ही हा फॉर्म त्या काऊंटरवर देऊन अकाऊंट ओपन करण्याची तुमची प्रोसेस पूर्ण करून घ्या. साडेबारा वाजता आमचा लंच टाइम होतो, त्या वेळी आपण भेटू आणि तुमच्या मनात उद्‌भवलेल्या सगळ्या प्रश्नांची उत्तरं त्या वेळी मी तुम्हाला देईन. आता आधी तुमच्यासमोर असलेलं काम पूर्ण करा.'' असं सांगून त्यानं दिलेल्या फॉर्मवरती सही करून त्या सहीखाली आपलं डेसिग्नेशन लिहून ती बँकेच्या आतल्या भागात निघून गेलीसुद्धा. ती गेलेल्या दिशेकडे कबीर खान बघतच राहिला. अचानक. ''ओ साहेब, तुमचं काम झालं का?'' असा त्याला पाठीमागून कुणीतरी प्रश्न विचारलेला कबीरला ऐकायला आला आणि तो भानावर आला. आपल्या सगळ्या पेपरसोबत तिनं सही करून दिलेला फॉर्म घेऊन तो पुन्हा त्या काऊंटरजवळ गेला.

त्याला समोर आलेला बघताच त्या अधिकाऱ्यानं विचारलं, ''झालं का काम? मिळाली का सही?'' कबीरनं काही न बोलता होकारार्थी मान हलविली आणि पेपर त्याच्यासमोर ठेवले. त्या फॉर्मवरच्या सहीकडे एक नजर टाकून त्या अधिकाऱ्यानं

कबीरच्या अर्जावर शिक्का मारला. सही केली आणि कबीरला सांगितलं, ''साहेब आपण प्लीज उद्या याल का? आपण उद्या आलात की बँकेचं चेकबुक, पासबुक, क्रेडिट कार्ड आणि एटीएम कार्ड आम्ही तुम्हाला देऊ. खरं तर आमच्या बँकेची होमसर्व्हिस असते. पण या शहरात बँकेनं ही ब्रँच नवीनच उघडली आहे, त्यामुळे स्टाफ थोडा कमी आहे. म्हणूनच तुम्हाला उद्या एक खेप टाकावी लागणार. वुई आर व्हेरी सॉरी अबाऊट इट!'' त्या अधिकाऱ्यानं अगदी सौजन्यानं कबीरला सांगितलं. बँकेत खेप टाकायला कबीरची कोणतीच हरकत नव्हती. त्याच्यासमोर असलेला मोठा प्रॉब्लेम सॉल्व्ह झाला होता. कंपनीच्या आदेशाप्रमाणे त्यानं बँकेत खातं उघडलं होतं. 'थँक यू समीरा.' कबीरनं मनातल्या मनात समीराचे आभार मानले.

समीराचा विचार मनात आल्यावर तिला आपण कुठं भेटलो याचा ऊहापोह त्याच्या डोक्यात सुरू झाला. त्यानं घड्याळ बघितलं. पावणेबारा वाजत आले होते. कबीरने थांबून ती यायची वाट बघायचं ठरवलं. नाही तर आपण तिला कुठं भेटलो या प्रश्नाचा किडा दिवसभर डोक्यात वळवळत राहिला असता. बँकेतच एका बाजूला बसून कबीर साडेबारा वाजण्याची वाट बघू लागला. बँकेत माणसांची सतत वर्दळ चालू होती. त्या अधिकाऱ्यानं सांगितल्याप्रमाणे खरोखरच स्टाफ कमी पडत होता. बघता बघता साडेबारा वाजले. आतल्या बाजूनं समीरा येताना कबीरला दिसली. तिला बघितल्यावर त्याला हायसं वाटलं. ती आली ती थेट कबीरसमोर येऊन उभी राहिली. तोच प्रसन्न चेहरा, चेहऱ्यावरचं तेच प्रसन्न हास्य. समोर आल्या आल्या तिनं कबीरला प्रश्न केला, ''झालं काम? उघडलं का खातं? काय सांगितलं त्यानं?'' कबीरनं होकारार्थी मान डोलावली. त्यानं काही न बोलता मान डोलावलेली बघून समीरा खळखळून हसली आणि कबीरला म्हणाली, ''तुमच्या डोक्यातला शंकेचा किडा अजूनही वळवळतोच आहे का? आपण असं करू या, बाहेर कुठंतरी कॉफी घेऊ या. मी टिफीनमधून सँडविच आणले आहेत, ते खात खात आपण बोलू या म्हणजे तुमच्या मनात उद्भवलेल्या सगळ्या प्रश्नांची उत्तरं मला शांतपणे देता येतील.'' तिच्या त्याही प्रस्तावाला कबीरनं पुन्हा मूकपणे मान डोलावली. ती पुन्हा खळखळून हसली आणि तिच्या त्या हसण्यानी बावरलेल्या नजरेनं बघणाऱ्या कबीरला तिनं हसतच विचारलं, ''तुमचं असं भांबावून झालं असेल, तर आपण कॉफी हाऊसमध्ये जाऊ या का?'' कबीरच्या एकदम लक्षात आलं की आपण मॅडसारखं तिच्याकडे, तिच्या हसण्याकडे बघत राहिलो. तो वरमला. तिच्यावरची नजर वळवत तो म्हणाला, ''आय ॲम सॉरी, आपण जाऊ या.'' आणि दोघं निघाले.

बँकेच्या पलीकडच्या गल्लीत एक कॉफी हाऊस होतं. बँकेतले सर्व कर्मचारी

त्या कॉफी हाऊसमध्ये येत असत. समीरानं कोपऱ्यातलं एक टेबल निवडलं आणि कबीरला तिथे येण्याची खूण केली. तो तिच्यासमोरच्या खुर्चीवर जाऊन बसला. त्याचा चेहरा अजूनही भांबावलेलाच होता. समीरा पुन्हा हसली आणि आपल्या हसण्यामुळे कबीरच्या चेहऱ्यावरचा गोंधळ आणखी वाढतोय हे बघून तिनं आपलं हसू आवरतं घेतलं आणि दिलगिरीच्या स्वरात म्हणाली, "व्हेरी व्हेरी सॉरी. मी आता मुद्द्याचं सांगते. तुम्हाला हा प्रश्न पडला असेल की, मी तुम्हाला कशी ओळखते? तर ऐका, तुम्ही कंपनीच्या ज्या गेस्ट हाऊसमध्ये राहता त्या गेस्ट हाऊसचे व्यवस्थापक माझे वडील संदीप रेड्डी आहेत. तुम्ही राहायला येणार असल्याचं त्यांनी मला सांगितलं होतं आणि तुम्ही तिथे राहायला आल्यावरही त्यांनी मला सांगितलं. कंपनीनं तुमचा सगळा प्रोफाइल फोटोसकट बाबांना मेल केला होता. त्यामुळे तुमचा फोटोही मी पाहिला होता. म्हणूनच मी तुम्हाला ओळखू शकले. आता संपल्या का तुमच्या मनातल्या शंका?" समीरानं हसत हसत विचारलं. हे सगळं ऐकल्यानंतर कबीरच्या चेहऱ्यावर प्रसन्न हास्य उमटलं. त्याचं काम तर झालंच होतं; पण या नवख्या गावात जिथे त्याच्या कुणीच ओळखीचं नव्हतं, तिथे समीरासारखी एक छान मैत्रीण त्याला मिळाली होती. बँकेचं काम झाल्यावर समीराबद्दलच्या मनात असलेल्या शंका मिटल्यामुळे कबीर रिलॅक्स झाला. त्याच्या मनावरचं दडपण दूर झाल्याचं त्याच्या चेहऱ्यावर दिसलं. समीरानं ते वाचलंसुद्धा. तोच मोठ्या ऐटीत खुर्चीवरून उठून उभा राहून थोडंसं कमरेत झुकत कबीर म्हणाला, "हॅलो ब्यूटीफुल लेडी, माय नेम इज कबीर, कबीर खान! टी.सी.एस. कंपनीनं इथं सुरू केलेल्या नवीन प्रोजेक्टचा एक्झिक्युटिव्ह मॅनेजर म्हणून माझी इथं नेमणूक झाली आहे आणि मला हे सांगायला अतिशय आनंद वाटतो की, तुम्हाला भेटून मला मनापासून आनंद झाला आहे!" कबीर खाननं नाटकी पद्धतीनं फिल्मी स्टाइलनं आपली ओळख सांगितलेली बघून समीरा हसायला लागली आणि 'ही हसली की जास्त सुंदर दिसते, की ती सुंदर आहेच म्हणून सुंदर दिसते?' हा प्रश्न कबीरच्या मनात दरवळायला लागला. कॉफी हाऊसमधून दोघं बाहेर पडले ते उद्या कबीर पुन्हा जेव्हा बँकेत येणार आहे, तेव्हा भेटायचा वायदा करूनच. कंपनीच्या प्रोजेक्टच्या ठिकाणी थोडा वेळ काढून कबीर तिथून गेस्ट हाऊसवर परतला. आल्या आल्या तो गेस्ट हाऊसचे व्यवस्थापक संदीप रेड्डी यांना जाऊन भेटला. आज आपल्याला बँकेत खातं उघडण्यासाठी त्यांच्या लेकीची म्हणजे समीराची मोठी मदत झाल्याचं त्यानं आवर्जून त्यांना सांगितलं आणि त्यांचेही आभार मानले. कबीरच्या मनाचा सुसंस्कृतपणा संदीप रेड्डींना त्यातून जाणवला आणि कबीर खान असं नाव सांगणारा हा मुलगा खरोखरच सुसंस्कृत आहे, असं त्यांच्या मनानं त्यांना सांगितलं. दुसऱ्या दिवशी कबीर बँकेत

गेला. बँकेच्या त्या अधिकाऱ्यानं त्याचं चेकबुक, पासबुक, क्रेडिट कार्ड आणि एटीएम कार्ड कबीरला सोपवलं. आणखी एक-दोन कागदपत्रांवर सह्या घेतल्या, त्याला झालेल्या त्रासाबद्दल त्याची माफी मागितली आणि तो बँकेचा सन्माननीय कस्टमर झाल्याबद्दल त्याचं अभिनंदनही केलं. तो हे सगळं करीत असताना कबीरची नजर बँकेच्या अंतर्भागात भिरभिरत होती. समीराला शोधत होती. बराच वेळ झाला, ती कुठे दिसली नाही, तेव्हा त्यानं त्या अधिकाऱ्याला तिच्याबद्दल विचारलं. ती बॉसच्या केबिनमध्ये मीटिंगसाठी गेली आहे, असं त्यानं सांगितल्यावर कबीरच्या कपाळावर एक सूक्ष्म आठी पडली; पण क्षणभरच. त्या आठीचंही त्याला हसू आलं. कोण कुठली ही समीरा? तिनं काल आपल्याला थोडीशी मदत काय केली आणि आज ती साहेबांच्या केबिनमध्ये मीटिंग करते आहे म्हटल्यावर आपल्याला राग येण्याचं काय कारण? त्यानं स्वतःच्या मनाला प्रश्न केला आणि त्याच्या मनानंच त्याला उत्तर दिलं, 'तू बहुतेक त्या मुलीच्या प्रेमात पडला आहेस.' हे उत्तर मिळाल्यावर कबीर चपापला. मनात उठलेला तो विचार झटकून टाकण्यासाठी डोळे मिटून त्यानं मान हलविली. मान झटकून त्यानं डोळे उघडले तेव्हा त्याच्यासमोर समीरा उभी होती. तशीच उत्फुल्ल. चेहऱ्यावर प्रसन्न हसू खेळवत. तिला समोर बघितलं आणि आपल्या हृदयाचे ठोके वाढले आहेत, असं कबीरला जाणवलं. त्याच्या मनानं दिलेला कौल खरा असावा.

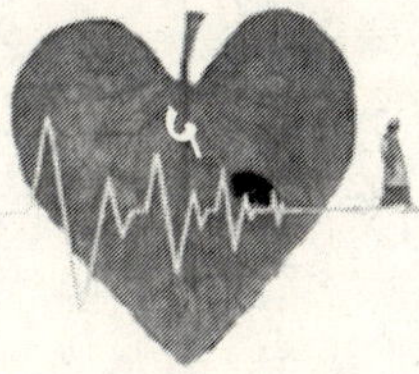

त्यानंतर कबीरच्या आणि समीराच्या गाठीभेटी होतच राहिल्या. त्यांच्यात चांगली मैत्रीही झाली. एक दिवस कबीरनं त्याच्या मनात पहिल्या दिवसापासून ठसठसणारा प्रश्न विचारला- तोही विचारू की नको, विचारू की नको अशा द्विधा मनःस्थितीत. त्या दिवशी संध्याकाळी त्यांच्या नेहमीच्या कॉफी हाऊसमध्ये दोघं जण एकमेकांना भेटले, तेव्हा कबीरच्या चेहऱ्यावर प्रश्न स्पष्ट दिसत होता. खरं तर कबीर आता त्या शहराला चांगलाच सरावला होता. त्याच्या कंपनीच्या प्रोजेक्टचं कामही जोरात सुरू होतं. प्रोजेक्टच्या ठिकाणीही कबीरनं आपल्या उत्तम बुद्धिमत्तेच्या आणि मनमोकळ्या स्वभावाच्या जोरावर चांगलं नाव मिळवलं होतं. त्याच्या हाताखाली त्या प्रोजेक्टवर काम करणाऱ्या एकशेवीस लोकांमध्ये कबीर लोकप्रिय झाला होता. त्याच्यासोबत काम करणाऱ्या सगळ्यांच्या मनात कबीरबद्दल आदर, प्रेम निर्माण करण्यात तो यशस्वी ठरला होता. तरीही एक-दोन वेळा कंपनीच्या प्रोजेक्टसाठीच आलेल्या दोन-चार नवीन माणसांकडून त्याचं कबीर खान हे नाव ऐकून त्यांच्या भुवया उंचावल्या गेल्या होत्याच; पण ते तेवढ्यापुरतंच. तरीसुद्धा आपलं नाव ऐकल्यावर त्यांच्या चेहऱ्यावर, त्यांच्या नजरेत क्षणभर का होईना तो झालेला बदल कबीरच्या नजरेनं टिपला होताच. पण दुसऱ्या क्षणाला त्या माणसांची नजर, त्यांचं वागणं-बोलणं सामान्य झालं आणि कबीरनं तो विषय तिथेच सोडून दिला. कधी कधी काही ठिकाणी कबीरला असे अनुभव येतच होते; पण मोरे सरांनी सांगितल्याप्रमाणे असे अनुभव तो नजरेआड करायचा. चुकून काही चर्चा कानावर आलीच, तर तीसुद्धा कानाआड टाकायचा. अशा अधूनमधून येणाऱ्या अनुभवाची त्यालाही आता सवय झाली होती; पण ते अनुभव दृष्टिआड करणं, हाच त्यावरचा एक उत्तम उपाय आहे आणि तो सगळ्यांच्याच दृष्टीनं सुखाचा आहे, हा मोरे सरांचा उपदेश प्रत्येक वेळी त्याला आठवायचा आणि तो अमलातही आणायचा. किती बरोबर होतं मोरे सरांचं! कारण असं वागल्यामुळे खरोखरच अलीकडेच या गोष्टीचा त्याच्या मनाला होणारा त्रास कमी झाला होता. त्याच्या मनातली खंत पुसट होत होती. आता अलीकडे समोरच्या व्यक्तीकडून अशी प्रतिक्रिया आली तरी त्याला त्या गोष्टीचा त्रास होत नव्हता. आपलं मन स्थितप्रज्ञ झालंय, कोडगं झालंय, की दगड झालंय अशी शंका कधी कधी त्याच्या मनात उद्‌भवायची खरी; पण आता प्रोजेक्टचं काम

इतकं वाढलं होतं, की असल्या गोष्टींकडे लक्ष द्यायला त्याला वेळच नव्हता. दिवसभर तो प्रोजेक्टच्या कामावर असायचा. एकदा सकाळी आठ वाजता तो बाहेर पडला की रात्री आठ वाजेपर्यंत तो तिथेच असायचा. मधल्या लंच अवरच्या वेळी तो समीराला जाऊन भेटायचा. प्रोजेक्टच्या ठिकाणाहून परतायला त्याला नऊ वाजून जायचे. हा गुणी मुलगा आपल्या लेकीचा चांगला मित्र आहे, हे बघून संदीप रेड्डीसुद्धा त्याला काही स्पेशल ट्रीटमेंट द्यायचे. महिना होऊन गेला तरी कबीर अजूनही कंपनीच्या गेस्ट हाऊसमध्येच राहत होता. आता मात्र त्याला ते गेस्ट हाऊस सोडावं लागणार होतं. समीराच्या ओळखीनं एखादा फ्लॅट भाड्यानं घेऊन राहण्याच्या प्रयत्नांत तो होता. अर्थात, नुसताच फ्लॅट भाड्यानं घेऊन चालणार नव्हतं; तर चहा, नाश्ता, जेवणखाण यांचीही व्यवस्था बघावी किंवा करावी लागणार होती. गेस्ट हाऊसमध्ये राहत असल्यामुळे हे काही बघण्याची गरज नव्हती; पण कधी ना कधीतरी या गोष्टीबाबत विचार करावा लागणारच होता. काहीही असलं तरी कबीरचं त्या गावातलं बस्तान हळूहळू बसायला लागलं होतं. कधीतरी एखाद्या नवीन माणसाच्या चेहऱ्यावर त्यांचं नाव ऐकल्यावर उमटलेला प्रश्न सोडला, तर कबीरला हा प्रोजेक्ट, हे गाव, इथली माणसं सगळं आवडायला लागलं होतं. या सगळ्यात समीराचा फार मोठा वाटा होता. म्हणूनच आपल्याला भेटलेल्या नवीन माणसांच्या मनात उद्‌भवणारा प्रश्न त्या दिवसांत समीराच्या मनात कसा काय उद्‌भवला नाही, अशी शंका सतत कबीरला वाटत होती. का तिला आपलं पूर्ण नाव माहीत नाही? की आपला धर्म वेगळा आहे, हे तिच्या लक्षात आलं नाही? की तिच्या दृष्टीनं या गोष्टीला फारसं महत्त्व नाही? असे प्रश्न कबीरच्या मनात उभे राहायचे आणि मग देवा माझी तिसरी शंका खरी ठरू दे, अशी तो देवाला प्रार्थना करायचा. गेल्या महिन्याभरात तो आणि समीरा दहा-पंधरा वेळा भेटली असतील. या दरम्यान एकदा दुर्गापूजेच्या वेळी समीरासोबत तो दुर्गादेवीच्या मंदिरातही गेला होता. तिला भेटण्यापूर्वी प्रत्येक वेळी तो ठरवीत असे, पण एकदाही हा प्रश्न विचारण्याचं धाडस त्याला झालं नाही. आज कबीरच्या ऑफिसला सुट्टी होती. तो आणि समीरा दोन-तीन ठिकाणी फ्लॅट बघायला जाणार होते. कबीरनं गाडी काढली आणि समीराला पिकअप करण्यासाठी तो कॉफी हाऊसच्या समोर जाऊन थांबला. पाच मिनिटांत समीरा बाहेर आली; डार्क निळ्या रंगाच्या ड्रेसमध्ये ती खूप छान दिसत होती. कबीरच्या लक्षात आलं होतं, की आपण तिच्या प्रेमात पडलो आहोत, ती आपल्याला आवडते आहे; पण त्याला अजून हे कळलं नव्हतं की, आपण तिला आवडलो आहोत की नाही? त्याला हेही कळलं नव्हतं, आपण तिला आवडतो म्हणून ती आपल्याला मदत करते, की चांगला मित्र म्हणून आपल्याला मदत करते. दुसरं असं की, आपल्या मनातली ही भावना तिला बोलून

दाखवण्याचं धाडस कबीरला झालेलं नव्हतं. तिची आपल्याबद्दलची भावना काय आहे, याचा पुसटसा अंदाजही त्याला नव्हता आणि तो आल्याशिवाय आपल्या भावना व्यक्त करणं त्याला योग्य वाटत नव्हतं. तशातच समीरा रेड्डी हिंदू होती. आपण धर्म मानत नसलो, तरी समाजाच्या दृष्टीनं आपण मुसलमान आहोत, ही बाबही कबीरच्या मनाला भीती घालत होती. म्हणूनच आपण मुसलमान आहोत याबद्दल तिचे विचार काय आहेत, हे जाणून घेतल्याशिवाय आपल्या मनात तिच्याविषयी असलेली प्रेमभावना व्यक्त करणं योग्य नाही, याचं भान कबीरला होतं. म्हणूनच समीरा आवडत असूनही, तिचा सहवास आवडत असूनही कबीर तिच्यासोबत असताना अत्यंत मर्यादा राखून वागायचा. आज तो आणि समीरा फ्लॅट बघायला जाणार होते. त्यामुळे दोघं बराच वेळ एकत्र असणार होते. आज समीरानंही ऑफिसमधून सुट्टी काढली होती. आज दिवसभरात चार-पाच ठिकाणी जाऊन फ्लॅट बघून त्यांतला एखादा नक्की करायचा, असं दोघांनी कालच ठरविलं होतं. त्यामुळे आज दिवसभर दोघं सोबत असणार होते. आपल्या मनात खदखदणारा आपल्या धर्माबद्दलचा प्रश्न आज तिला विचारायचा, असं कबीरनं ठरवलं होतं. तशी त्यानं मनाची तयारीही केली होती.

समीरा येऊन त्याच्या गाडीत बसली. नेहमीसारखी ती उत्फुल्ल, सुंदर, प्रसन्न दिसत होती. फायनान्स कोऑर्डिनेटर या पदावर काम करणाऱ्या समीराला दिवसभरात शंभर माणसांना तरी एंटरटेन करावं लागत होतं. शंभर तऱ्हेची शंभर माणसं. असं असूनही ती नेहमीच इतकी प्रसन्न, हसतमुख, टवटवीत आणि उत्साही कशी राहू शकते, हेही कबीरला कोडंच वाटायचं. तिच्या आनंदाचं रहस्य एकदा तिच्याकडून जाणून घ्यायला हवं, असा विचारही कबीर नेहमी करायचा. समीरा गाडीत बसली. तिनं कपड्यांना लावलेल्या सेंटचा मंद सुगंध गाडीभर पसरला. आपल्या मनात आलेल्या विचारानं कबीरच्या चेहऱ्यावर हसू उमटलं. समीरा म्हणाली, "अरे वा! आज तुमचाही चेहरा प्रसन्न दिसतोय. काही विशेष?" तिच्या खेळकर स्वरातला खेळकर टोमणा कबीरच्या लक्षात आला. "संगतीचा परिणाम, दुसरं काय!" कबीरनं हसत हसत उत्तर दिलं आणि पुढे विचारलं, "चला, आता कुठे जायचं तिकडे गाडी नेण्यासाठी हा ड्रायव्हर आतुर आहे!" कबीरनं खेळकर स्वरात विचारलं.

समीरानं पत्ता सांगितला. कबीरनं गाडी सुरू केली आणि समीरानं सांगितलेल्या पत्त्यावर नेली. त्याच्या मनात एक फ्लॅट होता. त्या भागाचं गचाळ स्वरूप बघून दोघंही गाडीतून खाली उतरलेच नाहीत. दोघांनी मिळून त्या फ्लॅटवर फुली मारली. नंतर समीरानं दुसरा पत्ता सांगितला. कबीरनं गाडी तिकडे वळवली. दोघं जण उतरून तो फ्लॅट बघायला गेले. फ्लॅट अगदी छोटा होता. दोघांनाही पसंत पडला

नाही. दुसऱ्या फ्लॅटलाही फुली पडली. पुन्हा दोघं येऊन गाडीत बसले. आता तिसरा फ्लॅट बघायला जायचं होतं. कबीरनं पुन्हा गाडी वळवली. हा फ्लॅट चांगल्या वस्तीत होता, मोठाही होता, या फ्लॅटचा मालक शेजारच्याच फ्लॅटमध्ये राहत होता. दोघं जण दोन मजले चढून वरती गेले. दारावर चंद्रकांत शेलार म्हणून पाटी होती. समीरानं बेल वाजविली. पंचेचाळीस-पन्नास वर्षांच्या अक्कडबाज मिशा असलेल्या एका माणसानं दार उघडलं. समीराला समोर बघून कपाळावर आठी घालत म्हणाला, ''कोण तुम्ही? काय काम आहे? तुम्ही काही विकायला आला असाल, तर आता आम्हाला काही घ्यायचं नाहीये. खाली बोर्ड लिहिलेला वाचला नाही का? सेल्समनला आत येण्यास बंदी आहे!'' समीरा आणि कबीरला एक अक्षरही न बोलू देता तो माणूस बोलत सुटला होता. शेवटी समीरानं त्याचं बोलणं थांबवलं. ''काका, एक मिनिट!'' ''काका, जरा माझं ऐकून तरी घ्या,'' असं दोन-तीनदा म्हटल्यावर तो माणूस बोलायचा थांबला. तरीसुद्धा कपाळाला आठ्या घालून ''हं! बोला!'' असं म्हणालाच.

त्यानं बोलण्याची संधी देताच समीरानं बोलायला सुरुवात केली, ''काका, हे बघा, मी कुणी सेल्सगर्ल नाहीये आणि आम्ही काही विकायला आलेलो नाहीये. तुमचा फ्लॅट भाड्यानं द्यायचा आहे असं आम्हाला समजलं, म्हणून आम्ही आलो आहोत. तो भाड्यानं द्यायचा असेल, तर तो आम्हाला बघायला मिळेल का?'' समीरानं स्पष्ट शब्दांत त्याला सांगितलं तेव्हा तो किंचित वरमला. तरीही किंचित तिरसट आवाजात त्यानं विचारलं, ''तुम्ही कोण? तुमचं नाव काय?'' त्याच्या या प्रश्नाला समीरानं साधंसंच उत्तर दिलं, ''माझं नाव समीरा रेड्डी!'' ''अच्छा! तुम्ही दोघं नवरा-बायको आहात का?'' समीराच्या गळ्यात मंगळसूत्र नाही हे बघून त्या माणसानं खोचकपणे विचारलं. समीरानं तरीही संयम बाळगला होता. त्याच संयमित आवाजात ती उत्तरली, ''नाही, आम्ही नवरा-बायको नाही आणि फ्लॅट मला नकोय, यांना हवाय. हे माझे ऑफिसमधले सहकारी मित्र. यांच्यासाठी आम्ही फ्लॅट बघायला आलो आहोत. हे एकटेच इथं राहणार आहेत. यांचं नाव कबीर खान!'' समीराचं बोलणं कपाळावर आठ्या घालत ऐकत असलेला तो माणूस 'कबीर खान' असं ऐकताच चमकला. ''कबीर खान? म्हणजे मुसलमान. एक तर तुम्ही दोघं नवरा-बायको नाहीत, मित्र आहात असं सांगताहात. त्यातच हे कबीर खान नावाचे गृहस्थ इथे एकटेच राहणार आहेत, असं सांगताहात. तसं असेल तर तुम्ही इथून गेलेलं बरं! एकट्या गृहस्थाला आणि तेसुद्धा मुसलमान व्यक्तीला हा फ्लॅट आम्हाला भाड्यानं द्यायचा नाही. तुम्ही इथून गेलात तरी चालेल.'' असं तुसडेपणानं म्हणत त्या माणसानं समीरा आणि कबीरच्या तोंडावर धाड्कन दरवाजा लावला. त्याचं बोलणं ऐकून समीरा आणि कबीर दोघंही क्षणभर दिङ्मूढ झाले.

काय बोलावं हे कोणालाच काही सुचेना. कबीरच्या चेहऱ्यावर एकाच वेळी संताप, अपमान, अपराधीपणा असे अनेक भाव उमटले होते, तर समीराच्या चेहऱ्यावर होता निव्वळ संताप. त्या संतापाच्या भरातच तिनं त्या माणसाचं बंद केलेलं दार पुन्हा वाजवलं. एकदा नव्हे, दहा वेळा वाजवलं. तो दार उघडेपर्यंत ती वाजवीत राहिली आणि त्यानं दार उघडल्यावर तिनं एकदम पवित्रा बदलला. तिच्या चेहऱ्यावरची संतापाची जागा कुचेष्टेनं घेतली आणि ती म्हणाली, "काका, तुम्ही जरा बाहेर या! एक मिनिट बाहेर या! घाबरू नका, बाहेर या की!" तिच्या या बोलण्यामुळे जोरात दार वाजवल्यामुळे त्याला आलेल्या संतापात आणखी भरच पडली. आपल्या मिशीला पीळ भरत तो म्हणाला, "घाबरतोय कशाला! मी मराठी गडी आहे. मी भीत नाही कशाला. हा आलो मी बाहेर! बोला काय करायचं? तुम्हाला एक नीट वागायची पद्धत नाही, पण आम्ही तसे नाही आहोत, बोला!" गुर्मीच्या स्वरात तो बोलत होता. तो बाहेर येऊन उभा राहिल्यावर समीरा कबीरला म्हणाली, "कबीर, प्लीज तुम्ही त्यांच्या शेजारी जाऊन उभे राहा." ती काय सांगते आहे ते कबीरला कळेना, पण मनाच्या त्या घायाळ अवस्थेत त्यानं तिचं ऐकायचं ठरवलं. तो त्या शेलारच्या शेजारी जाऊन उभा राहिला. तो तसा उभा राहिल्यानंतर समीरानं दोघांच्या भोवतालून एक फेरी मारली आणि म्हणाली, "कमाल आहे! यांनाही दोन हात आहेत, दोन पाय आहेत, कबीर तुम्हालाही दोन हात, दोन पाय आहेत. यांना दोन डोळे, दोन कान, एक नाक आहे. तुम्हालाही तसंच आहे. यांनाही शिंग नाही, तुम्हालाही नाही! कबीर तुम्हाला शेपूट नाही, काका तुम्हाला आहे का? असेल तर गोष्ट वेगळी आहे; पण नसेल, तर तुमच्यात आणि कबीर यांच्यात काहीच फरक नाही. तुमच्या कपाळावर तुमचा धर्म लिहिलेला नाही आणि कबीरच्या कपाळावरही त्याचा धर्म लिहिलेला नाही. तुम्ही मुसलमान व्यक्तीला जागा देणार नाही म्हणालात; पण तुमच्यासारख्या हिंदू धर्माच्या विरुद्ध वर्तन करणाऱ्या व्यक्तींची जागा आम्हीच घेणार नाही आहोत. तुम्ही दिलीत तरी ती आता आम्ही घेणार नाही आहोत. कबीर, चला! या काकांना हिंदू, मुस्लिम खेळ खेळत बसू दे. मानवतेपासून ते खूप लांब आहेत. चला इथून." असं म्हणत कबीरच्या हाताला धरून समीरा धडाधडा जिना उतरून त्याला खाली घेऊन आली. जिना उतरता उतरता कबीरनं मागे वळून त्या चंद्रकांत शेलारकडे पाहिलं. समीराकडे 'खाऊ की गिळू' या नजरेनं पाहणाऱ्या त्या चंद्रकांत शेलारचा चेहरा मात्र कुणीतरी चपलेनं मारावं, असा झाला होता.

थक्क झालेल्या नजरेनं कबीर समीराकडे पाहत होता. आत्तापर्यंत बऱ्याच वेळा त्याला असा अनुभव आला होता आणि अशा प्रकारच्या प्रसंगानं कोणत्याही प्रकारची प्रतिक्रिया न देणं, हे धोरण कबीरनं अवलंबलं होतं. एवढंच नव्हे तर, अशा प्रसंगाचा आणि अशा कमेंटचा आपल्या मनावर तो कोणताही परिणाम करून

घेत नसे. अशा विचारसरणीच्या माणसांना अशा प्रकारेही उत्तर देता येतं, हे समीरानं त्याला पहिल्यांदा दाखवून दिलं. खरं तर त्या शेलारच्या अशा वागण्यावर समीरा काहीच बोलणार नाही, कोणतीच रिॲक्शन देणार नाही, असं कबीरला वाटत होतं. ती तटस्थ राहील, गप्प बसेल किंवा तो विषय तिथेच सोडून देईल, असं त्याला वाटलं होतं आणि त्याहीपेक्षा आपण मुसलमान आहोत हे या प्रसंगानं तिच्या लक्षात आल्यावर तिच्या मनाला धक्का बसून ती काही न बोलता तिथून निघून जाईल, कदाचित आपल्याशी असलेली मैत्री ती तोडेल, असं कबीरला वाटत होतं; पण समीराची प्रतिक्रिया मात्र या सगळ्याच्या पूर्ण विरोधी होती. एकतर कबीरच्या धर्माचा त्या शेलारनं असा उल्लेख केल्यानंतर तिला धक्का तर बसला नव्हताच, उलट त्यानं अशा पद्धतीनं कबीरच्या धर्माचा उल्लेख केल्यानंतर समीराला संताप आला होता. विशेष म्हणजे तो संताप तिनं गिळला नाही किंवा त्या शेलारच्या कमेंट्सकडे दुर्लक्षही केलं नाही. तर उलट त्याच्या या अशा कमेंट्सबद्दल तिनं त्याची चांगलीच खरडपट्टी काढली. खणखणीत आवाजात स्पष्टपणे त्याला चार शब्द सुनावून त्यांचं वागणं मानवतेच्या विरोधात आहे हे सांगून, सांगून म्हणण्यापेक्षा सिद्ध करून तिनं त्या शेलारला त्याची व्यवस्थित जागा दाखविली आणि 'आता जरी तुम्ही जागा दिलीत तरी आता तुमची जागा नको,' असं त्याच्या तोंडावर त्याला सांगून कबीरच्या हाताला धरून त्याला ती तिथून बाहेर घेऊन आली. कबीरला तिच्या या धाडसाचं कौतुक वाटलं, त्यापेक्षा जास्त कौतुक वाटलं ते तिच्या विचारांचं, विचारांच्या प्रगल्भतेचं. धुमसत दोघंही तिथून बाहेर पडली तरी अजूनही समीरा संतापात होती. "काय समजताहेत काय स्वतःला? भारतासारख्या विविध धर्म-जाती सुखानं नांदणाऱ्या देशात हे बुरसटलेले विचार घेऊन ही माणसं कशाला राहतात? मग आम्ही भारतीय आहोत असं म्हणण्याचा यांना कोणी अधिकार दिला? जसे सगळेच मुस्लिम वाईट नसतात, तसे सगळेच हिंदू काही सज्जन नसतात. चांगली-वाईट बाजू सगळीकडे आहे. ती जशी धर्माला आहे तशीच माणसांनाही आहे. कोणताही अनुभव नसताना, ओळख नसताना समोरची व्यक्ती चांगली आहे की वाईट हे ठरवण्याचा यांना कोणी अधिकार दिला? मुळात साध्या साध्या प्रश्नामध्ये धर्माचा विषय आणायचाच कशाला? अशी माणसं बघितली ना की माझ्या तळपायाची आग मस्तकाला जाते!" असं काहीबाही समीरा बोलत राहिली. त्यात कधी संताप होता, कधी विषाद, कधी राग होता, तर कधी दुःख. काही न बोलता कबीरनं गाडीचा पुढच्या सीटचा दरवाजा उघडला. धुसफुसतच समीरा आत जाऊन बसली. काही न बोलता कबीर ड्रायव्हिंग सीटवर बसला आणि काही न बोलता त्यानं गाडी सुरू केली. ती सरळ एका कोल्ड्रिंक हाऊससमोर नेऊन थांबविली. खाली उतरून कबीरनं तिच्या साईडचा दरवाजा उघडला. तिच्या

चेहऱ्याकडे न बघता त्यानं हाताला धरून तिला खाली उतरवलं आणि रिकामी असलेली जागा बघून तिथे तिला नेऊन खुर्चीवर बसवलं. वेटरनं आणलेला गार पाण्याचा ग्लास उचलून त्यानं तिच्या हातात दिला आणि मगच तो समीराच्या समोरच्या खुर्चीवर बसला. त्याच्याकडे एक कटाक्ष टाकून समीरानं हातातल्या ग्लासकडे पाहिलं आणि ग्लास तोंडाला लावून ती गटागटा पाणी प्यायली. पाणी प्यायल्यावर तिला थोडं बरं वाटलं. डोकं तापलेलं होतं, ते गार पाण्यानं शांत झालं होतं. बोलून बोलून घशाला कोरड पडली होती. तहान लागली होती. गार पाण्यानं ती भागली म्हणून, की कोल्ड्रिंग हाऊसच्या ए.सी.नं तिच्या संतापाचा पारा खाली आणला म्हणून, कारण काहीही असो, पाणी प्यायल्यामुळे समीराला बरं वाटलं हे खरं. पाणी संपवून तिनं ग्लास खाली ठेवला. पर्समधून रूमाल काढून तोंड पुसलं, चेहरा पुसला. तिला अजूनच बरं वाटलं. ते तिच्या चेहऱ्यावर उमटलं हे बघून कबीर म्हणाला, "आर यू ओके नाऊ? रिलॅक्स! तुम्ही शांत व्हा आधी! समीरा, डोन्ट पॅनिक! आता मला याची सवय झालीये आणि मला त्याचं फारसं काही वाटतही नाही. पण खरं सांगू समीरा, या शेलारनं जेव्हा माझ्या धर्माचा उल्लेख केला, तेव्हा क्षणभर मी घाबरलो होतो. मला असं वाटलं होतं की आता संपलं सगळं! तुमच्या आणि माझ्या मैत्रीचा इथेच शेवट होणार. कबीर खान हे माझं नाव जरी माझा धर्म सांगत असलं, तरीसुद्धा असा तुमच्यासमोर माझा धर्म कधीच पॉइंट आऊट झाला नव्हता. इव्हन आपल्या दोघांच्या संभाषणात आत्तापर्यंत कधीच धर्माचा उल्लेख आला नव्हता. पण जेव्हा तुम्ही त्या शेलारला चोख उत्तर दिलंत, तेव्हा माझं मन थोडंसं रिलॅक्स झालं. निदान आपल्या मैत्रीत तरी माझा धर्म आडवा येणार नाही, याची मला खात्री पटली. समीरा, थँक्स फॉर ऑल!"

कबीर मनापासून बोलत होता. त्याच्या शब्दांतला प्रांजलपणा समीराला जाणवला. तिचा चेहराही निवळला होता. ती किंचित हसली. म्हणाली, "कबीर, एकीकडे तुम्ही मला आपली चांगली मैत्रीण समजता, एकीकडे आपण चांगले मित्र आहोत असंही म्हणता आणि त्याच वेळी माझे आभारही मानता? तुम्ही हे थोडंसं तुमच्या मताच्या विरोधी वागता, असं तुम्हाला वाटत नाही का?"

समीरानं असं विचारल्यावर कबीरचा चेहरा पडला. पट्कन तो म्हणाला, "ओ! आय ॲम व्हेरी सॉरी!" त्याचं हे बोलणं आणि त्याचा पडलेला चेहरा बघून समीरा खळखळून हसली. तिला तसं हसताना बघून कबीरचा चेहरा आणखीनच पडला. मग मात्र समीरानं आपलं हसू आवरतं घेतलं आणि म्हणाली, "पुन्हा तेच! आपण मित्र आहोत ना? मग मैत्रीमध्ये नो सॉरी, नो थँक्यू! ये दोस्ती का रूल है बॉस! आता मी असं म्हटल्यावर तुम्ही पुन्हा सॉरी म्हणणार. ते जाऊ दे! मला सांगा, इथे कोल्ड्रिंक हाऊसला तुम्ही घेऊन आलात, काही खिलवणार-पिलवणार

आहात, की नुसतंच गार पाणी आणि थंड हवा?'' समीराच्या स्वरात खट्याळपणा होता. समीराचा प्रश्न ऐकला आणि कबीर भानावर आला. त्यानं इकडे तिकडे बघत वेटरला हाक मारली, ''मित्रा, जरा इकडे ये ना!'' वेटरला हाक मारतानासुद्धा त्याच्या स्वरामध्ये मार्दव होतं, आर्जव होतं, आपुलकी होती आणि आदरही होता. त्याच्या मनाच्या सुसंस्कृतपणाची ती साक्ष होती. वेटर जवळ आल्यावर त्यानं समीराकडे पाहिलं आणि विचारलं, ''आईस्क्रीम की मस्तानी की कोल्ड कॉफी?''

कबीरनं त्याला आवडणारे हे तीनही प्रकार समीराला विचारले होते. समीरालाही तेच आवडत होते, या योगायोगाची तिला गंमत वाटली. तिचा चेहराही उजळला. प्रसन्न स्वरात ती म्हणाली, ''कोल्ड कॉफी वुईथ आईस्क्रीम!'' ''एक्झॅक्टली मी पण हेच सांगणार होतो!'' असं म्हणत कबीरनं दोन कोल्डकॉफी वुईथ आईस्क्रीमची ऑर्डर दिली. का, कोण जाणे पण त्याच्या स्वरात उमटलेला आनंद लपत नव्हता. कॉफी आणल्यानंतर थोड्या इकडच्या तिकडच्या गप्पा झाल्या आणि मग कबीर म्हणाला, ''समीरा, आपण सकाळी जिथून बाहेर पडलो, तिथेच आहोत. एकही फ्लॅट अजून आपण नक्की केलेला नाही.''

''डोन्ट वरी कबीर, मी माझ्या एका मैत्रिणीला फोन करते. ती सध्या इथे राहत नाही. ती कॅनडाला आहे. तिचा इथे एक व्हेकंट फ्लॅट आहे. तिला यायला बहुतेक अजून तीन वर्षं आहेत. तर तिला मी फोनवरून विचारून घेते आणि ते जर नक्की असेल, तर आपल्याला दुसरीकडे फ्लॅट बघायची गरज नाही. निदान तीन वर्षांसाठी तरी तुम्ही तिथे राहू शकता.'' असं म्हणत समीरानं घड्याळाकडे पाहिलं आणि पुन्हा म्हणाली, ''आता संध्याकाळचे सहा वाजत आले आहेत. आणखी अर्ध्या तासानं मी तिला फोन करेन म्हणजे तिच्याकडे सकाळ झाली असेल! फोनवर मी तिला विचारेन! तिची संमती असेल, तर तुम्हीही तिच्याशी बोला आणि फ्लॅटचं नक्की करून टाकू. ही कोल्डकॉफी आज दिवसभर तुमच्यासाठी मी माझा वेळ घालविल्याबद्दल आणि फ्लॅटचं नक्की झालं की मला तुम्ही पार्टी द्यायची, हे कबूल असेल तरच मी फोन करणार. बोला, आहे कबूल?'' समीराच्या स्वरातला खट्याळपणा वाढला होता.

''आता काय, कबूल करावंच लागेल. आपल्याकडे मराठीत एक म्हण आहे ना... अडला हरी...!'' कबीरनं त्याच खट्याळपणे उत्तर दिलं, ''काय? मी गाढव आहे?'' समीराच्या स्वरात सात्त्विक संताप होता. ''नाही नाही, मी तसं कुठे म्हणालो? मी म्हणत होतो, अडला हरी गाढवाचे नव्हे, लक्ष्मीचे पाय धरी. तुम्ही माझं बोलणं पूर्ण ऐकूनच घेतलं नाहीत. मी तुम्हाला गाढव कसं म्हणेन? तुम्हाला गाढव म्हटलं तर गाढवाला राग येईल ना!'' कबीरनं खट्याळ स्वरात परतफेड केली. ते ऐकून समीराला पुन्हा राग आला. ''गाढवाला राग येईल म्हणजे? गाढव

माझ्यापेक्षा सुंदर आहे?'' तिनं पुन्हा कृतककोपानं विचारलं, ''च... च... च...! तुम्ही पुन्हा माझ्या बोलण्याचा विपर्यास करताय. अहो, गाढवाला राग येईल म्हणजे एवढ्या सुंदर तरुणीला गाढव म्हणाल, तर मग मला काय म्हणाल, असं त्याला वाटेल.'' कबीरनं पुन्हा खट्याळपणे स्पष्टीकरण दिलं. मग मात्र समीरा काहीच बोलली नाही. त्याच्याकडे एका लटक्या रागाचा कटाक्ष टाकून तिनं आपलं लक्ष कोल्डकॉफीत घातलं. कबीरनंही तेच केलं; पण कॉफी पिता पिता तो हळूच समीराकडे बघत होता. कॉफी पिऊन झाली आणि समीरानं तिच्या मैत्रिणीला फोन लावला. तिची मैत्रीण स्वाती शिणगारे तिच्या नवऱ्याबरोबर कॅनडाला गेली होती. गेले वर्षभर ती तिथंच होती. जाताना ती पाच वर्षांसाठी जाणार आहे असं समीराला सांगून गेली होती. तिचा या गावात फ्लॅट होता. भाडेकरूची कटकट नको म्हणून तिनं तो रिकामाच ठेवला होता. समीरानं फोन लावला. स्वातीनं तिकडून उचलला. आधी समीराचा फोन म्हटल्यावर तिला फारच आनंद झाला. फोनवर ती किंचाळायलाच लागली. समीरानं तिला कसंबसं शांत केलं. इकडच्या तिकडच्या गप्पा झाल्यावर समीरानं तिच्या फ्लॅटचा विषय काढला आणि समीराच्या मित्राला तो फ्लॅट हवा आहे हे समजल्यावर स्वातीनं आणि तिच्या नवऱ्यानं लगेचच होकार दिला. उलट, समीराचा मित्र तिथे राहणार म्हणजे समीराचंही येणं-जाणं असणार आणि त्या फ्लॅटकडे समीराचंही लक्ष राहणार, त्यामुळेच त्यांना कसलीच काळजी राहणार नाही असंही त्यांनी आवर्जून सांगितलं. शिवाय भाडं काय आणि किती द्यायचं? डिपॉझिट किती द्यायचं? हे समीरानं आणि तिच्या मित्रानंच ठरवावं, असंही समीराला सुचवलं. साहजिकच समीराला आनंद झाला. तिनं फोन बंद केला आणि फोनवरचं संभाषण कबीरला सांगितलं. कबीरचा चेहरा उजळला. फ्लॅटचा शोध संपला होता. समीराला तो थँक्स म्हणणार होता; पण त्याच्या चेहऱ्यावरचे भाव ओळखून समीरानं आधीच टपोरे असलेले डोळे आणखीनच मोठे केले. म्हणून तो चूप बसला. समीराच म्हणाली, ''माझे आभार मानण्यापेक्षा पार्टीची तारीख ठरवा, तरच तो फ्लॅट बघायला तुम्हाला घेऊन जाईन!''

समीराचं हे बोलणं ऐकून आता मात्र कबीर मोठ्यांदा हसला. त्याच्या हसण्याकडे समीरा प्रश्नार्थक नजरेनं बघत होती. तिच्या नजरेतला भाव ओळखून त्यानं हसू आवरलं आणि तिला म्हणाला, ''समीरा, तुम्ही ऑफिसमध्ये आणि ऑफिसच्या बाहेरसुद्धा कोऑर्डिनेटर असता का हो? कारण तिथे ऑफिसमध्ये 'असं झालं तर असं होईल, तसं झालं तर तसं होईल,' अशा शक्यता, अटी आणि शर्ती तुम्ही प्रत्येक वेळी घालता का?'' कबीरचं बोलणं ऐकून समीरा खळखळून हसली आणि म्हणाली, ''तसं काही नाही हं; आणि तसं असलं तरी दोन्हीकडे आम्ही समोरच्या व्यक्तीचा फायदा बघतो आणि करूनसुद्धा देतो. फक्त त्या फायद्यातला छोटासा

वाटा आम्ही घेतो!'' ''मग एखादं कोणी त्या फायद्यातला पन्नास टक्के वाटा तुम्हाला द्यायला तयार असेल तर?'' कबीरच्या आवाजात कंप होता. त्याच्या या प्रश्नानंच समीरा चमकली. ''म्हणजे? म्हणजे काय?'' तिनं हलक्या आवाजात विचारलं. कबीरला जसा स्वतःच्या आवाजातला फरक जाणवला होता, तसा तिच्याही आवाजातला फरक त्याच्या लक्षात आला होता. ''म्हणजे समीरा, त्या फ्लॅटमध्ये माझ्यासोबत माझी पत्नी म्हणून राहायला यायला आणि मला होणाऱ्या फायद्यातला पन्नास टक्के वाटा घ्यायला तुम्हाला आवडेल?'' कबीरनं विचारलं आणि आपण हे धाडस केलं ते बरोबर आहे की चुकीचं, या संभ्रमात पडून तो खाली मान घालून बसला. क्षणभर कुणीच काहीच बोललं नाही. कबीरनं मान वर करून समीराकडे पाहिलं. तीही खाली मान घालून बसली होती. कबीरला तिचा चेहरा संपूर्ण दिसत नसला तरीसुद्धा ती संतापलेली नाही किंवा चिडलेली नाही, एवढं त्याला जाणवलं आणि त्यानं पुन्हा हळुवार आवाजात प्रश्न केला, ''समीरा मला माहीत आहे, मी हे वेडं धाडस करतो आहे; पण या धाडसाला होकार देशील का? माझ्याशी लग्न करशील का?''

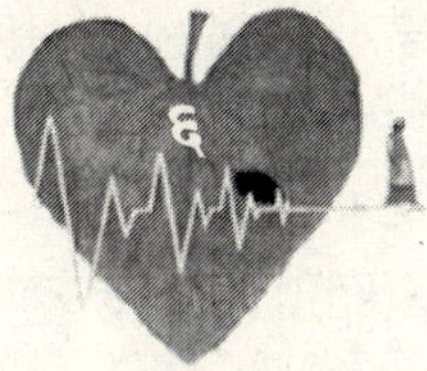

कबीरनं विचारलेला प्रश्न ऐकून समीरा काही क्षण स्तब्ध झाली. कुठंतरी कळलं होतं की आपण कबीरला आवडतो. त्याच्या नजरेनं ते तिला सांगितलं होतं. क्षणभर डोळे मिटून तिनं आपल्याही मनाचा कौल घेतला आणि तिच्या हे लक्षात आलं की कबीर आपल्यालाही आवडतो; पण तरीसुद्धा त्याच्या या प्रस्तावाला जसा लगेच होकार द्यावा तसा त्याच्या या प्रस्तावाला लगेचच नकार द्यावा, असंही तिला वाटलं नाही. आपल्या मनाची ही संभ्रमावस्था आणि आता या क्षणी योग्य तो निर्णय न घेता येण्यासारखी आपली मनाची स्थिती याचा विचार करून समीरानं उत्तर द्यायचं ठरवलं. तिनं कबीरच्या नजरेला नजर दिली. त्याच्या डोळ्यांमध्ये तिला दिसला तिच्याबद्दल वाटणारा नितांत आदर, अथांग प्रेम, गाढ विश्वास आणि अपेक्षा. कबीरची नजर वाचल्यावर समीरानं एक क्षणभर मनाशी शब्दांची जुळवाजुळव केली आणि म्हणाली, ''कबीर, तुमच्या भावना मला समजल्या; पण आत्ता या क्षणी मी कोणताच निर्णय घेऊ शकत नाही. तुमच्या प्रश्नाचं उत्तर देण्यासाठी मला थोडा विचार करावा लागेल. त्यासाठी मला थोडा वेळ हवा आहे. प्लीज, तुम्ही गैरसमज करून घेऊ नका. मला थोडा विचार करू दे. त्यासाठी मला आठ दिवस द्या. आजपासून बरोबर आठव्या दिवशी मी तुम्हाला या प्रश्नाचं उत्तर देईन. आता तुमचं फ्लॅटचं काम झालेलं आहे, तेव्हा हे आठ दिवस आपण भेटलो नाही तर बरं होईल. तरच मला नीट विचार करून निर्णय घेता येईल. कबीर, हा आपल्या दोघांच्या आयुष्याचा महत्त्वाचा निर्णय आहे. आज तुम्ही मला प्रपोज केलं आहे; पण मला असं वाटतंय की, तुमच्या या प्रपोजलचा तुम्हीसुद्धा पुन्हा एकदा नीट विचार करा. हे आठ दिवस त्या दृष्टीनं तुम्हालाही विचार करायला अवधी म्हणून उपयोगी पडतील. आपली मैत्री काही दिवसांची आहे. फार फार तर महिना-दीड महिना. एवढ्या थोड्या काळात आपण एकमेकांना पूर्णपणे ओळखू शकलो, असं होणार नाही. कदाचित हा क्षणिक मोह असू शकतो. आणखी एक गोष्ट बोलते, माफ करा, पण तुमचा आणि माझा धर्मही वेगळा आहे. माणूस म्हणून आपण एकमेकांशी कितीही चांगले असलो, तरी आपल्या फक्त माणूस असण्याला समाज मान्यता देत नाही. त्यामुळे या आठ दिवसांत तुम्हीही पुन्हा एकदा विचार करा आणि मलाही विचार करायला अवधी द्या.'' अत्यंत विचारपूर्वक, शांतपणे आणि संयमानं समीरा

बोलत होती. तिनं मांडलेला प्रत्येक मुद्दा खरा होता, विचार करण्यासारखा होता. तिनं शेवटी मांडलेला दोघांच्या धर्माबद्दलचा मुद्दा ऐकल्यानंतर आपण तिला आणखी काही सांगणार होतो, याची कबीरला आठवण झाली. आणि तो म्हणाला, "समीरा, तुम्ही म्हणताय त्यांतला शब्द न् शब्द मला पटला आहे. तो पटण्यासारखा आहे आणि खराही आहे. पण मी माझ्या मनातली आणखी एक भावना तुम्हाला सांगू इच्छितो. खरं तर पहिल्याच भेटीत तुम्ही मला आवडला होता. त्यातच मी अनोळखी असूनही तुम्ही ज्या निरपेक्षतेनं माझ्या मदतीला धावून आलात, त्यावरून तुमच्या मनाच्या मोठेपणाची ओळख मला पटली. माझ्या अंदाजानं मी मुस्लिम असल्याचं त्याच वेळी तुमच्या लक्षात आलं असणार, पण तरीही तुम्ही मला मदत केलीत. त्यानंतर आपण या ना त्या कारणांनी भेटत राहिलो. प्रत्येक भेटीत तुम्ही मला जास्तच आवडत गेलात. माझ्या मनातली ही भावना तुम्हाला सांगावी, असं बऱ्याचदा मनात येऊन गेलं; पण धाडस झालं नाही. आणि त्याला कारण म्हणजे आपले दोघांचे वेगवेगळे धर्म. त्यातच आत्तापर्यंतच्या चोवीस-पंचवीस वर्षांच्या अनाथ आयुष्यात माझ्यावर ज्यांनी मुलासारखं प्रेम केलं, ते सगळे जण हिंदू होते आणि माझ्यावर प्रेम करत असताना, माया करत असताना मी कोण आहे, कोणत्या धर्माचा आहे– हिंदू की मुस्लिम– याचा त्यांनी कधीही विचार केला नाही. त्यामुळे त्या दरम्यान मला मी मुस्लिम असल्याची किंवा हिंदूंपेक्षा वेगळ्या धर्माचा असल्याची कधी जाणीवच झाली नाही; पण काही ठिकाणी मात्र काही लोकांनी माझ्या धर्माची मला आठवण करून दिली. तीही अतिशय जाणीवपूर्वक आणि अपमानास्पद आणि त्यानंतरच आपण मुस्लिम आहोत, हिंदूंपेक्षा वेगळे आहोत, ही जाणीव मला सतत होत गेली. आज सकाळी मात्र त्या शेलारनंसुद्धा माझा अशा पद्धतीनं अपमानास्पद उल्लेख करून जागा द्यायला नकार दिला, त्या वेळी त्याला, त्याच्या या वागण्याला तुम्ही जे सडेतोड आणि स्पष्ट निर्भयपणे उत्तर दिलं, ते बघितल्यावर निदान माझ्याशी मैत्री करण्यासाठी तरी माझ्या मुस्लिम असण्याला तुमचा आक्षेप नाही, हे माझ्या लक्षात आलं आणि म्हणूनच मी माझ्या मनातल्या भावना तुमच्याजवळ उघड करून दाखवण्याचं धाडस केलं. तुम्ही मला लगेच कोणतंच उत्तर दिलं नाही, याबद्दल मला तुमचं कौतुक वाटतंय. तुम्ही चिडला नाहीत, संतापला नाहीत, मला उठून कानफटात मारली नाहीत, हे माझ्यासाठी खूप आहे. तुम्ही मला लगेच होकार दिला नाही, मान्य आहे; पण तुम्ही मला लगेच नकारही दिला नाहीत, ही गोष्ट माझ्यासाठी फार मोठी आहे. तुम्ही विचार करायला हवा तेवढा वेळ घ्या. तुमच्या मनाचा कौल; मग तो नकारार्थी असेल, तरीही मला स्पष्टपणे सांगा. मला वाईट नक्की वाटेल; पण तुमच्याबद्दलचा मनातला आदर किंचितही कमी होणार नाही आणि सर्वांत महत्त्वाचं म्हणजे तुमचं उत्तर काहीही

असलं, तरी तुमच्याबद्दल माझ्या मनात वाटणारी मित्रत्वाची, सन्मानाची भावना कधीच बदलणार नाही. तुमचा निर्णय काहीही असला तरी आपली ही मैत्री अशीच अबाधित, अभंग राहावी, असं मला वाटतंय. नव्हे माझी तशी विनंती, किंबहुना माझा तसा आग्रह आहे.'' कबीरनं आपल्या मनातल्या भावना मोकळेपणानं समीराला सांगितल्या. ते सांगत असतानासुद्धा त्याची आर्जवी भाषा, त्याचं लाघवी बोलणं, त्याच्या स्वरातलं मार्दव, समीराबद्दल त्याच्या मनात असलेली आदराची भावना, हे सगळं स्पष्टपणे व्यक्त होत होतं आणि समीराला ते त्याच्या शब्दाशब्दांतून जाणवत होतं. इथंही त्याच्या मनाचा सुसंस्कृतपणा समीराच्या लक्षात आला. त्याच्या प्रत्येक वागण्या-बोलण्यातून दिसणारा त्याच्या मनाचा सुसंस्कृतपणा आपल्याला आत कुठेतरी आवडतो आहे, हे समीराला मनाच्या कोपऱ्यात कुठेतरी जाणवलं. क्षणभर तिला वाटलं, त्यालाही ते सांगावं; पण तिनं स्वत:ला सावरलं. आपल्या या सांगण्याचा त्यानं काही वेगळा अर्थ घेतला तर? आपण त्याला निर्णय सांगेपर्यंत आपल्याबद्दल त्याने कोणतेच मत बनवू नये. आपल्या बोलण्याचा कोणताही अर्थ त्याने काढू नये असं तिला वाटत होतं आणि म्हणूनच तिनं आपल्या मनातल्या भावना त्याच्यासमोर उघड केल्या नाहीत. आपल्या मनावर ताबा ठेवत ती हळूच कबीरला म्हणाली, ''आपण जाऊ या का आता? संध्याकाळ झाली आहे. मला घरी जायला हवं.'' तिचं बोलणं ऐकून काही न बोलता कबीरनं होकारार्थी मान डोलावली आणि दोघं जण घरी परतले.

कबीर गेस्ट हाऊसला परतला तेव्हा संदीप रेड्डी, समीराचे वडील त्याचीच वाट बघत थांबले होते. कबीरला आलेलं बघताच ते म्हणाले, ''बरं झालं साहेब, तुम्ही वेळेवर आलात! मी तुमचीच वाट बघत होतो. मोठ्या साहेबांचा फोन आलाय! त्यांनी तुम्हाला फोन करायला सांगितलं आहे. काहीतरी महत्त्वाचं काम आहे, असं ते म्हणाले. तुम्ही फ्रेश व्हा. साहेबांशी बोलून घ्या. बाबूनं जेवण बनवलं आहे. मी आता निघतो.'' असं म्हणून संदीप रेड्डी निघून गेले. कबीर धावतच आत गेला. साहेबांनी मोबाईलवर फोन कसा काय केला नाही, या शंकेनं त्यानं खिशातून मोबाईल काढून बघितला, तर तो स्विच ऑफ होता. कबीरनं कपाळावर हात मारून घेतला. मघाशी कॉन्फरन्स हॉलमध्ये असताना आपण मोबाईल स्विच ऑफ केला होता, तो ऑन करायचा राहून गेला, हे त्याच्या लक्षात आलं. तातडीनं त्यानं साहेबांना फोन लावला. फोनवर साहेबांची माफी मागून फोन स्विच ऑफ करण्याचं कारणही त्यानं सांगितलं. त्याला असं वाटलं की साहेब आपल्यावर रागावले असतील आणि आता फोन स्विच ऑफ ठेवल्याबद्दल आपल्याला रागावतील; पण तसं काहीच झालं नाही. उलट साहेबांनीच त्याची माफी मागितली. ''सॉरी यंग मॅन! ऑफिस संपल्यानंतरच्या वेळेत मी तुला फोन करायला नको होता; खरं म्हणजे ती

माझी चूकच झाली; पण काय करू? तू केलेली कॉन्फरन्स आणि केलेली मीटिंग इतकी सक्सेस झाली आहे, की यूएसमधल्या कंपनीनं आपल्याला प्रोजेक्ट देण्याचं मान्य केलं आहे. एवढंच नव्हे, तर हा एक संपूर्ण प्रोजेक्ट ते आपल्याला देत आहेतच, पण त्याचबरोबर त्यांच्या आणखी दोन प्रोजेक्टमध्ये आपल्याला पार्टनर करून घेण्याचं त्यांनी ठरवलं आहे. थोड्याच दिवसांत त्या कंपनीचे व्हाइस प्रेसिडेन्ट इकडे भारतात येत आहेत. त्यांना तुझीसुद्धा भेट घ्यायची आहे. इतकं नीट आणि क्लीन काम करणारा हा एम्प्लॉई कोण आहे, याचीही त्यांना उत्सुकता आहे. म्हणून ते तुझीही भेट घेणार आहेत. मला असं वाटतं की हे दोन-तीन दिवस तूच त्यांच्यासोबत राहा. तूच त्यांना एंटरटेन कर. मला वाटतं की आधी तर त्यांना तुझं काम आवडलेलंच आहे, तूसुद्धा जर त्यांना आवडलास तर या प्रोजेक्टसाठी तिकडे येण्याची ते तुलाच ऑफर देतील. कबीर, आपल्या या गावात नवीन सुरू झालेल्या या बॅचचा तू बेस्ट एम्प्लॉई आहेस. ही संधी तुला मिळावी असं मला मनापासून वाटत होतं. तेव्हा या दोन दिवसांत त्यांच्यासमोर स्वतःला कसं प्रेझेंट करायचं याची तयारी कर. ही आनंदाची बातमी तुला कधी सांगेन असं मला झालं होतं. म्हणूनच तुला आता ऑफिस संपल्यानंतरच्या वेळेत फोन केला. आय ॲम प्राउड ऑफ यू माय बॉय!''

सरांनी कबीरला ही आनंदाची बातमी सांगितली आणि त्या आनंदाच्या क्षणी कबीरला पुन्हा समीराची आठवण झाली. त्याबरोबर तिनं उत्तर देण्यासाठी आपल्याला आठ दिवसांची मुदत मागितली आहे, हेही त्याच्या लक्षात आलं. आता पुढचे चार-पाच दिवस त्याला ऑफिसचं प्रचंड काम होतं. एका परीनं ते बरंच झालं. आता चार-पाच दिवस तो त्यात गुंतून राहणार होता. नाहीतर 'समीरानं काय विचार केला असेल, तिचं आपल्याबद्दल काय मत असेल आणि सगळ्यात महत्त्वाचं म्हणजे ती आपल्याला काय उत्तर देईल?' या विचारानं त्याचं कामात लक्ष लागलं नसतं. त्यामुळे चार-आठ दिवस त्याला बिझी ठेवणाऱ्या त्या कामाबद्दल त्याला कृतज्ञता वाटली आणि मोठ्या उत्साहानं तो येणाऱ्या पाहुण्यांची सरबराई करायच्या तयारीला लागला.

समीरा घरी परतली ते कबीरचा विचार करीतच. कबीर तिला आवडत होता. कुणालाही आवडण्यासारखाच होता तो. फक्त प्रश्न होता, तो त्याच्या धर्माचा! पण तो तरी प्रश्न होता का? असलाच, तर तो निदान समीराच्या दृष्टीनं फारसा महत्त्वाचा नव्हता; पण तिचे आई-बाबा, इतर सर्व नातेवाईक, बाकीची परिचित माणसं काय म्हणतील? कारण त्यांच्या दृष्टीनं तो प्रश्न महत्त्वाचा होता. तीन-चार दिवस समीरा विचार करीत होती; पण काय निर्णय घ्यावा हे तिला कळत नव्हतं. या बाबतीत कोणाशी बोलावं, कोणाला विचारावं, कोणाचा सल्ला घ्यावा हेही

तिला कळत नव्हतं. तिची आई थोडी धार्मिक विचारांची होती. तिला विचारावं, तर पहिल्याच फटक्यात तिनं नकार दिला असता. समीराची तिच्या बाबांशी जास्त मैत्री होती. त्यामुळे योग्य वेळ बघून याबद्दल बाबांशी चर्चा करावी, असं तिनं ठरवलं आणि बाबांशी काय बोलायचं, काय विचारायचं याचा ती विचार करू लागली. आणखी दोन दिवस तसेच गेले. कबीरला तिनं आठ दिवसांनी उत्तर देते, असं सांगितलं होतं. ती मुदत संपायला आता दोनच दिवस राहिले; आज बाबांशी या विषयावर बोलायलाच हवं होतं आणि तिला तशी संधी मिळाली. त्या दिवशी संध्याकाळी बाबा लवकर घरी आले. समीराच्या आईनं कारण विचारताच कबीर आज गेस्ट हाऊसला जेवायला येणार नसून, अमेरिकेहून आलेल्या पाहुण्यांसोबत तो थांबणार आहे, असं त्यांनी सांगितलं आणि विषय निघाल्यावर बाबा कबीरबद्दल बोलायला लागले. कबीरविषयी तिच्या बाबांचं मत अतिशय चांगलं होतं. आजकालच्या जगात कबीरसारखा सुसंस्कारी, निर्व्यसनी, हुशार आणि लाघवी मुलगा शोधूनही सापडायचा नाही, असं ते म्हणत होते.

जेवणं झाली. समीराची आई स्वयंपाकघरात काही आवरासावर करीत असताना बाबा बसले होते तिथे हॉलमध्ये समीरा आली आणि बाबांना म्हणाली, "बाबा, मला तुमच्याशी काही बोलायचं आहे. मला तुमचा सल्ला हवाय!" बाबांनी समीराकडे पाहिलं. तिच्या चेहऱ्यावर खरोखरच काही प्रश्न दिसत होते. बाबांना समीराबद्दल विलक्षण अभिमान होता. ती होतीच तशी मुलगी. पार्टटाईम नोकरी करून तिनं आपलं एमबीएचं शिक्षण पूर्ण केलं होतं. आज तिला कोणतातरी प्रॉब्लेम आला असल्याचं त्यांना तिच्या चेहऱ्यावरून आणि बोलण्यावरून स्पष्ट जाणवत होतं. "बोल, बेटा, तुला काय डिस्कस करायचंय माझ्याबरोबर? बोल!" बाबांच्या स्वरातली आश्वासकता ऐकून समीराचा धीर वाढला. खरं तर एरव्ही ती बिनधास्तपणे बाबांशी बोलायची, अगदी कुठल्याही विषयावर! पण आजचा विषय तसा अवघड आणि तिच्या भविष्याबाबतचा; तसेच तिच्या घरच्यांच्या संबंधांचाही होता. शिवाय स्वतःच्या लग्नाविषयी बोलायचं म्हणूनही तिला संकोच वाटत होता. तरीपण बोलणं भागच होतं.

खाली मान घालून तिनं बोलायला सुरुवात केली. "बाबा, मला तुमचा सल्ला हवाय. विषय फार महत्त्वाचा आहे. म्हटलं तर गंभीर आहे, म्हटलं तर नाही. बाबा, कबीरला तुम्ही ओळखता. मी आणि कबीर चांगले मित्र आहोत; पण बाबा कबीरनं मला प्रपोज केलं आहे. त्याला माझ्याशी लग्न करायचं आहे!"

"आणि तुला?" समीराचं बोलणं मधेच तोडत बाबांनी विचारलं.

बाबांच्या या प्रश्नावर समीरा क्षणभर गप्प बसली आणि मग म्हणाली, "खरं सांगायचं बाबा, तर कबीर मलाही आवडतो. याचा अर्थ, माझं त्याच्यावर प्रेम आहे

असं नाही; पण माझ्या मनामध्ये माझ्या पतीबद्दलचं जे चित्र आहे, जी प्रतिमा आहे, त्यात कबीर फिट बसतो. तो सुसंस्कृत आहे, केअरिंग आहे, लाघवी आहे, मोठ्या मनाचा आहे, को-ऑपरेटिव्ह आहे आणि मुख्य म्हणजे दुसऱ्याच्या मनाचा विचार करणारा, दुसऱ्याचा सन्मान करणारा, आदर राखणारा आहे. मागच्या आठवड्यात त्यानं मला लग्नाबद्दल प्रपोज केलंय आणि मी पूर्ण विचार करून निर्णय घ्यावा आणि आठ दिवसांनी माझा निर्णय त्याला कळवावा असंही त्यानं मला सांगितलंय; पण बाबा, माझा निर्णय होत नाहीये!'' एवढं बोलून समीरा क्षणभर थांबली.

तोच तिच्या बाबांनी प्रश्न केला, ''का तो मुस्लिम आहे म्हणून?'' बाबांनी तीव्र स्वरात प्रश्न केला आणि ती दचकली. ''समीरा बेटा, माणसाचं कर्तृत्व आणि त्याचा चांगुलपणा तू कधीपासून धर्मावरून ठरवायला लागलीस? कोणत्याही धर्माचा शिक्का बसण्यापूर्वी माणूस हा आधी माणूस असतो आणि तो माणूस म्हणूनच वागला, तर तो फक्त माणूस धर्माचा असतो. इतर कोणत्याही धर्माचा नसतो. आत्तापर्यंत कबीरसोबत वावरताना तुला कबीरमधला मुसलमान दिसला की माणूस, या प्रश्नाचं उत्तर स्वतःला विचार आणि मग निर्णय घे!'' बाबांनी सांगितलं आणि आपल्यापुढे उभा राहिलेला आणि आपल्याला मोठा वाटणारा प्रॉब्लेम बाबांनी एकदमच सोपा करून टाकला. तरी पुन्हा एकदा खात्री करावी म्हणून समीरानं बाबांना विचारलं, ''बाबा, कबीर धर्मानं मुसलमान आहे त्याबद्दल माझी हरकत नाही. तुमच्या बोलण्यावरून तुमचीही नसावी असं दिसतंय. पण बाबा, मी हे लग्न केलं तर आई आणि आपले इतर नातेवाईक आणि समाज काय म्हणेल? कबीर तुम्ही म्हणता तसाच आहे, त्याचा धर्म माणूस हाच आहे. पण समाजाला एवढीच गोष्ट मान्य होत नाही, त्याचं काय?'' समीरानं मनात उद्भवलेली शंका पुन्हा बाबांसमोर मांडली. तिच्या प्रश्नावरून ती पुन्हा गोंधळलेली आहे, हे बाबांच्या लक्षात आलं.

ते म्हणाले, ''पोरी, तुला आपलं आणि आपल्या समाजाचं जगण्याचं एक सूत्र सांगतो. आपण नेहमी पाच वर्तुळांत जगत असतो. त्यातलं पहिलं वर्तुळ फक्त आपल्याभोवती असतं. त्यामध्ये आपण एकटेच आणि आपल्यासोबत आपले विचार, आपली मतं आणि आपले संस्कार असतात. त्याच्या बाहेरचं दुसरं वर्तुळ आपल्या जोडीदाराचं असतं. त्याच्या बाहेरचं तिसरं वर्तुळ हे आपले कुटुंबीय आणि आपले नातेवाईक यांचं असतं. त्याच्या बाहेरचं चौथं वर्तुळ हे आपले परिचित, स्नेही, मित्रपरिवार आणि या सगळ्यांनी मिळून बनलेला समाज याचं असतं आणि त्याच्या बाहेरचं पाचवं वर्तुळ हे आपलं राज्य, आपला देश, जग याचं असतं. आपण सर्वसामान्य माणसं. आपण आधी पहिल्या, मग दुसऱ्या आणि मग फार फार तर तिसऱ्या वर्तुळाचा विचार करायचा असतो. आपली राजकारणी माणसं,

उद्योजक पहिल्या तीन वर्तुळांसोबतच चौथ्या वर्तुळाचाही विचार करतात, तर आपले जवान, संशोधक हे पहिल्या चार वर्तुळासोबतच पाचव्या वर्तुळाचाही विचार करतात; पण आपल्यासारख्या सामान्य माणसांना विचारात घेण्यासाठी पहिली तीन वर्तुळं पुरेशी होतात. आत्तापर्यंत तू पहिल्या वर्तुळात वावरत होतीस, पुढच्या आयुष्याचा विचार करताना तुला दुसऱ्या वर्तुळात यावं लागेल आणि जर कबीर तुला आवडत असेल तर या दुसऱ्या वर्तुळात तू, कबीर आणि तुमचा स्वतःचा परिवार एवढंच असेल. दुसऱ्या वर्तुळात आपण कबीरसोबत सुखात राहू की नाही हे ठरवून तू निर्णय घ्यायचा आहेस. तिसऱ्या वर्तुळाचा विचार आत्ता करायची गरज नाही. कबीरला मीही ओळखतो. तुझा नवरा व्हायला तो अतिशय लायक मुलगा आहे. कुंडली, जात आणि धर्म जुळण्यापेक्षा मनं जुळणं सर्वांत महत्त्वाचं आहे. एकदा ती एकमेकांशी जुळली की तिसऱ्या वर्तुळाशी जुळवून घेणं फारसं कठीण जात नाही. मला असं वाटतं की तुझ्या मनातल्या शंकेचं निरसन झालं असावं. आता निर्णय तुला घ्यायचा आहे. तू कोणताही निर्णय घेतलास तरी मला आणि तुझ्या आईला अगदी ती कितीही परंपरावादी असली तरीसुद्धा मान्यच असणार आहे, हे लक्षात ठेव. तिला काय सांगायचं आणि कसं सांगायचं ते माझं मी बघतो. पण एक गोष्ट लक्षात ठेव, जो निर्णय घेशील त्यावर कुठल्याही परिस्थितीत ठाम राहा. कितीही विरोध झाला, कितीही संकटं आली तरी एकदा घेतलेला निर्णय बदलू नकोस. गुड नाईट!'' असं बोलून समीराच्या डोक्यावर मायेनं थोपटून तिचे बाबा, संदीप रेड्डी निजायला गेले! पण एवढं खरं की, त्यांच्या बोलण्यानं समीराच्या मनावरचं शंकेचं मळभ पार नाहीसं झालं आणि तीसुद्धा शांत मनानं निजायला गेली.

चार दिवस कबीर त्या अमेरिकेहून आलेल्या लोकांसोबतच होता. त्यानं बनवलेल्या प्रोजेक्टबद्दलची त्याची आस्था, त्या प्रोजेक्टबद्दलचं त्याचं सखोल ज्ञान, त्याचा आत्मविश्वास आणि त्याचं सुसंस्कृत वागणं या सगळ्याचा त्या पाहुण्यांवर खूपच चांगला प्रभाव पडला. कबीरच्या कंपनीला आपल्या अमेरिकेतल्या कंपनीचे आणखी दोन प्रोजेक्ट देण्याचा करार त्यांनी कबीरच्या कंपनीसोबत केलाच; पण त्याचबरोबर त्यातल्या एका प्रोजेक्टवर काम करण्यासाठी कबीरला पंधरा दिवसांसाठी अमेरिकेलाही बोलावलं. पाचव्या दिवशी त्या लोकांना मुंबईच्या एअरपोर्टवर पोहोचवून कबीर पुन्हा परतला, तेव्हा त्याचा आनंद गगनात मावत नव्हता. ही आनंदाची बातमी समीराला कधी सांगतो, असं त्याला झालं होतं. अपरात्री गेस्ट हाऊसवर परतूनसुद्धा तो दुसऱ्या दिवशी पहाटेच उठला. ब्रेकफास्ट करायलासुद्धा थांबला नाही. अंघोळ करून तो लगेचच बाहेर पडला आणि त्यानं ॲक्सिस बँक गाठली. तो इतका आनंदित होता की आज समीरा आपला निर्णय

आपल्याला सांगणार आहे, ही गोष्टही तो काही वेळ विसरून गेला. बँकेजवळ आल्यावर मात्र त्याला हे आठवलं. काही क्षण तो थबकला. समीरासमोर जावं की नाही? ही आनंदाची बातमी तिला सांगावी की नाही? तिचा आपल्याला नकार असेल, तर ती आपल्याशी बोलेल की नाही? असे अनेक प्रश्न त्याच्या मनात उभे राहिले. एक क्षणभर त्यानं विचार केला. 'तिचा नकार असला तर ती नंतरची गोष्ट आहे. आपण आधी एकमेकांचे मित्र आहोत आणि ही आनंदाची बातमी शेअर करायला इथं समीराशिवाय आपलं आहे तरी कोण?' असा विचार करतच त्यानं बँकेत प्रवेश केला. आता बँकेत त्याला सगळे जण ओळखत होते आणि दुसरं म्हणजे तो समीराचा मित्र आहे, हीही त्याची ओळख तिथे तयार झाली होती. त्यामुळे तो बँकेत आल्याबरोबर शिपायानं त्याला नमस्कार तर केलाच, पण त्याचबरोबर समीरा तिच्या केबिनमध्ये असल्याची माहितीही सांगितली. त्याला हसून प्रत्युत्तर देत कबीर समीराच्या केबिनजवळ गेला. त्यानं केबिनच्या दरवाजावर टकटक केलं. "येस! कम इन!" समीराचा आवाज आला. त्यानं दरवाजा किलकिला करून आत बघितलं आणि विचारलं, "मे आय कम इन मॅडम?" त्याला बघून समीराचे डोळे चमकले. चेहऱ्यावर आनंद पसरला. "ओ कबीर, या ना!" असं म्हणत समीरानं समोरच्या खुर्चीकडे निर्देश केला. गोष्ट अशी होती की तिने 'कबीर, या ना' म्हणेपर्यंतसुद्धा त्याला धीर निघत नव्हता. 'या ना' म्हणता क्षणीच तो झटक्यात आत आला आणि खुर्चीकडे निर्देष केलेला तिचा हात तसाच पकडून तो उत्तेजित स्वरात म्हणाला, "ओ समीरा, आय गॉट इट! आय गॉट इट! समीरा, तुला काय सांगू? कसं सांगू? मला इतका आनंद झालाय बघ! की मला एका जागी बसवत नाही. उड्या माराव्याशा वाटत आहेत. मला इतका आनंद झालाय की आपल्याला पंख असते तर किती बरं झालं असतं, असं मला वाटायला लागलंय! समीरा, समीरा, मी केलेल्या कष्टांचं फळ मला मिळालं. मला मिळालं, समीरा, मला मिळालं!" उत्तेजित स्वरात कबीर बोलत होता. खरंतर प्रत्यक्षात त्याला काय सांगायचं होतं, हे त्यानं सांगितलंच नव्हतंच. आणि आनंदाच्या भरात समीराला आपण एकेरी संबोधतोय याचंही त्याला भान नव्हतं.

त्यानं आपला धरलेला हात तसाच त्याच्या हातात राहू देत दुसऱ्या हातानं त्याच्या हातावर थोपटत समीरा म्हणाली, "हो, हो कबीर! प्लीज, शांत व्हा! शांत व्हा, बघू आधी! आणि पहिल्यांदा त्या खुर्चीवर बसा. बसा आधी!" असं म्हणत समीरानं त्याच्या आनंदाला आणि उत्साहाला थोडासा आवर घातला. मघापासून आपण मुख्य बातमी ऐकण्याऐवजी नुसतंच काहीतरी बडबडतोय, हे कबीरच्याही लक्षात आलं. तो पटकन खुर्चीवर बसला. समीरानं टेबलावरचा पाण्याचा ग्लास उचलून त्याच्या हातात दिला, तिच्या हातातून तो घेऊन कबीरनं एका दमात

संपविला. आपल्या खिशात रुमाल आहे, समीराच्या टेबलवर पेपर नॅपकीन आहे, हेही तो आनंदाच्या भरात विसरला. लहान मुलासारखं त्यानं पालथ्या हातानं तोंड पुसलं. ते बघून समीराच्या चेहऱ्यावर हसू उमटलं; पण कबीरचं या सगळ्याकडे लक्षच नव्हतं. आपली आनंदाची बातमी समीराला आपण कधी एकदा सांगतोय, असं त्याला झालं होतं.

त्याला इतका आनंद झाला होता की, तो आपल्याला काय सांगायचे ते विसरला, हे समीराच्या लक्षात आलं. त्याची ती अवस्था बघून समीरा म्हणाली, "कबीर, तुम्ही मला काहीतरी सांगायला आला होतात, काय सांगणार होतात?"

समीरानं असं विचारल्यावर कबीरला एकदम भान आलं. "हो येस! थँक्स समीरा, पण एक फार मोठी आनंदाची बातमी सांगायला मी इथे आलो आहे. तुला माहित्येय, त्या दिवशी आपण भेटल्यानंतर मी गेस्ट हाऊसला परतलो, तेव्हा मला माझ्या बॉसचा फोन आला. मी केलेला प्रोजेक्ट अमेरिकेच्या कंपनीचा होता. त्या कंपनीला तो प्रोजेक्ट पसंत पडला असून, त्या कंपनीची माणसं त्या प्रोजेक्टवर चर्चा करण्यासाठी, नवीन दोन प्रोजेक्टबद्दल बोलण्यासाठी आणि मला भेटण्यासाठी भारतात येणार आहेत, असं माझ्या बॉसनं त्या दिवशी मला फोनवर सांगितलं. सात-आठ दिवस मी त्या लोकांसोबत होतो आणि सांगायची महत्त्वाची गोष्ट म्हणजे त्यांनी माझा प्रोजेक्ट स्वीकारलाय. त्या प्रोजेक्टच्या यशाबद्दल माझं कौतुक केलं. त्यांच्या कंपनीचे आणखी दोन प्रोजेक्ट आमच्या कंपनीला दिले आणि सर्वांत महत्त्वाचं म्हणजे त्यांतल्या एका नव्या प्रोजेक्टवर काम करण्यासाठी त्या लोकांनी मला अमेरिकेला बोलावलं आहे. पंधरा दिवसांसाठी त्यांनी मला बोलावलं आहे. ऐकते आहेस ना समीरा, मी त्या कंपनीच्या निमंत्रणावरून आमच्या टी.सी.एस. कंपनीतर्फे पंधरा दिवसांसाठी अमेरिकेला चाललोय. सध्या त्यांनी पंधरा दिवस असं सांगितलंय, पण कदाचित काम वाढलं किंवा ठरलेल्या वेळात पूर्ण झालं नाही, तर माझा तिथला मुक्काम वाढण्याची शक्यता आहे. कदाचित मला आणखी पंधरा दिवस तिथे राहावं लागेल. समीरा मी अमेरिकेत जातोय. तिथे गेल्यानंतर माझ्या त्या प्रोजेक्टचं काम तर मी अतिशय मन लावून करीनच, पण मी एखाद्या शनिवारी किंवा रविवारी देवधर सर आणि सरकाकूंना जाऊन भेटेन. ती दोघं म्हणजे माझे आई-वडील आहेत. ती दोघं नसती, तर हा कबीर कुठेतरी लहानशा दुकानात लहानशी नोकरी तरी करीत असता किंवा कुठेतरी गुन्हेगार तरी झाला असता.

"समीरा, मला अमेरिकेला जायला मिळणार, तिथल्या प्रोजेक्टवर काम करायला मिळणार, यापेक्षासुद्धा देवधर सर आणि सरकाकूंना भेटायला मिळणार याचा आनंद जास्तच आहे. या दोन्ही गोष्टी माझ्या आयुष्यातला आनंद वाढविणाऱ्या गोष्टी आहेत. ही बातमी मला मोरे सरांना आणि बाईंनासुद्धा सांगायची आहे. समीरा,

अनाथ असलेला हा कबीर एका मोठ्या प्रोजेक्टवर काम करण्यासाठी अमेरिकेला निघालाय, ही फार मोठी गोष्ट आहे ना?''

कबीर बोलत होता. त्याच्या मनात न मावणारा आनंद त्याच्या बोलण्यातून, शब्दांतून व्यक्त होत होता. त्याचं ते बोलणं ऐकून समीरालाही अतिशय आनंद झाला. आपण त्याला काय म्हणावं याचा क्षणभर विचार करून काहीसं संकोचानं त्याच्याकडे बघत तिनं विचारलं, ''कबीर, खरोखरच ही फार मोठी भाग्याची गोष्ट आहे. फारच मोठी भाग्याची! पण मला सांगा, तुम्ही अमेरिकेला जाणार ते आपली एंगेजमेंट झाल्यावर जाणार, की जाऊन आल्यावर एंगेजमेंट करणार?''

समीरानं विचारलेला प्रश्न ऐकून कबीरचे विस्फारलेले डोळे आणखीनच विस्फारले.

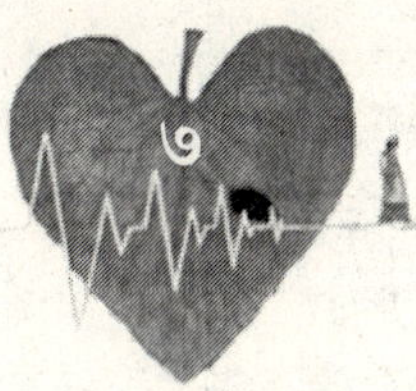

समीरानं विचारलेला प्रश्न आणि त्याचा अर्थ कळायला कबीरला काही क्षण लागले; पण जेव्हा कळलं तेव्हा कबीर आनंदानं नाचायचा तेवढा बाकी होता. भावनावेगानं त्यानं समीराचे हात धरले आणि आनंदानं आपण कोठे आहोत याचं भान विसरून तो ओरडला, "ओ माय गॉड! समीरा, मी... मी... आता जे ऐकलंय ते... ते... बरोबरच होतं ना?" त्यानं हात धरल्यामुळे समीरा संकोचली, त्यातच त्याच्या मोठ्यांदा ओरडण्यामुळे आसपास बसलेली माणसं मान वळवून त्याच्याकडे पाहायला लागली. त्यामुळे समीरा आणखीनच संकोचली. खाली मान घालून ती पुटपुटली, "कबीर काय हे? सगळे जण आपल्याकडे पाहत आहेत." पण समीराचं हे पुटपुटणं कबीरला ऐकूच गेलं नाही. तो इतका आनंदात होता की, समीरा काहीतरी बोलते आहे, आपल्याला काहीतरी सांगते आहे, याकडे त्याचं लक्षच नव्हतं. मग मात्र समीरानं त्याचा हात मध्येच खेचला आणि थोड्याशा जरबेच्या स्वरात ती म्हणाली, "कबीरऽऽ कऽऽ बीऽऽ रऽऽ प्लीजऽऽ!" मग मात्र समीराचं बोलणं कबीरला ऐकू गेलं आणि आपण वेड्यासारखे वागत होतो, हे त्याच्या लक्षात आलं. ओशाळलेल्या चेहऱ्यानं तो खुर्चीवर बसला. खाली मान घालून दोन-तीन वेळा 'सॉरी, सॉरी' म्हणाला. टेबलावर असलेला पाण्याचा दुसरा ग्लास उचलून गटागटा पाणी प्यायला. पाणी प्यायल्यानंतर तो बराच सावरला. आपला दुसरा हात समीराच्या हातावर ठेवून कबीरनं समीराकडे रोखून बघत विचारलं, "समीरा, मी जे ऐकलं ते बरोबर आहे? खरं आहे? तुम्ही... तुम्ही मला... माझ्या प्रपोजलला होकार दिला आहे ना? मी खरोखरच एवढा भाग्यवान आहे का?" कबीरच्या स्वरात जसा अविश्वास होता, तशीच अपेक्षाही होती. समीरा काहीच बोलली नाही, पण खाली मान घातलेल्या अवस्थेत तिनं होकारार्थी मान हलविली. ते बघून मात्र कबीरला खात्री पटली की हिने आपलं प्रपोजल मान्य केलं आहे. एक क्षणभर त्यानं डोळे मिटून घेतले. पुन्हा उघडले. समोर समीरा बसली आहे आणि तिचा हात आपल्या हातात आहे, हे बघितल्यावर आपण स्वप्नात नाही आहोत, याची त्याला खात्री पटली. तरी पण त्याच्या मनामध्ये एक शंका उभी राहिली आणि ती त्यानं लगेच विचारली. म्हणाला, "समीरा, तुमचा होकार मिळाल्यामुळे मी अतिशय भाग्यवान ठरलो आहे. तरीसुद्धा माझ्या मनात एक

बारीकशी शंका आहे. तुमची परवानगी असेल तर मी विचारू का?'' तो काय विचारणार आहे याचा समीराला अंदाज आला. तिनं तसंच खाली बघत होकारार्थी मान हलविली. तिचा होकार बघून कबीर म्हणाला, ''समीरा, तुम्ही माझ्या प्रपोजलला होकार दिलात; पण मला एक सांगा हा होकार देण्याचा निर्णय तुम्ही एकट्यानंच घेतलेला आहे, की या संदर्भात तुम्ही आणखी कोणाशी चर्चा केली आहे?''

समीराला त्याच्या बोलण्याचा रोख समजला. आता त्याच्या मनातल्या सगळ्या शंका दूर कराव्यात असा विचार करून ती म्हणाली, ''कबीर, मला समजलं तुम्हाला काय म्हणायचंय. म्हणून तुम्हाला मुद्दाम सांगते; तुम्हाला, तुमच्या प्रपोजलला होकार देण्याचा हा निर्णय मी माझ्या डॅडींशी बोलून, चर्चा करून, त्यांनी संमती दिल्यावरच घेतलेला आहे. कारण माझे डॅडी माझे बेस्ट फ्रेंड आहेत. माझ्यासाठी काय योग्य आहे आणि काय अयोग्य आहे, हे त्यांना बरोबर माहिती आहे आणि या बाबतीत माझा त्यांच्यावर विश्वास आहे. म्हणूनच जेव्हा तुम्ही मला प्रपोज केलंत, तेव्हा आपण हा निर्णय डॅडींना विचारूनच घ्यायचा, असं मी नक्की केलं होतं. म्हणूनच तुमच्याकडून मी निर्णय देण्यासाठी आठ दिवसांची मुदत मागून घेतली होती. कबीर तुम्ही हिंदू आहात की मुस्लिम, यापेक्षासुद्धा तुम्ही माणूस म्हणून फार चांगले आहात ही आमच्या दृष्टीनं फार मोठी आणि महत्त्वाची गोष्ट आहे. तुमच्या प्रपोजलला होकार देण्याचं हे आणि हेच एकमेव कारण आहे. धर्माचं अवडंबर माझ्या घरी कधीच नव्हतं आणि वैयक्तिक तुम्हालाही ते नाही, असा माझा विश्वास आहे. आपल्या पुढच्या आयुष्यात धर्माचं अवडंबर असणार नाही, याची खात्री तुम्हीही द्यावीत, अशी माझी मनापासून इच्छा आहे. आपण दोघांनी एकमेकांचे धर्म, जात बघून प्रेम केलेलं नाही, तर माणूस म्हणून, व्यक्ती म्हणून आपण एकमेकांना आवडलो. एकमेकांबद्दल आपली हीच धारणा आपल्या लग्नानंतरच्या आयुष्यात कायम राहावी, असं मला वाटतं. माझी ही सूचना तुम्हाला गैर वाटत असेल तर तुम्ही आणखी थोडा वेळ घेऊ शकता, पण आपल्या सुखी संसारात कोणाचाच आणि कुठलाच धर्म, जात येऊ नये असं मला वाटतं.'' समीरानं बोलणं संपवलं. कबीर तिचं बोलणं लक्षपूर्वक ऐकत होता आणि त्याच्या लक्षात आलं की आपल्याशी लग्न करण्याचा निर्णय तिनं कोणत्याही भावनेच्या भरात घेतलेला नाही. हे लक्षात येताच त्याला समीराचं कौतुक वाटलं आणि त्याचबरोबर आपली निवड चुकली नाही याचाही विश्वास वाटला.

त्यानंतरच्या घडामोडी फार गतीनं झाल्या. समीराच्या डॅडींनी समीराच्या आईची व्यवस्थित समजूत काढली असावी; कारण तिनं अतिशय आनंदानं परिवारातली, ओळखीची वीस-पंचवीस माणसं, समीराच्या ऑफिसमधला मित्र परिवार आणि कबीरचे दोन-चार मित्र असे बोलावून समीरा आणि कबीरची एंगेजमेंट केली.

छोटासाच पण छान कार्यक्रम झाला. त्यानंतर चारच दिवसांनी कबीर अमेरिकेला गेला. हे सगळं होण्याआधी समीरा आणि कबीरनं एक महत्त्वाची गोष्ट केली. ती म्हणजे, समीराच्या मैत्रिणीचा– स्वातीचा फ्लॅट उघडून त्याची साफसफाई करून कंपनीचं गेस्ट हाऊस सोडून कबीरनं त्या फ्लॅटमध्ये आपलं बस्तान हलवलं. हाताशी असलेल्या तीन-चार दिवसांत पळापळ करून दोघांनी मिळून संसारासाठी लागणारी काही महत्त्वाची खरेदी केली. कबीरचं काहीच सामान नव्हतं, त्याची एक कपड्याची सूटकेस तेवढी होती. त्या तीन-चार दिवसांत दोघांनी मिळून सोफासेट, एक तिजोरी, एक डबल बेड, गॅस, स्वयंपाकासाठी लागणारी काही भांडीकुंडी अशी खरेदी करून तो फ्लॅट सजवला होता आणि साखरपुडा झाल्यानंतर कबीर पंधरा दिवसांसाठी अमेरिकेला गेला. त्या पंधरा दिवसांचे तीन आठवडे झाले आणि मग दोन महिने. या दोन महिन्यांत आपलं एकमेकांवर किती प्रेम आहे, ते समीरा आणि कबीर दोघांनाही कळून चुकलं आणि याच जाणिवेच्या जोरावर न्यूयॉर्कच्या विमानतळावर उतरल्यानंतर आलेला कटू अनुभव कबीरनं मनाआड केला. भारतातून निघून अमेरिकेला उतरलेल्या कबीरला, पासपोर्टवर असलेल्या त्याच्या कबीर खान या नावामुळे एका कटू अनुभवाला सामोरं जावं लागलं होतं. त्याचं नाव कबीर खान आहे आणि त्याचा धर्म मुस्लिम आहे या एका कारणासाठी न्यूयॉर्कच्या विमानतळावर त्याला दोन तास थांबवून ठेवलं होतं. तिथे त्याची कसून चौकशी केल्यानंतरसुद्धा विमानतळावर अधिकाऱ्यांनी त्याला जाऊ दिलं नाही. शेवटी कबीरनं ज्या कंपनीनं त्याला बोलावलं होतं, त्या कंपनीच्या अधिकाऱ्यांना फोन लावून एअरपोर्टवर बोलावून घेतलं. त्या अधिकाऱ्यानं कबीरची खात्री दिल्यानंतरच कबीरला जाऊ देण्यात आलं. या प्रसंगामुळे कबीरला भरपूर मनस्ताप झाला. जो धर्म त्याच्या प्रेमाच्या आणि लग्नाच्याही आड आलेला नव्हता, तो धर्म त्याच्या प्रगतीच्या वाटेवर एक स्पीडब्रेकर म्हणून सतत अडथळे निर्माण करीत होता. आत्तापर्यंत आपण मुस्लिम आहोत, एवढाच विचार त्याच्या धर्माच्या संबंधानं कधी कधी त्याच्या मनात येई, तेसुद्धा कुणी जाणीव करून दिली तर. पण अमेरिकेतला हा प्रसंग घडल्यानंतर मात्र पहिल्यांदाच त्याला या धर्माबद्दलची खंत वाटली. आपण मुस्लीम म्हणून जन्मलो याचीही खंत वाटली आणि रागही आला. अमेरिकेतले ट्विन टॉवर अतिरेकी हल्ल्यात जमीनदोस्त झाले. या गोष्टीला दोनच वर्षं उलटून गेली होती. त्यामुळे साहजिकच विमानतळावरील सुरक्षा व्यवस्था अतिशय कडक होती. त्यातून तो अतिरेकी हल्ला करणारे दहशतवादी हे मुसलमानच होते. त्यामुळे आपल्या देशाच्या आणि माणसांच्या सुरक्षेचा त्यांनी विचार केला, ही गोष्ट त्यांच्या दृष्टीनं बरोबरच होती. त्यामुळे तक्रार करायला कुठेच जागा नव्हती. मोरे सरांनी त्याला हेच सांगितलं होतं. शिवाय तो दुसऱ्यांच्या देशात होता. तिथे त्यांच्या

देशाचे कायदेकानून, त्यांचे नियम यांचं पालन करणं त्याला भागच होतं. त्यामुळेच झाला प्रकार कानाआड आणि दृष्टिआड करत त्याने स्वतःला कामात झोकून दिलं. तरीही विमानतळावर झालेल्या त्या घटनेचा त्याला पुढे दोन दिवस त्रास झालाच. काही असो, दोन महिने तिथे राहून प्रोजेक्टचं काम संपवून कबीर भारतात परतला. दरम्यान या दोन महिन्यांत समीरानं त्या फ्लॅटमध्ये आणखी काही लहान-मोठ्या दुरुस्त्या करून घेतल्या. आणखी काही बारीकसारीक खरेदी केली. शिवाय लग्नाची थोडीफार तयारी होतीच आणि त्याबरोबर नोकरीसुद्धा होती. त्यामुळे कबीरची आठवण हृदयाच्या एका कोपऱ्यात जपत तिनं ही सगळी कामं केली आणि म्हणूनच हे दोन महिने कधी सरले हे तिलाही कळलं नाही. कबीर दोन महिन्यांनी परतला आणि पुढे आठच दिवसांत चांगला दिवस बघून समीरा आणि कबीरनं रजिस्टर लग्न केलं. लग्नाला समीराकडचीच मंडळी जास्त होती. कबीरचे दोन-चार मित्रच हजर होते आणि हो, कबीरकडून मोरे सर आणि बाई मात्र आवर्जून लग्नाला आले होते. सगळ्यांनी सांगूनसुद्धा कबीरनं आपल्या काका-काकूंना लग्नाला बोलावलं नाही. नाहीतरी दहावी पास झाल्यानंतर त्या काका-काकूंशी त्याचा संबंधही आलेला नव्हता. कबीर कुठे आहे, कसा आहे याची त्यांनी या पाच-सात वर्षांत कधी चौकशीही केली नव्हती. त्यामुळे समीराच्या वडिलांनी सांगूनही कबीरनं काका-काकूंना बोलवायचं टाळलं. नाहीतरी आपल्या पूर्वायुष्याशी आणि आपल्या धर्माशी संबंध सांगणारा कोणताही दुवा त्याला नको होता. काही असो, रजिस्टर लग्नाचा कार्यक्रम झाल्यानंतर कबीरनं एक छोटंसं रिसेप्शन केलं. त्या रिसेप्शनला कबीरच्या कंपनीतले त्याचे मित्र कौतुकानं हजर होते. कबीरनं कंपनीतही आपल्या स्वभावानं आणि आपल्या कामानं लोकप्रियता मिळविली होती, याचंच ते द्योतक होतं. कबीर आणि समीरा अखेर विवाहबंधनात अडकले. त्या फ्लॅटवर दोघांचा सुखाचा संसार सुरू झाला. दोघांच्याही मनात एकमेकांबद्दल फक्त प्रेम आणि प्रेमच होतं. दोघांचीही एकमेकांबद्दल असलेली प्रेमाची, आदराची आणि सन्मानाची भावनाही कायम होती. समीराचा हिंदू धर्म आणि कबीरचा मुस्लिम धर्म या दृष्टीने दोघांच्याही संसारात आणि मनात मतभेदाची जागा नव्हती. समीरानं स्वयंपाकघरात एक फळीवर एक शंकराची लहानशी मूर्ती ठेवली होती. त्या मूर्तीसमोर ती रोज दिवा लावत असे. तिचं ते दिवा लावणं कबीरलाही आवडत असे. तिने त्या मूर्तीसमोर दिवा लावला की कबीरही क्षणभर डोळे मिटून सर्वांना सुखी ठेव, अशी मनोमन प्रार्थना करायचा. कबीरचं वैशिष्ट्य असं होतं की आपण मुस्लिम आहोत हे कळल्यानंतर आपल्या मुस्लिम धर्माबद्दलचे कोणतेच संकेत त्यानं माहीत करून घेतले नव्हते आणि तो पाळतही नव्हता. कारण आत्तापर्यंत धर्म या संकल्पनेच्या बाहेरच्या जगात तो वावरत होता. देव- मग तो कोणत्याही धर्माचा

असू दे, अल्ला असो किंवा ईश्वर- ती एक महान शक्ती आहे. त्या शक्तीसमोर नतमस्तक होणं हेच आणि एवढंच प्रत्येक माणसानं केलं पाहिजे; कारण माणसाच्या जन्माला घातल्याबद्दल त्या शक्तीजवळ कृतज्ञता व्यक्त करणं आणि माणुसकीनं वागणं हाच खरा धर्म आहे, यावर कबीरचा विश्वास होता. आणि म्हणूनच धर्म या संकल्पनेच्या वर्तुळात न वावरताही कबीर आणि समीरा दोघंही सुखी होते. दोघांचा संसार अत्यंत सुखाचा चालला होता आणि हे बघून समीराच्या आई-वडिलांना आपण समीराला कबीरशी लग्न करण्यासाठी परवानगी दिली, पुढाकार घेतला हे किती योग्य केलं, असं सतत वाटत होतं. कबीर आणि समीराचा सुखाचा संसार बघून समीराचे आई-वडील आनंदित होते.

कबीर समीराचा संसार छान चालला होता. उत्तरोत्तर दोघांतलं प्रेम आणि दोघांच्या प्रगतीचा आलेख वाढतच होता. अमेरिकेला जाऊन आलेला कबीर तिथे जाऊन देवधर सरांना आणि सरकाकूंना भेटून आला होता. आणि त्याची प्रगती आणि त्याबरोबर त्याची लग्नाची बातमी ऐकून देवधर सरांच्या चेहऱ्यावर पसरलेला आनंद, त्यांचा तो समाधानी चेहरा कित्येक दिवस कबीरच्या मनातून जात नव्हता. आपल्या कर्तृत्वानं आपण देवधर सरांना इतका आनंद देऊ शकलो, ही गोष्ट कबीरच्या मनाला दीर्घ काळ उल्हसित करीत होती. तो परत भारतात आल्यानंतर समीराशी त्याचा झालेला विवाह, त्या विवाहाला आवर्जून उपस्थित राहिलेले मोरे सर आणि बाई, त्याचबरोबर इंटरनेटच्या माध्यमातून वेब कॅमेऱ्यानं अमेरिकेत राहूनसुद्धा कबीरचा सगळा विवाहसोहळा अत्यंत आनंदानं अनुभवणारे आणि तिथूनच कबीरला तोंडभरून आशीर्वाद देणारे देवधर सर आणि सरकाकू, कबीरनं संसार थाटल्यानंतर त्याच्याकडे येऊन आवर्जून चार दिवस राहणारे मोरे सर आणि बाई, समीरासारखी गुणसंपन्न लाघवी पत्नी आणि निष्ठेनं काम केल्यामुळे नोकरीमध्ये उत्तरोत्तर होत जाणारी प्रगती यामुळे कबीरचं जीवन आनंदानं न्हाऊन निघालं. त्यातच समीराची मैत्रीण स्वाती जी कॅनडाला गेली होती आणि तिच्या फ्लॅटमध्ये कबीर आणि समीरा राहत होती, ती स्वाती कायमची कॅनडामध्ये स्थायिक होणार असून तिथे राहण्यासाठी तिनं घर खरेदी केलं आहे व हा फ्लॅट ती विकणार आहे, असं कळलं. कबीर आणि समीरानं तो फ्लॅट विकत घ्यायचं ठरवलं आणि त्याप्रमाणे त्यांनी तो घेतलाही. केवळ तीनच वर्षांत कबीर आणि समीरानं अशी प्रगती केली आणि फ्लॅट खरेदी केल्यावर लगेचच समीराला बाळाची चाहूल लागली. मग मात्र कबीरच्या आनंदाला आकाश ठेंगणं झालं. समीराला कुठे ठेवू, कुठे नको असं त्याला झालं. यथावकाश समीरानं एका छान गोंडस मुलीला जन्म दिला. कबीर आणि समीराचा संसार खऱ्या अर्थानं, खऱ्या सुखानं उजळून गेला. कबीर आणि समीरा यांनी लेकीचं नाव मीरा असं ठेवलं. मीरा चार महिन्यांची

झाल्यानंतर समीरानं पुन्हा ऑफिस जॉईन केलं. मीराला सांभाळण्यासाठी डॅडींच्या ओळखीनं तिनं त्या गेस्ट हाऊसच्या वॉचमनची बायको कामाला ठेवून घेतली. ती दिवसभर समीराच्या घरात थांबे. चिमुकल्या मीराची देखभाल करे, मायेनं तिचं सगळं नीट करे, तिचं दूध-पाणी, औषध, नॅपी बदलणं, कपडे बदलणं सगळं वेळच्या वेळी करत असे. त्यामुळे समीरा निर्धोकपणे कामावर जाऊ लागली. फ्लॅट घेण्यासाठी थोडंसं कर्ज काढलं होतं. त्या कर्जाचा हप्ता वेळेवर फेडण्यासाठी समीराचा पगार कामाला येत होता. कबीरच्या ऑफिसमध्ये त्याला आणखी वरची जागा मिळाली होती. त्यानंतर दोन वेळा कबीर परदेशवारी करून आला. याही वेळेला अमेरिकेला गेल्यानंतर त्यानं देवधर सरांची भेट घेतली. त्यांना सगळी ख्यालीखुशाली सांगितली. त्यानंतर तो जेव्हा कॅनडाला गेला, त्या वेळी आवर्जून तो समीराची मैत्रीण स्वाती शिणगारे हिला भेटायला गेला. तिथे जाऊन तिची भेट घेऊन तिचे आभार मानायला तो विसरला नाही. आपल्या लाडक्या मैत्रिणीला कबीरसारखा नवरा मिळाला, याचा स्वातीलाही खूप आनंद झाला. त्याचबरोबर धर्मानं मुस्लिम असूनसुद्धा कबीरचा वागण्या-बोलण्यातला सुसंस्कृतपणा बघून समीराची निवड चुकलेली नाही, याचा तिला विश्वास वाटला. तिने तसं कबीरला बोलूनही दाखवलं. तिच्या या प्रतिक्रियेला केवळ गालातल्या गालात हसून कबीरनं उत्तर दिलं. समीराचे आई-वडील या दोघांना तर कबीर स्वतःच्या आई-वडिलांपेक्षा जास्त मानत होता, स्वतःच्या आई-वडिलांना त्यानं पाहिलं असलं तरीसुद्धा ते त्याला आठवत होतेच, असं नाही. त्याला पुसटशी आठवत होती, ती त्याची आई. पण त्यानंतर देवधर सर आणि सरकाकू, मोरे सर आणि बाई आणि आता समीराचे आई-वडील यांनी त्याला आई-वडील नसल्याची उणीव पूर्णपणे भरून काढली. इतकी, की आपण कधी काळी अनाथ होतो; आपल्या काका-काकूंकडून हाकलले गेलो होतो, याची पुसटशी जाणीवसुद्धा त्याला राहिली नव्हती. कबीरचं आयुष्य आणि त्याचा संसार, त्याचं दैनंदिन जगणं आणि त्याची मानसिकता अशी सर्वार्थानं फुललेली, समाधानाची होती.

या समाधानात मीराच्या येण्यानं आणखी भरच पडली. त्यातच कबीर राहत असलेल्या इमारतीसमोर एक विस्तीर्ण अशी मोकळी जागा होती. कबीर राहत असलेल्या इमारतीतले लोक सोडले, तर आसपास काही टुमदार बंगलेच होते. समोर असलेली रिकामी जागा मुलांच्या खेळाचं मैदान म्हणून वापरात येत होती. कधी कधी त्या जागेकडे पाहून कबीरला वाटायचं, इथेही एक छानसं अपार्टमेंट व्हावं, म्हणजे ती जागा स्वच्छ राहील, वापरली जाईल. बऱ्याचदा ही गोष्ट तो समीराजवळ बोलूनही दाखवायचा. समीरा मात्र त्याच्या या मताशी सहमत व्हायची नाही. त्या रिकाम्या प्लॉटच्या बाजूकडे तिच्या फ्लॅटच्या दोन्हीही बेडरूमची बाल्कनी

येत असे. समीराला वाटायचं, तिथे उंच इमारत झाली तर उजेड आणि वारा हे दोन्हीही त्या इमारतीला अडेल आणि बाल्कनीतून येणारा स्वच्छ उजेड आणि गार वारा अडवला जाईल; तर कबीरला वाटायचं की तिचं हे म्हणणं जरी बरोबर असलं तरीसुद्धा बाल्कनीसमोर एखादी इमारत झाली तर उजेड आणि वारा अडेल; पण त्याचबरोबर सोबत आणि सुरक्षितता या दोन्ही गोष्टींचा लाभ होईल. त्या विषयावर दोघं काहीतरी चर्चा करत बसले की वर्ष-दीड वर्षाची झालेली मीरा मध्येच येऊन काहीतरी लुडबुड करायची आणि मग दोघांच्या चर्चेला पूर्णविराम मिळायचा.

असे बरेच दिवस गेले आणि एक दिवस कबीरच्या मनातली इच्छा पूर्ण होण्याची चिन्हे दिसायला लागली. एक दिवस रिकाम्या जागेवर चार माणसं येऊन दिवसभर थांबून कसली कसली मोजणी करून गेले आणि त्यानंतर आठ दिवसांनी बांधकामाचं सामान येऊन पडलं. सामान आलं त्या दिवशी चार माणसं तिथे वस्तीला राहिली. दुसऱ्या दिवशी सकाळपासून त्यांनी कामाला सुरुवात केली आणि कबीरच्या अपार्टमेंटसमोरच्या रस्त्यावर तुळया आणि पत्रे वापरून बांबू बांधून एक झोपडी उभी केली गेली. सकाळी कबीर आणि समीरा ऑफिसला जाताना तिथे चार माणसं जमून काहीतरी करीत होती. संध्याकाळी जेव्हा ते दोघं थोड्या वेळाच्या फरकानं घरी आले, तेव्हा तिथे एक झोपडी उभी राहिली होती. ती तिथे राहणाऱ्या वॉचमनसाठी बांधलेली झोपडी असावी. दुसऱ्या दिवशी एक बाई साधारण तीस वर्षांची, एक माणूस साधारण पस्तीस वर्षांचा आणि एक तीन-चार वर्ष एवढ्या वयाचा लहान मुलगा रिक्षातून काही सामानसुमान घेऊन आले. त्या बाईनं तिथे आल्यावर पदर खोचून कामाला सुरुवात केली असावी; कारण संध्याकाळी कबीर घरी परतला तेव्हा ती झोपडी, सोबतचा तो परिसर, झोपडीसमोरचं अंगण अगदी स्वच्छ, नीटनेटकं दिसत होतं. अंगणात एक तीन दगडांची चूल मांडलेली दिसत होती. इतरही काही बारीकसारीक सामानसुमान झोपडीच्या बाहेर एका बाजूला शिस्तीत लावून ठेवलेलं दिसत होतं. कबीर संध्याकाळी घरी आला तेव्हा समोरच्या प्लॉटवर झालेली ही उलाढाल बघून त्याला साहजिकच आनंद झाला. समीराला त्यानं तसं बोलूनही दाखवलं. समीरानं नुसतीच मान झटकली. प्रत्युत्तर काहीच दिलं नाही. दुसऱ्या दिवशीपासून त्या प्लॉटवर काही ना काही हालचाल सुरू झाली, काही ना काही कामकाज सुरू झालं. हळूहळू थोडं थोडं सामान येऊन पडायला लागलं. एके दिवशी दोन मोठ्या गाड्या तिथे येऊन थांबल्या. त्यातून काही स्त्रिया व पुरुष उतरले. त्या दिवशी तिथे भूमिपूजन असावं; कारण त्यांची मांडामांड चालू असताना कबीरची ऑफिसची वेळ झाली म्हणून तो बाहेर पडला. रोज ऑफिसला जाताना मीराचा एक गोड पापा घेऊन तो बाहेर पडत असे. मीरा अतिशय हुशार होती. चाणाक्ष होती. त्या दिवशी कबीरला तो ऑफिसला निघालेला

असताना त्याला टाटा करताना मीरानं आपल्या बोबड्या बोलात विचारलं, ''बाबा, ती लोकं तिथे काय कलतात?'' कबीरला आणि समीराला तिच्या निरीक्षणाचं, तिच्या चाणाक्षपणाचं कौतुक वाटलं. तिचा गोड पापा घेत कबीरनं सांगितलं, ''सोन्या, ती लोकं तिथे घर बांधताहेत!'' ते ऐकल्यावर मीरानं छान टाळ्या वाजविल्या. तिला आनंद झालेला तिच्या चेहऱ्यावरून दिसत होता. तिच्या या आनंदात तिचं भविष्य लपलं होतं की काय?

कुणाला माहीत नसलेल्या या प्रश्नाचं उत्तर फक्त काळाकडे होतं.

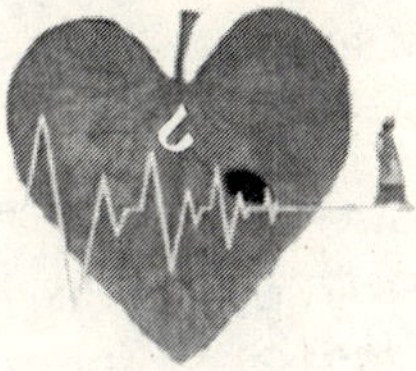

हळूहळू बांधकामाचं एकेक सामान तिथे येऊन पडायला सुरुवात झाली. सळया, वाळू, खडी या सामानापाठोपाठ कामगारांचीही वर्दळ सुरू झाली. सळयांचे आवाज, ठोकण्याचे, बडवण्याचे आवाज आणि या आवाजांसोबतच कामगारांच्या बोलण्याचे, एकमेकांना हाका मारण्याचेही आवाज ऐकू येऊ लागले आणि त्या रिकाम्या जागेला एकदम जिवंतपणा आला. कबीर रोज जाता-येता तिथल्या सगळ्या हालचालींकडे लक्षपूर्वक नजर टाकायचा. नवीन काय काय झालंय त्याची मनानं नोंद घ्यायचा. एका आठवड्यानंतर त्या वॉचमनची ती बांधलेली झोपडी जिवंत झाली. एक जाडसर, काळी स्त्री तिथे वावरताना, काम करताना दिसायला लागली. मध्ये एकदा येऊन ती झोपडी बघून गेली असावी. ती आणि तिचा तो चार वर्षांचा मुलगा आता तिथे सराईतपणे वावरताना दिसायला लागले. तो छोटा मुलगा काही ना काही खेळताना दिसायला लागला. तो आपल्यातच दंग असायचा. त्याच्याकडे बघताना त्याचं स्वतःचं असं एक विश्व त्यानं निर्माण केलंय, असं जाणवायचं. तसंच विश्व कबीर, समीरा आणि मीरा यांचंही तयार झालं होतं आणि त्यांच्या या विश्वामध्ये होतं प्रेम, प्रेम आणि फक्त प्रेम. मतभेदांना, भांडणतंट्याला तिथे जागा नव्हती. ना कोणत्या जातीचा विचार होता, ना कोणत्या धर्माचा. तिथे विचार होता फक्त मानवतेचा. म्हणूनच असेल कदाचित; पण त्या घरात आनंद नांदत होता. कबीर-समीरा दोघंही घरी आले की संध्याकाळी मीराचे बोबडे बोल ऐकण्यात, तिच्याशी खेळण्यात, तिनं विचारलेल्या प्रश्नांची उत्तरं देण्यात, तिचं कौतुक करण्यात, तिचे लाड करण्यात दोघांचा वेळ कसा जाई, हे त्यांनाही कळत नसे. रात्री आठ-साडेआठ वाजता मऊ मऊ वरणभात खाऊन मीरा निजली की मग दोघं जेवायला बसत. त्यानंतर त्यांचा सगळा वेळ एकमेकांसाठी असे. मग गप्पा मारत जेवणं होत. जेवताना दोघंही एकमेकांना दिवसभराच्या कामाचे तपशील सांगत. रिपोर्टिंग करत; पण त्यातसुद्धा मीराचं, तिच्या बाळलीलांचं कौतुक असे. एकमेकांसाठी असलेला आणि दिला गेलेला हा वेळ दोघांसाठी खूप अपूर्वाईचा असायचा. दोघांचं एकमेकांवर आत्यंतिक प्रेम होतं आणि ते व्यक्त करण्यासाठी त्यांना हा एवढाच वेळ मिळायचा. मीराच्या बाळलीला अनुभवताना कबीरच्या प्रेमात आणि कोडकौतुकात न्हाऊन निघत असलेल्या समीराला कधी कधी वाटायचं, 'आपल्या या सुखाला

कोणाची दृष्ट तर लागणार नाही ना?'

स्त्रियांना कधी कधी अशुभाची पूर्वसूचना मिळते असं म्हणतात, ते कदाचित खरंही असावं. कारण त्यानंतर एकापाठोपाठ एक घटना अशा घडल्या की आपल्या संसाराला, आपल्या सुखाला खरंच दृष्ट लागली की काय असं समीराला वाटायला लागलं. घडलं ते असं. गणेश उत्सव जवळ आला होता. समीरा राहत होती त्या अपार्टमेंटमध्ये गणपती बसवण्याचं ठरत होतं. त्यासंबंधी तिथे राहणाऱ्या फ्लॅटधारकांची मीटिंग बोलावली होती; पण खेदाची बाब अशी होती, या मीटिंगला त्यांनी कबीरला बोलावलं नाही. मीटिंग झाल्यावर दुसऱ्या दिवशी ही गोष्ट कबीरला समजली आणि आपल्याला मीटिंगला न बोलावण्याचं कारणही त्याच्या लक्षात आलं. आपण मुस्लिम आहोत म्हणून या लोकांनी आपल्याला मीटिंगला बोलावलं नाही, हे त्याच्या लक्षात आलं. याआधी पहिली दोन-तीन वर्षं कबीर-समीरा जेव्हा इथं भाड्यानं राहत होते, तेव्हा दर वर्षी ते समीराच्या घरी गणेश उत्सवासाठी जात असत. तिथे त्या घरी होणाऱ्या गणेश उत्सवात कबीर मोठ्या उत्साहानं सामील होई. अगदी गणपतीचं डेकोरेशन करण्यापासून, ते जोरजोरात टाळ्या वाजवून आरती म्हणण्यापर्यंत त्याचा उत्साह ओसंडून वाहायचा. मोदक तर त्याला फार आवडायचे. पण ते करताना समीराच्या आईला तो मोठ्या उत्साहानं मदतही करायचा. गणेश उत्सवातला त्याचा ओसंडून वाहणारा हा उत्साह हे देवधर सर, सरकाकू आणि मोरे सर आणि बाई यांच्या संस्कारांचं देणं होतं. इथे हा फ्लॅट विकत घेतल्यावरचा पहिलाच गणेश उत्सव होता. खरं तर मीराला घेऊन या सोसायटीच्या गणेश उत्सवात आपण खूप धमाल करायची, असं कबीरनं ठरवलं होतं. मीराच्या जन्मामुळे त्याचा उत्साह आणि आनंद दुणावला होताच. पहिली दोन वर्षं मीरा अशक्त असल्यानं तिला खूप जपायचं होतं; पण आता ती चार वर्षांची झाली होती. आता तिला सोबत घेऊन आपल्याला या सणात मिरवता येणार, याचाच त्याला फार आनंद झाला होता. पण गणेश उत्सवासाठीच्या मीटिंगमध्ये त्याला बोलावलं नाही म्हणण्यापेक्षा वगळलं आणि त्याच्या मनातले बेत मनातच राहिले. त्याच्या उत्साहावर, आनंदावर विरजण पडलं. त्या वेळी त्याला आठवलं- समीराच्या मैत्रिणीकडून– स्वातीकडून– हा फ्लॅट खरेदी करतानाही या सोसायटीनं त्याला या ना त्या कारणानं त्रास दिला होता. कधी कागदपत्रं अपूर्ण म्हणून, तर कधी जामीनदाराची ओळख म्हणून. पण खरं कारण वेगळंच होतं. ते म्हणजे कबीर मुसलमान होता; पण ते उघडपणे तसं म्हणू शकत नव्हते. शेवटी त्यांनीच कबीरला पर्याय सुचविला की फ्लॅटची खरेदी समीराच्या नावावर- तेही तिच्या माहेरच्या समीरा रेड्डी या नावावर करावी आणि तेव्हाच कबीरच्या लक्षात खरं कारण काय असावं ते आलं; पण आपलं स्वतःचं घर होतंय; मग ते कुणाच्या का नावावर

असेना, या आनंदात कबीरनं या गोष्टीची फारशी दखल घेतली नाही. उलट ती गोष्ट त्यानं नेहमीसारखी कानाआड टाकली. याही वेळेस त्यानं मोरे सरांचा उपदेश पाळला. त्याला, त्याच्या धर्माला विरोध करणाऱ्यांची मानसिकता त्यानं लक्षात घेतली. जगभरात दहशतवादानं घातलेलं थैमान, त्यापोटी सर्वसामान्यांना वाटणारी मुस्लिमधर्मीयांची भीती आणि सुरक्षेचा त्यांनी केलेला विचार, ही मानसिकता त्यानं लक्षात घेतली आणि त्या फ्लॅटची खरेदी समीराच्या नावावर आनंदानं केली. इथं राहायला आल्यानंतर आजूबाजूच्या शेजाऱ्यांचं कबीरशी वागणं तसं सौजन्याचं, मित्रत्वाचं होतं. अर्थात, या फास्ट लाइफमध्ये नोकरीतून एवढा वेळही मिळत नसे, की एकमेकांसोबत गप्पा मारत बसावं. त्यामुळे हाय-हॅलोच्या पलीकडे कुणाचाच कुणाशी संबंध येत नसे. मीराचा जन्म होईपर्यंत हीच परिस्थिती होती. नंतर मात्र मीराला फिरायला नेण्याच्या निमित्तानं कबीर सोसायटीच्या आवारात तिची बाबागाडी घेऊन फिरायचा म्हणून पुढे पुढे चिमुरड्या मीराशी तिथे राहणारे लोक बोलायचे, तिचे लाड करायचे, तिची चौकशी करायचे म्हणून या ना त्या निमित्तानं कबीरचं कोणा ना कोणाशी तरी संभाषण होत राहायचं आणि तेवढ्या संभाषणानंही कबीरला बरं वाटायचं. आपण यांच्यातलेच आहोत ही भावना आनंद देऊन जायची; पण हे सगळं सुरळीत चालू असतानाच गणेश उत्सवाच्या मीटिंगला असं घडलं आणि कबीर पुन्हा निराश झाला. ही घटना त्याला मनस्ताप देऊन गेली. त्याचं मन विरसलं. माणुसकीच्या पलीकडे दुसरा धर्म न मानणाऱ्या कबीरला त्याच्या मुस्लिम असण्याबद्दल मिळालेली वागणूक त्याच्या मनात एक प्रकारचा कडवटपणा निर्माण करून गेली आणि केवळ समीराच्या आग्रहावरून तो मीराला घेऊन आरतीला हजर राहिला. तेव्हासुद्धा तो लांब उभा राहिला; पण त्याही वेळेला त्याची कुणी दखल घेतली नाही. एरवी मीराचं कौतुक करणारेही आरतीच्या वेळी तिच्याशी कुणी बोललं नाही आणि ही गोष्ट कबीरच्या मनाला घायाळ करून गेली.

'आपण मुस्लिम असल्याचा आपल्याला बऱ्याचदा त्रास झाला; पण आपल्याला मार्गदर्शन करणाऱ्या चांगल्या व्यक्तींमुळे आपण हा त्रास सहजपणे पचवू शकलो. त्यांच्या शिकवणुकीमुळे आत्तापर्यंत आपण कोणत्याच धर्माचा विचार केला नाही. आपण स्वतः मुस्लिम असूनही आपण इतर मुस्लिमांप्रमाणे वागत नाही. आपण कधी मशिदीतही जात नाही आणि नमाजही पढत नाही. उलट आपल्यावर प्रेम करणाऱ्या लोकांमुळे आपण हिंदूंच्या सगळ्या सण-समारंभांत, उत्सवात मोठ्या उत्साहानं सामील होत गेलो. एवढंच नव्हे, तर समीरा हिंदू असूनही आणि आपण मुस्लिम असूनही आपल्या एकमेकांवर असलेल्या प्रेमात, लग्न करण्यात आणि एकमेकांसोबत आनंदानं संसार करण्यात कसलीच अडचण आली नाही किंवा कोणताच धर्म या गोष्टींच्या आडही आला नाही. आपल्याला असा काही त्रास होऊ

शकेल असं आपल्याला कधी वाटलंच नव्हतं; पण आपल्याला कधीतरी त्रास झालाच तर आपण तो मोकळ्या मनानं स्वीकारला आणि खुल्या दिलानं दृष्टिआड केला; पण आता आपण मुस्लिम असण्याचा आपल्या छकुलीला- मीराला त्रास होणार असेल, तर मात्र धर्म या गोष्टीचा आपल्याला गांभीर्यानं विचार करावा लागेल. नव्हे, आपल्याला तो विचार करावाच लागेल आणि हा विचार करायचा तर आपल्याला आपला धर्म आधी पूर्णार्थानं, सर्वार्थानं जाणून घ्यावा लागेल; पण देवानं ती वेळ आपल्यावर आणू नये. नाहीतर आत्तापर्यंत माणुसकी हा एकच धर्म मानणारा कबीर नाहीसा होईल आणि धर्माचा विचार करणारा आणि धर्म ही बाब जीवनाशी निगडित आहे असं मानणारा आणि त्याप्रमाणे वागणारा एक वेगळा कबीर जन्माला येईल! कबीर आपल्या मनाशी विचार करीत होता. त्याला स्वतःला या बाबतीत अपराधी वाटत होतं आणि म्हणूनच तो या बाबतीत समीराशी बोलू शकत नव्हता. मनाच्या या गोंधळलेल्या अवस्थेत तो समीराची मदत घेऊ शकत नव्हता. त्याची घुसमट होत होती, कोंडी होत होती. यातून सुटण्याचा मार्ग दिसत नव्हता आणि कबीर अधिकच अस्वस्थ होत होता आणि याचा परिणाम? कबीरचं वागणं, बोलणं, विचार करणं कडवट व्हायला लागलं. नकारात्मकतेकडे झुकायला लागलं.

आपल्याच व्यापात व्यस्त असलेल्या समीराला या गोष्टीचा सुगावा अचानक एका वेगळ्याच प्रसंगाने लागला. झालं होतं असं – सुरेखासोबत रोज संध्याकाळी अपार्टमेंटच्या खाली असलेल्या बागेत मीरा खेळायला जायची. त्या दिवशी ती अशीच खाली खेळायला गेली होती. बॉलची फेकाफेकी करून त्यांचा खेळ चालला होता. अचानक सुरेखानं फेकलेला बॉल कंपाऊंडच्या बाहेर गेला आणि त्याच बाजूला उभी असलेली चिमुरडी मीरा तो बॉल आणण्यासाठी धावत गेटच्या बाहेर गेली. समोरच्या बांधकामासाठी येणारं खडी, वाळू हे साहित्य येणाऱ्या-जाणाऱ्या ट्रकमधून सांडून त्या अपार्टमेंटसमोरच्या रस्त्यावर पसरलं होतं. बॉल घेण्यासाठी बाहेर पळत गेलेली मीरा त्या वाळूवरून पाय घसरून पडली. तिच्या हाता-पायाला चांगलंच खरचटलं. तिथेच फतकल मारून ती रडायला लागली. ती पडली आहे आणि रडते आहे हे सुरेखाच्या लक्षात येण्याआधीच समोरच्या बांधकामावरच्या वॉचमनचा मुलगा धना तिच्याजवळ धावत आला. खाली पडलेल्या मीराला त्यानं उचलून बसवलं. तिच्या हाता-पायाला लागलेली माती पुसली. मग त्यानं तिला उभं केलं. तिच्या फ्रॉकला लागलेली माती झटकली. तिचे डोळे पुसले, तोच मीराचा रडण्याचा आवाज ऐकून सुरेखा धावत आली. तिनं मीराला उचलून घेतलं. सुरेखाला बघून मीरा तिला बिलगून रडायला लागली. सुरेखा तिची समजूत घालत तिला गेटच्या आत घेऊन जायला लागली; पण रडत असतानाही मीराचं

लक्ष कंपाऊंडच्या भिंतीलगत पडलेल्या बॉलमध्ये गुंतलं होतं. रडता रडता त्या बॉलकडे ती बोट दाखवत होती. धनाच्या ते लक्षात आलं. त्यानं धावत जाऊन तो बॉल उचलला आणि तोवर गेटमधून आत गेलेल्या सुरेखाच्या मागे तो धावला. सुरेखा मीराला कडेवरून खाली उतरवायला लागली; पण पायाला लागलेलं दुखेल या भीतीनं मीरा तिच्या कडेवरून खाली उतरेचना. सुरेखाची आता पंचाईत झाली. मीरा तर कडेवरून उतरायला तयार नाही आणि तिला खेळण्यासाठी आणलेले तिचे खेळ, तिची सायकल, तिची बाहुली हे सगळं मीराला कडेवर घेऊन एका हातानं गोळा करून वर घेऊन जाणं तिला शक्य नव्हतं. बरं, मीराला घरी सोडून पुन्हा हे सगळं घ्यायला खाली यावं तर ती रडत असल्यानं आता घरातही एकटी राहिली नसती. अपार्टमेंटचा वॉचमनही कुठं दिसत नव्हता. आता काय करावं या विचारात सुरेखा असतानाच धना बॉल घेऊन तिथे आला. मातीत पडलेला मीराचा बॉल त्यानं धुऊन आणला होता. धनाला बघितल्यावर सुरेखाला मार्ग सापडल्यासारखं झालं. मीराचे सगळे खेळ, तिची तीन चाकी सायकल, तिची बाहुली हे सगळं घेऊन तिनं धनालाच आपल्या पाठोपाठ यायला सांगितलं. मोठ्या उत्साहानं धनानं मान डोलावली आणि मीराचे सगळे खेळ गोळा करून तिची तीन चाकी सायकल सावरत तो सुरेखाच्या मागोमाग लिफ्टमध्ये चढला. लिफ्टमध्ये चढल्यावर मीरानं सुरेखाच्या खांद्यावर ठेवलेलं आपलं डोकं उचललं. मागं वळून बघितलं. धनाला लिफ्टमध्ये बघून आणि त्याच्या हातात आपले खेळ बघून तिनं मुसमुसणाऱ्या आवाजात विचारलं, "दादा, माझा बॉल आणलास?" तिचं ते रडवेल्या आवाजात विचारणं, 'दादा' म्हणून हाक मारणं धनाला खूप आवडून गेलं. तोही आता सहा वर्षांचा झाला होता. ही चार वर्षांची चिमुरडी बऱ्याचदा दहाव्या मजल्यावरच्या त्या फ्लॅटच्या बाल्कनीत त्याला दिसायची. रोज ती खाली खेळायला यायची तेव्हासुद्धा सोसायटीच्या भल्या मोठ्या गेटमधून आत पळापळ करताना दिसायची. दुकानातल्या काचेत ठेवलेल्या छान, गोजिरवाण्या बाहुलीसारखी दिसणारी ही चिमुकली त्याला फार फार आवडायची. या बांधकामावर तो त्याच्या आई-अण्णांसोबत राहायला आला, तेव्हा त्याला फार वाईट वाटलं होतं. याआधी तो ज्या झोपडपट्टीत राहत होता, तिथे त्याचे खूप मित्र होते; पण त्याच्या अण्णांना हे वॉचमनचं काम मिळालं आणि ते इकडे राहायला आले. इथे आल्यावर ५-६ वर्षांचा धना एकटा पडला. आजूबाजूला वस्ती होती; पण होत्या उंचच उंच इमारती. त्याही मोठाल्या बंदिस्त कंपाऊंड असलेल्या. त्यातच दोन-दोन वॉचमन. त्या कंपाऊंडच्या आत संध्याकाळी खूप मुलं खेळत असायची. त्यांचा दंगा, ओरडणं, एकमेकांना हाका मारणं धनाला ऐकू यायचं; पण मनात असूनही त्याला त्यांच्यात खेळायला जाता यायचं नाही. मग धना आपल्याच झोपडीच्या दाराशी बसून राहायचा दगडावर दगड मारत. त्याचे

आई-अण्णा दिवसभर कामात असायचे. इथे आल्यापासून त्याची शाळाही बंद झाली होती. जुन्या शाळेत धना पहिलीला होता; पण हे काम मिळालं आणि शाळा खूप लांब राहिली. धना आता जेमतेम अक्षरं लावून लावून वाचायला शिकला होता. आता अण्णा त्याला थेट पुढच्या वर्षीच शाळेत घालणार होता. तोवर धना इथंच राहणार होता. एकटा, एकाकी. आजही तो दगडावर दगड मारत बसला होता आणि ती चिमुरडी त्या समोरच्या इमारतीच्या गेटमधून धावत धावत बाहेर आली. बाहेर रस्त्यावर आली आणि खडीवरून पाय घसरून पडली. तिच्या हाता-पायाला खरचटलं होतं. ती पडलेली बघून धना तीरासारखा धावला. मातीत पडलेल्या तिला त्यानं उठवून बसवलं. तिच्या हातापायाला लागलेली माती पुसून काढली. मग तिला उचलून उभं केलं, तिच्या फ्रॉकला लागलेली माती झटकत असतानाच एक बाई धावत आली आणि तिनं त्या चिमुरडीला उचलून घेतलं. त्या बाईनं उचलून घेताच ती पोर तिला बिलगून रडायला लागली. "मीराऽऽ! मीरा बेटी, कुठं लागलं तर नाही ना?" ती बाई त्या चिमुरडीला विचारत होती. धनाला तिचं नाव कळलं 'मीरा!' त्या बाहुलीसारख्या दिसणाऱ्या मुलीचं नाव मीरा होतं तर! धनाला तिचं नावसुद्धा फार आवडलं. ती बाई मीराला घेऊन गेटमधून आत गेली. धनाचं लक्ष तिच्याकडे होतं. रडता रडतासुद्धा ती पोर मीरा भिंतीकडेच्या कचऱ्याकडे बोट दाखवत होती. धनानं तिकडे पाहिलं. तिथे तिचा बॉल पडला होता. धना तडक तिकडे धावला. त्यानं तो मातीत पडलेला बॉल उचलला. आपल्या झोपडीजवळ येऊन तिथे भरून ठेवलेल्या बादलीतलं पाणी घेऊन त्यानं तो बॉल धुतला आणि धावतच तो त्या इमारतीच्या गेटमधून आत शिरला. ती पोर मीरा अजून रडतच होती. त्या बाईनं तिला उचलून घेतलं होतं. एका हातानं मीराला सावरत ती दुसऱ्या हातानं तिची खेळणी गोळा करीत होती. तिच्या हालचालीवरून तिला एकूणच ते अवघड जात होतं हे दिसत होतं. तिनं एक कटाक्ष धनाकडे टाकला. त्या कटाक्षाचा अर्थ समजून धना पुढे झाला. त्यानं मीराची सगळी खेळणी गोळा केली. दुसऱ्या हातानं सायकल उचलली आणि तो सुरेखाच्या मागून लिफ्टमध्ये शिरला. सुरुवातीला त्याला लिफ्टची भीती वाटली. तो एकदाच लिफ्टमध्ये बसला होता. त्याच्या अण्णाचा मालक आजारी होता आणि मोठ्या दवाखान्यात भरती होता तेव्हा अण्णासोबत तो त्याला बघायला हॉस्पिटलमध्ये गेला होता तेव्हा. पण आता मीराला सोबत घेऊन ती बाई सुरेखा लिफ्टमध्ये शिरली, तेव्हा धनासुद्धा धाडस करून तिच्या पाठोपाठ लिफ्टमध्ये शिरला. खरं तर हातात मीराची खेळणी आणि सायकल आणि त्यासोबत आपला जीव मुठीत धरून धना लिफ्टमध्ये उभा होता. तोच मीरानं त्याला विचारलं, "दादा, माझा बॉल तू आणलास ना?" आणि तिचा तो प्रश्न आणि तिनं मारलेली 'दादा' म्हणून हाक धनाला आपण खूप मोठे, एकदम

मोठे झाल्यासारखं वाटलं. त्याच्या मनातली भीती कुठल्या कुठे पळाली. या चिमुकल्या मीराचा आपण दादा आहोत, ही भावनाच त्याला एक वेगळं धाडस, एक वेगळा आत्मविश्वास देऊन गेली आणि मीराची सगळी खेळणी त्यानं घट्ट पकडली, अगदी जिवापाड. हातातून पडणार नाहीत, याची काळजीपूर्वक खबरदारी घेत.

लिफ्ट थांबली. दरवाजा उघडला आणि सुरेखा मीराला घेऊन बाहेर पडली. तिच्या पाठोपाठ मीराचा सगळा खेळ घेऊन धनाही बाहेर पडला. सुरेखानं लॅच कीनं दरवाजा उघडला. ती मीराला घेऊन आत आली. धना तिच्या पाठोपाठ आत आला. इतकं छान, सुंदर, नीटनेटकं घर त्यानं आत्तापर्यंत कधीच बघितलं नव्हतं. भिरभिरत्या नजरेनं तो इकडे तिकडे बघत राहिला. तोच सुरेखानं मीराला कडेवरून उतरवून खुर्चीवर बसवलं. धना तिथेच संकोचून उभा होता. मीराला खुर्चीवर बसवून सुरेखा आत गेली. बाहेर आली तेव्हा तिच्या हातात फर्स्ट एड बॉक्स होता आणि दुसऱ्या हातात लहान मगमध्ये पाणी होतं. ते घेऊन ती मीरासमोर बसली. मीराला गुडघ्याला खरचटलं होतं. किंचित रक्तही आलं होतं. ते पुसून काढून त्या जखमेला मलम लावण्याच्या उद्देशाने ती मीरासमोर बसली; पण ती काय करणार हे मीराच्या लक्षात आलं आणि तिनं पुन्हा रडायला, किंचाळायला सुरुवात केली. ती सुरेखाला गुडघ्याला हात लावू देईना. सुरेखानं किती समजूत काढली; पण ती ऐकायलाच तयार नाही. नाइलाज झाल्याप्रमाणे सुरेखा बसून राहिली. मीराचं रडणं चालूच होतं. तोच धनानं विचारलं, ''मावशी, तुम्हाला माझी जीभ तुटलेली बघायचीय?'' सुरेखा काहीच बोलली नाही; पण मीरा मात्र रडायची थांबली. ''तुटलेली जीभ? दादा, तुझी जीभ तुटलेली आहे? बघू, बघू!'' मीरानं उत्सुकतेनं विचारलं. धनानं आपलं तोंड उघडलं. आपली जीभ बाहेर काढली. दोन बोटांत पकडली, ओढली. आपला हात मीराच्या पुढे केला. त्याच्या हातात त्याच्या जिभेचा तुकडा होता. त्यानं तोंड उघडलं. त्याची जीभ तुटल्यासारखी दिसत होती. ते बघून मीरा रडायचं विसरली. टाळ्या वाजवून हसायला लागली. पुन्हा धनानं आऽऽ करून तोंड उघडलं. त्याची जीभ पुन्हा अखंड दिसली. पुन्हा मीरा टाळ्या वाजवून हसायला लागली. तेवढ्या वेळात सुरेखानं तिला खरचटलेल्या जखमेला मलम लावलं आणि बँडेजसुद्धा. मीरा अजूनही हसतच होती. आता तिला धना बोट तोडून आणि जोडून दाखवत होता आणि मीरा टाळ्या वाजवून हसत होती. सुरेखानं फर्स्ट एडचं सामान गोळा केलं आणि ते आत ठेवायला गेली. धनानं मीराची खेळणी एकत्र केली आणि तिच्याशी बोलत बोलत त्या सगळ्या खेळण्यांची एक छानशी सुबक रचना केली आणि तो मीराला ते सगळं दाखवत होता, तोच समीरा आली. हॉलमध्ये मीरा खेळते आहे, तिच्यासोबत एक ५-६ वर्षांचा मुलगा आहे. जुने

मळकट कपडे घातलेला. मीराच्या गुडघ्याला बँडेजची पट्टी आहे आणि सुरेखा दिसत नाही. समीराला कळेना, हे काय चाललंय? तिनं दारातनंच हाक मारली "मीराऽऽ!" मीरानं दाराकडे वळून पाहिलं. आईला समोर बघितल्यावर ती पटकन उठली. जाऊन आईला बिलगली. समीरानं तिला उचलून घेतलं. तोच सुरेखा बाहेर आली. समीरा आलेली बघून धनाही उठून उभा राहिला. संकोचून, अंग चोरून. सुरेखा बाहेर आलेली बघून समीरानं तीव्र आवाजात विचारलं, "सुरेखा, कुठे होतीस तू? आणि हे काय चाललंय? हा मुलगा कोण आहे? हे... हे मीराला काय लागलंय?" समीरानं एकापाठोपाठ एक प्रश्न विचारले. क्षणभर सुरेखासुद्धा भांबावली. तिनं एक कटाक्ष धनाकडे टाकला. तो संकोचून खाली मान घालून उभा होता. त्याच्याकडे बघत समीरानं कडक आवाजात विचारलं, "कोण रे तू?" धनानं मान वर करून समीराकडे पाहिलं. तिच्या आवाजातला राग ओळखून तो घाबरला. त्याच्या तोंडून जणू शब्द फुटेना. तो काहीतरी बोलणार तोच मीरा म्हणाली, "आई, तो माझा फ्रेंड आहे. माझ्याशी खेळायला आलाय." मीराचं बोलणं ऐकून समीराला काय बोलायचं ते कळेना! तिनं पुन्हा सुरेखाला विचारलं, "सुरेखा, तू सांगतेस का हा काय प्रकार आहे? हा मुलगा कोण आहे? आणि हा इथं कसा?" तोपर्यंत सुरेखाही सावरली होती. तिनं मग घडाघडा बोलत सगळा घडलेला प्रकार समीराला सांगितला. त्याचबरोबर धनानं आपल्याला कशी मदत केली, मीराला त्यानं कसं हसवलं आणि मग मीरानं मलम कसं लावून घेतलं हेही सांगितलं; पण सुरेखानं त्याचं नाव नाही सांगितलं कारण तिलाच ते माहीत नव्हतं. क्षणभर समीरा गप्प बसली. मग तिनं धनाकडे पाहिलं. तो भिंतीजवळ संकोचून उभा होता. समीरा पुढे झाली आणि तिनं त्याला विचारलं, "तुझं नाव काय रे? तू कुठे राहतोस?" आता तिचा आवाज जरा सौम्य झाला होता. ते ऐकून धनाला जरा धीर आला. खाली मान घालून हळू आवाजात उत्तरला, "मी... मी... धना, माझं नाव धना... धना! मी... मी समोर बांधकाम चालू हाय ना ततं ऱ्हातो! माझा बा ततं वॉचमन म्हणून कामाला हाय. माझी माय बी ततंच काम करती. मघाशी मीराताई गेटच्या भाईर यिऊन पाय अडकून पडल्या तवा मी आमच्या झोपडीच्या दारातच बसलो हुतो. त्या ततंच रडाय लागल्या. या रस्त्यावरनं लयी फटफट्या जातात. म्हनून मी धावलो आनी त्यांना उठवून बाजूला घेतलं. मंग या मोठ्या ताई आल्या. मीराताईंचा चेंडू ततंच चिखलात पडल्याला हुता. तो त्यानला पाहिजे हुता. मंग मी त्यो उचलला. माझ्या झोपडीजवळच्या बादलीत त्या पाण्यानं धुतला आणि त्यानला दिला. मंग या मोठ्या ताईंना समदं खेळ आणि मीराताईंना उचलून आणता यीना म्हणून मी ते घिऊन आलो!" धनानं अगदी सविस्तर सांगितलं. समीरा तो बोलत असताना त्याचं निरीक्षण करीत होती. त्याच्या बोलण्यात एक प्रकारचा प्रांजलपणा होता. लहानगी

मीरा पडली हे सांगताना त्याचा स्वर ओलावला होता आणि चिखलात पडलेला चेंडू झोपडीजवळच्या बादलीतल्या पाण्यात धुऊन आणून दिला हे सांगत असताना आपण योग्य वागलो याबद्दलचा आत्मविश्वास होता. कुठेतरी समीराला त्याच्याबद्दल आपुलकी वाटली. खरं तर घरी आल्यावर या अनोळखी, अस्वच्छ मुलाला बघून, मीराला लागल्याचं बघून समीराचा पारा चांगलाच चढला होता. सुरेखाला सगळं विचारून तिची चांगली खरडपट्टी काढायच्या तयारीत ती होती. पण मीरानं हा माझा फ्रेंड आहे असं सांगणं आणि ते सांगत असताना तिच्या नजरेतला आनंद समीरानं पाहिला आणि खरडपट्टी काढण्याचा विचार तिनं सोडून दिला. त्यातच धनाचा प्रांजलपणाही तिच्या मनावर परिणाम करून गेला आणि समीरा धनाला म्हणाली, ''बरं, बरं! छान काम केलंस हं तू! दुसऱ्याला नेहमी अशीच मदत करावी,'' असं म्हणत तिनं सुरेखाला हाक मारली आणि सांगितलं, ''सुरेखा, या धनाला बिस्किटचा पुडा दे आणि सफरचंदसुद्धा!'' सुरेखा किचनमधून ते घेऊन आली आणि धनाला द्यायला लागली; पण धना ते घेईना. म्हणाला, ''माझ्या आईनं सांगितलंय असं कुणीबी काई दिलं तर घिऊ नये. मला नको ते! मी, मी जातो!'' असं म्हणून तो जायला निघाला तोच मीरा म्हणाली, ''दादा, तू माझा फ्रेंड आहेस ना? मग फ्रेंडकडून घेतलं तर चालतं! हो ना आई?'' मीरानं समीराची साक्ष काढली. समीराच्या चेहऱ्यावर हसू उमटलं. मीराचं नाक चिमटीत पकडून ती म्हणाली, ''हो गं बाई! बरोबर आहे तुझं. धना, घे ते! नाहीतर मीरा रुसेल!'' समीरानं असं सांगितल्यावर मग मात्र धनानं तो बिस्किटचा पुडा आणि सफरचंद घेतलं आणि मीराला टाटा करून तो बाहेर पडला. तो बाहेर पडत असताना मीरानं पुन्हा सांगितलं, ''दादा, उद्या पण खेळायला ये काय!'' आणि तिच्या या बोलण्यानं थक्क झालेली, चिंतेत पडलेली समीरा तिला काही बोलायच्या आत मीरा आतल्या खोलीत निघून गेली. आतूनच तिनं सुरेखाला हाक मारून टीव्हीवर कार्टून लावून दे म्हणून सांगितलं. ती गेली त्या दाराकडे समीरा पाहतच राहिली. 'या धनाला मीरासोबत खेळू द्यायचं की नाही? तो धना स्वच्छ असेल ना? तो चोरटा असेल, काही उचलून घेऊन गेला तर? त्याच्यामुळे मीराला काही झालं तर? काही आजार वगैरे? आणि हा मुलगा मीराशी खेळलेला कबीरला चालेल? तो तर मीराच्या बाबतीत फार पझेसिव्ह आहे; पण मीराचं वयही आता मित्र-मैत्रिणींशी खेळायचं आहे. काय करावं? त्याला 'दादा, उद्या पण खेळायला ये' असं सांगताना मीराच्या चेहऱ्यावर किती आनंद होता? आणि सुरेखा सांगत होती की तिनं औषध लावून घ्यावं म्हणून गमतीजमती करून त्यानं तिचं लक्ष दुसरीकडे तर वेधून घेतलंच, पण ती रडत होती तर तिला हसवलंसुद्धा! त्याच्या बोलण्यातही खरेपणा दिसत होता. त्याच्या आईचे संस्कारही त्याच्या बोलण्यातून दिसत होते. काय करावं? आत्ता

कबीर येईल. त्याला विचारावं का? नको! हल्ली तो जरा टेन्शनमध्ये असतो. उगीच चिडचिड करतो. जाऊ दे! उद्या बघू! असा विचार करून समीरानं तो विषय तिथेच संपवला. कबीर येण्याचीही वेळ झाली होती.

कबीर आलाच. समीरानं काही सांगण्याच्या आतच मीरानं दिवसभरात विशेषतः संध्याकाळी घडलेला सगळा प्रसंग सविस्तर आणि इत्थंभूत कबीरला ऐकवला. आपल्याला लागलंय त्याबद्दल कौतुकही करून घेतलं आणि धना आपला फ्रेंड कसा झाला आणि तो उद्याही आपल्यासोबत खेळायला कसा येणार आहे आणि आपण त्याला कसं बोलावलंय, हेही सांगितलं. मीरानं सगळं सांगितलं तरी कबीरनं ते फक्त ऐकून घेतलं आणि त्याकडे फारसं लक्ष न देता त्यानं बातम्या लावल्या. त्यानं काहीच प्रतिक्रिया दिली नाही हे बघून त्यानं या गोष्टीला काही फारसं महत्त्व दिलं नाही, हे बघून समीरानंही तो विषय तिथेच सोडून दिला आणि खरोखरच तो विषय तिथेच थांबला.

दुसऱ्या दिवशी ही घटना विसरलीही गेली. समीरा आणि कबीर आपापल्या उद्योगाला जाण्याच्या तयारीला लागले. आपापलं आवरून ती दोघं बाहेर पडली. सुरेखा त्याआधीच आली होती. तिनं आल्यावर मीराचं सगळं आवरलं आणि तिला खाली नेऊन स्कूलबसमध्ये बसवून आली. परवाच्या जूनपासून मीरा 'मिलेनियम' स्कूलमध्ये जाऊ लागली होती. तिची शाळा सकाळी ९ ते १ पर्यंत असायची. एक वाजता स्कूलबस तिला अपार्टमेंटच्या गेटमध्ये सोडून जायची, तेव्हा सुरेखा तिला घेऊन जायची. तिला वरण-भात भरवून निजवायची. मग पुन्हा आपलं उरलेलं काम करायची. मीरा मग चार वाजता उठायची. दूध पिऊन ती खेळ मांडून खेळत बसायची आणि साडेपाच वाजले की तिला खाली जायचं असायचं. हा रोजचा दिनक्रम असायचा. पण आज खाली जाण्याची मीराला गडबड झाली होती. ती सुरेखाच्या मागे लागली, 'लवकर चल, लवकर चल' म्हणून. सुरेखानं गडबडीनं काम आवरलं, मीराचं आवरलं आणि तिला खाली घेऊन गेली. खाली जाताक्षणी तिनं गेटकडे धाव घेतली. वॉचमननं तिला अडवलं, तर तिनं तिथे उभं राहूनच हाका मारायला सुरुवात केली, ''दाऽऽदा! दाऽऽदा! धनादादाऽऽऽऽ!'' तिनं तीन-चार हाका मारल्या. पहिल्या दोन हाका बहुधा धनाला ऐकू गेल्या नसाव्यात; पण तिसऱ्या हाकेला तो बाहेर आला. आवाजाचा कानोसा घेऊन त्यानं समोर पाहिलं. बिल्डिंगच्या गेटमधून मीरा हाका मारत होती. तिला 'आलो' अशी खूण करून तो पुन्हा झोपडीत गेला आणि मायला सांगून तो बिल्डिंगच्या गेटजवळ आला, तर वॉचमन त्याला आत सोडेना. मग मात्र मीरा चिडली, ''काय हो काका, तुम्ही मला बाहेर सोडत नाहीत आणि त्याला आत सोडत नाहीत? मग आम्ही खेळणार कसं?'' मीरानं चिडून विचारलं. वॉचमननं सुरेखाकडे पाहिलं. तिनं होकारार्थी मान

हलवली तशी त्यानं त्या पोराला- धनाला आत सोडलं. धना आत आलेला बघून मीरा टाळ्या वाजवून नाचायला लागली. धनानंही आल्या आल्या उड्या मारून आपला आनंद व्यक्त केला आणि मग दोघं पकडापकडी खेळायला लागले. खेळता खेळता, पळता पळता, धना वेड्यावाकड्या उड्या मारत होता आणि मीराला हसवत होता. त्याच्याशी खेळताना त्या चिमुकल्या मीराला खूप खूप मज्जा येत होती. खूप खूप मज्जा! इतकी की आत्तापर्यंत तिचे आई-बाबा, सुरेखा यांच्याशी खेळताना कधीच आली नव्हती. डाव संपला तशी सुरेखा मीराला घेऊन वर फ्लॅटमध्ये परतली, तर धना आपल्या घरी! फ्लॅटवर परतल्यावर मीरा खूप आनंदात होती. त्या खेळाच्या गप्पा मारतच तिनं आनंदानं, कसलेही आढेवेढे न घेता जेवण केलं. समीरा घरी आली तेव्हा मीराचं जेवण झालं होतं आणि ती प्रचंड आनंदात होती. आज खेळताना आपल्याला कित्ती कित्ती मजा आली, याबद्दल आईला किती सांगू असं तिला झालं होतं. ती नुसतीच बडबडत नव्हती, तर बडबडताना हसतही होती आणि नुसतीच हसत नव्हती, तर 'धनादादानं अशी उडी मारली, दादानं तशी उडी मारली, त्यानं अशी कोलांटी मारली, तशी कोलांटी मारली' असंही सतत बडबडत होती. तिच्या चेहऱ्यावरनं आनंद नुसता ओसंडून वाहत होता. तिनं आज व्यवस्थित, पोटभर जेवण केल्याचं सुरेखा सांगत होती. मीराचा उमललेला, इतका फुललेला चेहरा ती कितीतरी दिवसांनी आज बघत होती. हा खेळाचा आनंद होता की धनासोबत खेळल्याचा, या विचारात समीरा गर्क होती. बडबडत असतानाच मीराला झोपही लागली. समीराच्या मनात मात्र गोंधळ उडाला होता. तिला समजत नव्हतं, या घटनेबद्दल नक्की काय ठरवावं? घटना चांगली की वाईट? लेकीच्या चेहऱ्यावरून ओसंडणारा आनंद बघून आपणही या गोष्टीचा आनंद मानावा? की कोण कुठलं एका वॉचमनचं पोर आपल्या लेकीशी खेळायला येतंय याचं वैषम्य मानावं हेच तिला समजत नव्हतं; पण एक गोष्ट खरी होती की मीरा प्रचंड आनंदात होती. जेवणाबद्दल कुरकुर करण्यापासून, सारखा सारखा कसलातरी हट्ट करण्यापासून, रात्री निजण्यासाठी खळखळ करण्यापासून, निजताना कार्टून बघण्याचा हट्ट करण्यापासून तिचं लक्ष आज डायव्हर्ट झालं होतं. दुसऱ्या कशात तरी गुंतलं होतं. खेळून दमलेली, आनंदात असलेली मीरा आज कोणतीही तक्रार न करता, कुरकुर न करता पट्कन आणि शांत झोपली होती आणि तिच्या शेजारी बसून तिला थोपटणाऱ्या समीराच्या मनात मात्र प्रश्नांचं वादळ उठलं होतं. अनेक प्रश्न मनात पिंगा घालत होते. या प्रश्नांची उत्तरं कशी आणि कुणाकडून मिळवायची हेच कळत नव्हतं.

कबीरशी बोलता आलं असतं; पण त्याला त्यासाठी वेळ असायला हवा आणि हे सगळं ऐकून त्यावर विचार करण्यासाठी त्याचा मूडही असायला हवा; कारण

कबीर सध्या ऑफिसमधून खूप उशिरा येत होता. त्याच्या प्रोजेक्टची डेडलाइन जवळ आली होती. अगदी चार दिवसांवर. त्यामुळे त्याच्याकडे वेळ असणंच शक्य नव्हतं. महत्त्वाचं म्हणजे मीराची धनाशी मैत्री वाढवण्याआधी काहीतरी करायला हवं होतं, जर करायचंच असेल तर! काय करावं? समीरा विचारात पडली. त्या दिवशी तर कबीर घरी आलाच नाही. तो पहाटे पहाटे आला आणि अंघोळ करून चहा घेऊन लगेचच पुन्हा ऑफिसला गेला. त्या दिवशीही बोलणं राहिलंच आणि या विषयावर कबीरशी बोलण्यासाठी वेळ आणि संधी शोधणाऱ्या समीराला संधी मिळालीच नाही. कारण प्रोजेक्टची डेडलाइन संपली आणि कबीरला लगेचच जर्मनीला जावं लागलं आणि तेही पंधरा दिवसांसाठी आणि समीराच्या मनातले प्रश्न, शंका आणि विचार तसेच राहिले. दुसरं विशेष म्हणजे समीरा ऑफिसमधून येण्याच्या वेळी मीरा रोज खाली असायची आणि तिच्यासोबत धना खेळायला आलेला असायचा. तोच वॉचमनचा पोर, जो मीराचा फ्रेंड होता आणि आता तर खास फ्रेंड बनला होता. चार वर्षांची चिमुकली मीरा आणि सहा वर्षांचा धना, एकमेकांचे जिगरी दोस्त बनले होते. रोज संध्याकाळी साडेपाच वाजता मीरा अपार्टमेंटच्या बागेत खेळायला यायची. खाली आल्या आल्या ती धनादादाला हाक मारायची. मग धनापण गेटमधून आत यायचा. आता वॉचमनच्याही हे सवयीचं झालं होतं. तोही धनाला अडवायचा नाही आणि मग मीरा आणि धना खूप खेळायचे. खूप खूप खेळायचे. खेळून झालं की मीरा वरती फ्लॅटमध्ये जायची, सुरेखासोबत; आणि धना त्याच्या झोपडीकडे. मीरा दिवसभर आनंदात असायची. संध्याकाळची वाट बघायची आणि संध्याकाळी खाली गेली की धनाला बोलवायची आणि दोघांचा खेळ रंगायचा. कबीर पंधरा दिवसांसाठी गेला; पण तिकडे त्याचा मुक्काम वाढला. मीरा पडली तो पहिला दिवस सोडला तर धना परत त्या फ्लॅटमध्ये गेला नव्हता आणि एका परीनं ही गोष्ट समीराला दिलासा देणारी वाटत होती. निदान धना, तो वॉचमनचा पोर वर फ्लॅटमध्ये तरी येत नव्हता, हेही नसे थोडके.

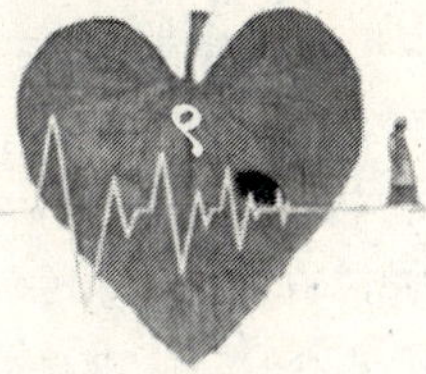

असेच दिवस चालले होते. कबीरला जर्मनीला जाऊन दोन महिने होत आले होते. अजून किती दिवस त्याचं तिथे राहणं असणार होतं, कोण जाणे! समीरा त्याची वाट बघत होती. खरं तर तिचं, कबीरचं आणि मीराचं रुटीन छान बसलेलं होतं. कबीर जर्मनीला जाण्याआधी त्यांच्या समोरच्या बांधकामालाही आता गती आली होती. मजल्यावर मजले चढत होते. मीरा आणि धनाचा रोजचा खेळ सुरूच होता. मीरा आता चांगलीच समजूतदार झाली होती. समीरालाही तिचं धनाशी खेळणं फारसं खटकत नव्हतं आणि मुख्य म्हणजे तो वरती त्यांच्या फ्लॅटमध्ये येत नसेच. खालीच पार्किंगच्या एका बाजूला लहानसा बगीचा होता. बगीच्यात लहान मुलांचे खेळ बसवले होते. सी-सॉ, घसरगुंडी, झोपाळे अशी खेळाची साधनं बसवली होती. तिथे खेळायला अपार्टमेंटमधली मुलं यायची. त्या सगळ्यात मीरा लहान होती. त्यामुळे ती धनासोबतच खेळायची. दुपारी झोपून उठली की मीरा खाली येण्यासाठी गडबड करायची. चूपचाप दूध प्यायची. सगळं नीट, शांतपणे सुरेखाकडून आवरून घ्यायची आणि खाली आली की धनाला हाक मारायची. धना आला की त्यांचा खेळ सुरू व्हायचा आणि सुरेखाला फक्त मीराकडे लक्ष ठेवायचं काम राहायचं. अगदी अंधार पडेपर्यंत मीरा खाली धनासोबत खेळत राहायची. तोवर समीराची येण्याचीही वेळ व्हायची. समीरा आली की मीरा तिला बिलगायची. मग खेळ संपायचा. मीरा, समीरा आणि सुरेखा सोबतच फ्लॅटवर परतायची, तर धना त्याच्या झोपडीकडे. या तिघी घरी येऊन पोहोचतात, तोच कबीरही घरी यायचा. मग मीराला खूप आनंद व्हायचा. कबीर घरी आला की मग त्याचा ताबा मीराकडे जायचा. कबीरलाही कधी एकदा मीराला भेटतो असं व्हायचं. मग मीराच्या दिवसभराच्या गप्पा सुरू व्हायच्या. त्यात बऱ्याचदा धनाचं नाव असायचं. कबीरचं चहा-पाणी झालं की तो फ्रेश व्हायचा. तेही मीराच्या लक्षात यायचं. समीरा मग रात्रीच्या स्वयंपाकाकडे वळायची. कबीर कपडे बदलून आला की नंतर मीराचा आणि कबीरचा धिंगाणा सुरू व्हायचा तो अगदी मीराचं जेवण होईपर्यंत. समीरा तिच्यासाठी वरण-भात घेऊन यायची; पण तेसुद्धा ती कबीरशी खेळत खेळतच खायची. एकदा का वरण-भात खाऊन झाला की मग मात्र मीराला झोप यायची आणि निजताना तिला आईच लागायची. ती झोपली की मग कबीर-समीराचं जेवण.

पण जेवतानाही त्यांच्यात मीराचाच विषय असायचा. त्यानंतर समीरा तिच्या लॅपटॉपवर काम करीत बसायची, तर कबीर वाचत बसायचा. हा सगळा दैनंदिन कार्यक्रम जणू ठरून गेला असला तरी अलीकडे कबीरच्या वाचनाच्या आवडीनिवडीत बदल झाला होता. पूर्वी त्याला खलिल जिब्रान, हेमिंग्वे यांच्या कादंबऱ्या आवडायच्या. पु.ल., व.पु., अत्रे हेही त्याला आवडायचे; पण अलीकडे त्याला वेगळीच पुस्तकं आवडायला लागली होती. अलीकडे तो धर्मावरची पुस्तकं वाचायचा. ज्या पुस्तकात हिंदू धर्म, मुस्लिम धर्म याबद्दल माहिती दिली असेल, तुलना केली असेल, काही परखड मतं मांडली असतील अशी धर्मावर आधारित, धर्मविषयक ज्ञान असणारी पुस्तकं त्याला आवडायला लागली होती. या गोष्टीचं कधी कधी समीराला नवल वाटायचं. आत्तापर्यंत कोणताच धर्म न मानणारा, कोणत्याच धर्माचं अवडंबर न माजवणारा कबीर आजकाल मशिदीत जायला लागला होता. कधी कधी तो मंदिरातही जाई; पण तिथून आल्यावर मंदिरातल्या अस्वच्छतेबद्दल, तिथल्या पुजाऱ्यांच्या पैसे मागण्याबद्दल कडवटपणे बोलत असे, तर याउलट मशिदीतली स्वच्छता, तिथला निरपेक्ष सेवाभाव त्याला आवडायला लागला होता आणि त्याहीबद्दल तो सतत बोलत असे. तरीही त्यानं आपल्या या विचारांचा परिणाम आपल्या घरातल्या वातावरणावर होऊ दिला नव्हता. त्याच्या घरातलं वातावरण अजूनही तसंच होतं. निरपेक्ष, निधर्मी, प्रेमळ आणि जिव्हाळ्याचं. तो काय काय वाचतोय हे जरी समीराला माहीत असलं, तरी तिनं ते फारसं मनावर घेतलं नव्हतं. उत्सुकता म्हणून वाचत असेल, माहिती व्हावी म्हणून वाचत असेल, अभ्यास म्हणून वाचत असेल, असं तिला वाटलं. अर्थात, त्यानं काहीही वाचलं तरी जोपर्यंत त्याचं तिच्याशी आणि मीराशी वागणं नेहमीसारखं होतं, तोपर्यंत समीराला त्याच्या वाचण्यात ढवळाढवळ करण्याची गरज नव्हती. तेवढं स्वातंत्र्य, तेवढी स्पेस दोघांनी एकमेकांना पहिल्यापासूनच दिली होती हे जरी खरं असलं, तरी कबीर अलीकडे अधूनमधून अस्वस्थ असायचा. डिस्टर्ब असायचा. सतत कसला तरी विचार करीत असायचा. दोन-तीनदा समीरानं त्याला छेडलंही. पण कदाचित तो सांगावं की न सांगावं या सीमारेषेवर घुटमळत असावा, म्हणून तो काहीच बोलला नाही. आपण अनेकदा विचारूनही तो काहीच उत्तर देत नाही म्हटल्यावर मग समीरानंही त्याला विचारण्याचा नाद सोडून दिला. 'असेल काहीतरी' असं म्हणत ती तिच्या उद्योगात गुंतली. खरं तर आता समीरालाही दिवस पुरायचा नाही. सकाळी दोघांचा डबा, मीरासाठी स्वयंपाक, तिचं सगळं आवरून तिला सुरेखासोबत शाळेत पाठवणं, त्यानंतर स्वतःचं आवरून ऑफिसला जाणं, तिथे दिवसभर काम करून अंधार पडल्यावर घरी येणं, आल्यावर पुन्हा मीराचं बिलगणं, तिला सोबत घेऊन संध्याकाळचा स्वयंपाक, मीराचं जेवण आणि पुन्हा रात्री उशिरापर्यंत ऑफिसमधल्या

दुसऱ्या दिवशीच्या कामाची तयारी; लॅपटॉपवर मेल चेक करणं, उलट मेल पाठवणं, या सगळ्यात दिवस उगवायचा कधी आणि मावळायचा कधी, हेही तिला कळायचं नाही. तरीही कबीरचा अधूनमधून अस्वस्थ दिसणारा चेहरा बघून ती अस्वस्थ व्हायची; पण एक मात्र होतं– दोघांचं एकमेकांवर अपरंपार प्रेम होतं आणि अतिशय विश्वास होता. त्यामुळेच दोघांनीही एकमेकांचं स्वातंत्र्य जपलं होतं. टेक्नोसॅव्हीच्या या हाय-फायच नव्हे, तर वाय-फाय युगात कसं वागायचं, संसार कसा करायचा आणि जोडीदाराशी कसं वर्तन ठेवायचं, याचा हे कबीर-समीराचं जोडपं म्हणजे आदर्श होता आणि दोघांच्याही ऑफिसमध्ये या दोघांबद्दलही सगळ्यांचं हेच मत होतं. आणि तरीही कबीर अस्वस्थ होता. अधूनमधून तर तो फारच अस्वस्थ व्हायचा आणि सगळं छान चाललेलं असताना आपण असे अस्वस्थ का होतो, याचं कारण त्याला कळायचंही; पण उमगायचं नाही आणि कितीही टाळायचं म्हटलं तरी अस्वस्थ करणारा तो विचार त्याच्या मनातून जायचा नाही. समीराजवळ तो बोलून दाखवायचं म्हटलं तरी त्याला ते शक्य व्हायचं नाही आणि मग अशा वेळी त्याला आठवण यायची देवधर सरांची. असं वाटायचं की ते आता इथे असते तर आपण आपल्या मनातली घालमेल त्यांना सांगितली असती आणि त्यांनी नक्कीच त्यावर उपाय काढला असता; पण याही बाबतीत कबीरचे विचार बदलत होते. काही दिवसांपूर्वी देवधर सरांच्या आठवणीनं व्याकूळ होणारा, आपली घालमेल दूर केली असती असा विचार करून देवधर सरांना मिस करणारा कबीर अलीकडे मात्र असा विचार करेनासा झाला होता. उलट आपल्या मनातील घालमेल नाहीशी करण्याकरता आपल्याला दुसरा कुणीतरी शोधावा लागेल या विचारापर्यंत तो आला होता आणि कबीरच्या या अस्वस्थतेचं, त्याच्या मनात होणाऱ्या घालमेलीचं, त्याच्या डिस्टर्ब राहण्याचं, त्याच्या मनातले विचार बदलण्याचं कारण होतं कबीरनं सुरू केलेला धर्माचा अभ्यास. आत्तापर्यंतच्या आयुष्यात आधी आपल्या धर्माबद्दल संपूर्ण उदासीन असलेला कबीर मधल्या काळात त्याच्या धर्मापायी बऱ्याचदा अपमानित झाला होता. समीराशी लग्न झालं, मीरासारखी छानशी छोकरी झाली, स्वतःचा फ्लॅट झाला अशी सगळी स्वप्नं पूर्ण झाली असली तरी, कबीरच्या मनात त्या त्या वेळी त्याच्या मुस्लिम असण्यावरून झालेला अपमान कुठेतरी सल बनून राहिला होता आणि हाच सल अधूनमधून डोकं वर काढायचा. कबीरच्या मनाला बोच द्यायचा आणि विशेषतः धार्मिक उत्सवाच्या वेळी जास्त. मग तो धार्मिक उत्सव कोणाचाही असो, कोणत्याही धर्माचा असो, तो सल वाढायचा. ती बोच वाढायची. कोणत्याही धर्माच्या कोणत्याही सणात, मग तो सण हिंदूंचा असो की मुसलमानांचा, कबीर त्या सणात उत्साहानं भाग घेऊ शकायचा नाही. हिंदूंचा कोणताही सण असला की समीरा अगदी उत्साहित, आनंदात असायची; पण

कबीरला वाटायचं हा आपला, आपल्या धर्माचा उत्सव नाही. मग तो त्या सणाच्या बाबतीत उदासीन राहायचा, तटस्थ राहायचा आणि सण मुस्लिम धर्माचा असेल त्या दिवशी कबीरला वाटायचं, आपण इथे उपरे आहोत. परके आहोत. या धर्माशी आपली मुळं जोडली गेलेली नाहीत. म्हणून मग त्या दिवशीही तो उदास असायचा. सुरुवाती सुरुवातीला आपली ही गोंधळलेली, अस्वस्थ मनःस्थिती तो समीरापासून लपवून ठेवायचा आणि चेहऱ्यावर हास्याचा, आनंदाचा मुखवटा घालून तिच्या आणि मीराच्या आनंदात सामील व्हायचा; पण अलीकडे त्याला तेही आवडेना. असं खोटं खोटं वागायचंही जमेना. मग तो तटस्थ राहायला लागला. कोणताही सण असू दे, कोणत्याही धर्माचा असू दे, ऑफिसला सुट्टी असली तरी कबीर कामाचा बहाणा करून ऑफिसमध्ये जाऊन बसू लागला. सुरुवातीला समीराला त्याचा बहाणा खरा वाटायचा; पण नंतर नंतर मात्र तो कारणं सांगतोय, सणाच्या दिवशी मुद्दाम ऑफिसमध्ये एकटा जाऊन बसतोय, हे तिच्या लक्षात आलं. तिनं एक-दोनदा त्याला विचारलंदेखील. पण कबीरनं तुसडेपणा दर्शविल्यावर मात्र ती काहीच बोलली नाही आणि तिनं त्याला विचारायचंच सोडून दिलं. तसंही आता मीरासाठी तिला सगळं करणं भागच होतं; पण कबीरचं हे तटस्थ राहणं, गप्पगप्प राहणं, तिच्या मनाला कुठेतरी खटकत होतं, हे नक्की.

खरं तर कबीर तिच्याजवळ मोकळेपणानं बोलला असता, आपल्या मनातल्या वादळाची चर्चा तिच्यासोबत केली असती, तर चाललं असतं. तेवढा मोकळा संवाद त्या दोघांच्यात होताही; पण आपण असा धर्माबाबतचा विचार करतो आहोत ही गोष्टच मुळी तो समीराजवळ सांगू शकत नव्हता; कारण समीराचे कोणत्याही धर्माबद्दलचे विचार किती पारदर्शी आहेत हे त्याला माहीत होतं. नव्हे, ते त्यानं अनुभवलंही होतं आणि म्हणूनच तर त्या दोघांचं लग्न झालं होतं. त्या वेळी कबीरचेही धर्माबाबतचे विचार तसेच होते; पण आता अलीकडेच काहीतरी बिघडलं होतं आणि त्याबद्दल कबीर मनाशी विचार करीत होता. त्याच्या मनावर, विचारांवर पसरलेला कडवटपणा त्याच्या जिभेवर उतरला. कडू चव लागताच कबीर सावध झाला. मनात उमटलेले कडवट विचार त्यानं झटकून टाकले आणि आपलं लक्ष कामात गुंतवलं; पण त्या दिवसापासून का कोण जाणे, पण कबीरचं मन विरसलं ते विरसलंच. तो काहीसा अबोल झाला. सुरुवातीला कबीर अबोलच होता; पण समीरानं त्याच्या प्रेमाचा स्वीकार केल्यापासून त्याच्या भावनेला जणू धुमारे फुटले होते आणि कबीर बोलका झाला. तो भरभरून बोलायला लागला. आपल्याबद्दल, समीराबद्दल, आपल्या स्वप्नांबद्दल. पण गणेश उत्सवाच्या वेळी घडलेल्या प्रसंगानं कबीरला अंतर्मुख केलं. गणेशोत्सवाच्या मीटिंगच्या वेळची घटना आणि त्यानंतर त्या उत्सवातल्या दहा दिवसांत एके दिवशी समीरानं त्या उत्सवाच्या सेक्रेटरींना

सांगितलं होतं की, 'एक दिवस मीसुद्धा गणपतीला नैवेद्य देईन'. तिला ते स्पष्टपणे 'नाही' म्हणाले नाहीत; पण या ना त्या बहाण्यानं त्यांनी समीराचा नैवेद्य स्वीकारायचं टाळलं. त्यांनी हेतुपुरस्सर आपल्याला टाळलं हे समीराच्या लक्षात आलं नाही; पण कबीरच्या ते लक्षात आलं आणि लक्षात आली त्यामागची कारणमीमांसा. त्यामुळे तो आणखीनच व्यथित झाला. दुःखी झाला आणि नैवेद्य नाकारण्याचं कारण आपला धर्मच आहे, हे कबीरनं ओळखलं. आत्ता कुठे त्याच्या सुखी संसारात मीराच्या येण्यानं आणखी रंग भरले होते. आत्ता कुठे तिच्या बोबड्या बोलानं, तिच्या लाडिक आविर्भावानं कबीर आणि समीराचा संसार आनंदाच्या, सुखाच्या उंचीवर गेला होता. कसलीच चिंता नव्हती, कसल्याच अडचणी नव्हत्या, कसलीच चणचण नव्हती. कोणतंच दुःख नव्हतं. सगळं काही आलबेल होतं. संसारात केवळ प्रेम आणि प्रेमच होतं. असं असताना घरातलं, ऑफिसमधलं असं सगळीकडचं वातावरण आनंदाचं, उत्साहाचं, समाधानाचं असताना एका वेगळ्याच विषयानं कबीरच्या मनाचा ताबा घेतला होता. केवळ मनाचा ताबा नव्हे, तर त्या विचारानं कबीरची झोप उडविली होती, मनःस्वास्थ्य हिरावून घेतलं होतं, त्याच्या सुखी संसारावर काळी छाया पसरवली होती, त्याच्या आनंदाला विरजण लावलं होतं. कबीरची घुसमट होत होती. देवधर सरांची, मोरे सरांची आठवण झाली की त्याला समोरच्या माणसांचं हे वागणं स्वाभाविक वाटत होतं, सावधानतेचं वाटत होतं; पण स्वतःवर होणाऱ्या अन्यायाचा विचार आला की कबीरच्या मनाचा संताप संताप होत होता.

अलीकडे मीरा धनाशी खेळायला लागल्यापासून तिच्या घरातल्या तक्रारी कमी झाल्या होत्या. हट्ट कमी झाला होता आणि गप्पांमध्ये वाढ झाली होती आणि विशेष म्हणजे गप्पांमध्ये धनादादा हा विषय प्रामुख्याने यायला लागला होता. कबीर जर्मनीला जाऊनही आता दोन महिने होऊन गेले होते. आता आठ दिवसांनी तो परत येणार होता म्हणून समीरा आनंदात होती. गेले दोन-अडीच महिने कबीर तिकडेच होता. आठ दिवसांसाठी म्हणून गेलेला कबीर काम वाढल्यामुळे आणखी दोन महिने तिथेच राहिला होता. त्यालाही या दिवसांत समीराची आणि मीराची खूप आठवण येत होती. दिवसभर कामात असलेला कबीर संध्याकाळी रूमवर परतला की होमसिक व्हायचा आणि मग तास न् तास समीराशी फोनवर बोलायचा. मग भारतात त्या वेळी रात्रीचे कितीही वाजलेले असू देत. मीरा जागी असली तर त्याच्याशी लाडे लाडे बोलायची. बाबाला बघायचंय म्हणून हट्ट धरायची आणि मग स्काईपवर त्यांचं एकमेकांशी तासभर बोलणं व्हायचं. त्या वेळीही मीरा कबीरला धनादादाबद्दल सांगायची. मग 'हा धनादादा कोण?' असं कबीरनं विचारलं की 'माझा फ्रेंड आहे' म्हणून सांगायची. 'फ्रेंड' या शब्दाचा अर्थ त्या चिमुकलीला

कळत तरी होता की नाही कोण जाणे! पण ती ज्या टेचात 'माझा फ्रेंड आहे' म्हणून सांगायची, त्याचं कबीरला फार म्हणजे फारच कौतुक वाटायचं. त्यानं समीराकडे धनाबद्दल चौकशीही केली; पण समीरानं समोर राहणारा छोटा मुलगा आहे एवढंच सांगितलं. तपशील सांगत बसली नाही. कबीर आल्यावर सांगू असा शहाण्या बायकोसारखा तिनं विचार केला.

कबीरचे परतण्याचे दिवस जसजसे जवळ आले तसतसा समीराचा उत्साह आणि आनंद वाढला, पण त्याचबरोबर धनाबद्दल खरं कळल्यानंतर कबीरची काय प्रतिक्रिया होईल, ही चिंताही वाढली. त्यानं प्रतिकूल प्रतिक्रिया दिली असती, त्याच्याशी मीराला खेळायला बंदी घातली असती तर कठीण होतं. मीराची समजूत काढणं फारच अवघड होतं. त्यामुळे उत्साहाच्या आणि आनंदाच्या कारंज्यातही धना आणि मीराच्या मैत्रीचं काय, हा प्रश्न समीराला सतावत होता; पण आपल्या मनातल्या या विचारांचं विरजण आपल्या आनंदाला लागू न देण्याचा निश्चय करत तिनं तो प्रश्न मनातून बाजूला टाकला आणि ती कबीरच्या स्वागताच्या तयारीला लागली. कबीर उद्या भारतात पोहोचणार होता. घरी येईपर्यंत त्याला संध्याकाळ होणार होती. समीरानं हट्ट करूनसुद्धा आपल्याला घ्यायला एअरपोर्टवर येऊ नकोस, असं कबीरनं बजावलं होतं. पावसाळ्याचे दिवस होते. घटकेत मुंबईत पाणी भरत होतं, घटकेत उतरत होतं. या वातावरणात एअरपोर्टपर्यंत येईपर्यंत समीराचे आणि मीराचे हाल झाले असते आणि ते कबीरला अजिबात आवडलं नसतं. म्हणूनच त्यानं समीराला 'एअरपोर्टवर येऊ नकोस' असं निक्षून बजावलं होतं. त्याला बघण्या-भेटण्याची कितीही आतुरता लागून राहिली असली तरी त्याचं बोलणं पटून समीरानं आपलं मन आवरलं आणि घरातच ती कबीरची वाट बघत राहिली. घर तर तिनं आवरलं होतंच, शिवाय स्वतःही नटून बसली होती. मीरालाही नटवून ठेवलं होतं. त्याशिवाय कबीरला आवडणारी इडली आणि चटणी तयार करून ठेवली होती. आज अडीच महिन्यांनी कबीर येणार होता. साडेपाच वाजल्यापासून ती आणि मीरा कबीरची वाट बघत होत्या. मीरानं आज धनाला ती खेळायला येणार नाही, म्हणून बाल्कनीतून कधीच ओरडून सांगितलं होतं आणि 'माझे बाबा येणार आहेत' हे न येण्याचं कारणही सांगितलं होतं. आज खेळायचं नाही म्हटल्यावर धना जरासा हिरमुसला होता; पण तिचे बाबा आज येणार आहेत म्हटल्यावर तोही खूश झाला. मीराचे बाबा त्यानं बघितलेच नव्हते. मीरा त्यांच्याबद्दल सतत काही ना काही सांगत असायची. माझे बाबा असे आहेत नि तसे आहेत; पण धनानं त्यांना प्रत्यक्षात पाहिलंच नव्हतं. मीराचे बाबा येणार म्हणून तोही खूश होता. कारण मीरानं त्याला सांगितलं होतं की, तिनं तिच्या बाबांना धनासाठी काहीतरी आणायला सांगितलं होतं आणि तिचे बाबा 'हो' म्हणाले होते. हे ऐकल्यावर तर धना खूशच

झाला. मीराचे बाबा आपल्याला काय आणतील याची स्वप्नं तो रंगवायला लागला. एकूणच कबीर येणार होता म्हणून समीरा, मीरा आणि तिचा मित्र धना यांच्यात आनंदोत्सव पसरला होता.

आणि कबीर आला. तो आला तेव्हा संध्याकाळचे सात वाजले होते. बेलचा आवाज ऐकून समीरानं इतकं पटकन दार उघडलं की जणू ती दाराशीच थांबली होती. कबीर आत आला. त्यानं आपली बॅग आत सरकवली आणि समीराला आवेगानं मिठी मारली. समीरानंही त्याला घट्ट बिलगून आपली आतुरता दाखविली. काही क्षण दोघंही एकमेकांच्या मिठीत होते. कबीरला बिलगून समीरा स्फुंदत होती. डोळे पाण्यानं भरले होते. इतक्या दिवसांचा विरह त्या हुंदक्यांतून आणि अश्रूंतून व्यक्तही होत होता आणि वाहूनही जात होता. समीराच्या कपाळावर क्षणभर ओठ टेकवून कबीरनं तिचं चुंबन घेतलं आणि तिला सामोरी धरत म्हणाला, ''समीरा, मी तुला फार फार मिस केलं गं! आणि या माझ्या परीलासुद्धा!'' असं म्हणत कबीरनं मीराला उचलून घेतलं. हृदयाशी कवटाळलं. तिच्या गालाचे, कपाळाचे ढीगभर पापे घेतले. मीरासुद्धा बाऽबा म्हणत कबीरला बिलगली. दोन-अडीच महिन्यांचा तो विरह होता; पण दोन-अडीच वर्षं झालीत असं त्या तिघांनाही वाटत होतं. त्या तिघांचं एकमेकांवर असलेलं प्रेम बघून त्या फ्लॅटच्या भिंतीही जणू गहिवरल्या होत्या.

दोघांच्या भेटीचा, पुनर्मीलनाचा पहिला आवेग ओसरला आणि कबीरचा ताबाच जणू मीरानं घेतला. तिला बाबाशी खूप खूप गप्पा मारायच्या होत्या. दोन अडीच महिन्यांतल्या सगळ्या गोष्टी बाबांना सांगायच्या होत्या आणि त्या समीराच्या गोष्टींपेक्षा फारच महत्त्वाच्या होत्या. त्यामुळे ती जी बाबाच्या मांडीवर जाऊन बसली ती कबीरचा चहा झाला, इडली-चटणी खाऊन झाली, त्यानंतर आईस्क्रीम खाऊन झालं, तरीही पठ्ठी हलायला तयार नाही. तिच्या डोळ्यांवर पेंग यायला लागली तरी तिच्या गप्पा काही संपेनात आणि गप्पांमध्ये शाळा, टीचर याबरोबरच धनाचा विषय आणि नाव सारखं सारखं येत होतं. समीरानं कबीरला सांगितलं होतं, की धना मीराचा फ्रेंड आहे. कबीरला एवढंच माहीत होतं आणि तो त्याच दृष्टीनं मीराच्या सगळ्या गोष्टी ऐकत होता. मीरानं कबीरच्या मांडीवर बसून त्याच्याशी बोलता बोलताच भातही खाल्ला. पोटात अन्न गेल्यावर मात्र ती पेंगुळली आणि कबीरच्या मांडीवर झोपी गेली. झोपलेल्या मीराच्या डोक्यातून हात फिरवत, तिला थोपटत कबीर म्हणाला, ''समीरा, गेले दोन-अडीच महिने मी हे सगळं खूप खूप मिस केलं गं! आणि तुलासुद्धा!'' असं म्हणत मीराला तिच्या बेडवर ठेवण्यासाठी खांद्यावर उचलून घेऊन उभ्या असलेल्या समीराला त्यानं मीरासकट मिठीत घेतलं. तिच्या खांद्याला धरून तो तिला बेडरूमकडे घेऊन गेला. समीरानं मीराला बेडवर निजवलं.

तिला हलकेच पांघरूण घातलं आणि वळून ती कबीरच्या मिठीत शिरली.

दोघांना सकाळी जाग आली ती मीराच्या हाकांनी. कबीरनं डोळे उघडल्याबरोबर मीरा त्याच्या पोटावर जाऊन बसली आणि जोरजोरात टाळ्या वाजवायला लागली. कबीरला अतिशय आनंद झाला. गेल्या कित्येक दिवसांत अशी सुंदर सकाळ उगवली नव्हती, असं त्याच्या मनात आलं आणि अशी सकाळ दाखविल्याबद्दल त्यानं देवाचे आभार मानले. बेडवरच मीराशी भरपूर दंगामस्ती करून कबीरनं जणू मागच्या दोन-अडीच महिन्यांतील कसर भरून काढली. समीरानं चहा झालाय अशी हाक दिल्यावर कबीर भानावर आला. अंगावर लोळणाऱ्या मीराला त्यानं तशीच उचलली आणि तो किचनमध्ये आला. समीरा ओट्याजवळ उभी राहून काहीतरी करीत होती. मीराला खांद्यावर बसवून कबीर पुढे झाला आणि त्यानं समीराला पाठीमागून मिठी मारली. समीरानं वळून त्याच्याकडे पाहिलं आणि कृतककोपानं म्हणाली, ''मि. कबीर, आता पाघळणं पुरे. ब्रश करा आणि चहाला या आणि या तुमच्या परीलाही आता खांद्यावरनं उतरवा. मला तिलाही ब्रश करायचाय. चलाऽऽ!'' समीराचं लटक्या रागाचं बोलणं मीराला खरंच वाटलं. कबीरच्या खांद्यावर बसूनच टाळ्या वाजवत ती म्हणाली, ''आई बाबाला रागावलीऽऽ! गुऽऽड, गुऽऽड व्हेरी गुड!'' तिचं असं चिडवणं ऐकून कबीरनं तिला खांद्यावरनं उतरवलं आणि म्हणाला, ''नकटे, आई मला रागावली म्हणून टाळ्या वाजवतेस होय? थांब, बघतो तुला!'' त्याचं हे बोलणं ऐकून मीरा पळाली. कबीर तिला पकडायला तिच्या मागे धावला. ती घरभर पळत राहिली. त्यांची ही पकडापकडी काही वेळ चालली. ओट्याजवळ उभी राहून समीरा हे पाहत होती. तिच्या नजरेत, तिच्या चेहऱ्यावर आनंद ओसंडत होता. या दोघांच्या पावलानं सुख आपल्या घरभर बागडतंय असं तिला वाटलं. पळून पळून शेवटी कबीरच दमला. हॉलमध्ये जाऊन सोफ्यावर बसला. ''बाऽऽस! आता मी दमलोऽऽ! आता बास! हरलो बाई मी आता!'' म्हणत दम घेत बसला. त्याला बसलेलं बघून मीरानं पुन्हा टाळ्या वाजवून नाचायला सुरुवात केली आणि समीरानं हसायला. या आनंदातच सकाळ संपली.

आज शनिवार होता. मीराला तर सुट्टीच होती, तर समीरानं रजा काढली आणि शनिवार-रविवारचे ते दोन दिवस तिघं जण मनसोक्त भटकले. बीचवर गेले. काय काय खाल्लं! समुद्रात बोटिंग झालं. या सगळ्याचा मनसोक्त आस्वाद घेऊन झाला. दिवसभर आई-बाबांसोबत असं एंजॉय करणारी मीरा अधूनमधून धनाची आठवण काढतच होती. 'आता धनादादा असता तर असं म्हणाला असता, आता धनादादा असता तर त्यानं अशी उडी मारली असती, तो झोपाळ्यावर असा खेळला असता,' एक ना दोन. एकदा का ती धनाबद्दल बोलायला लागली की थांबायचीच नाही. ते ऐकून ऐकून शेवटी कबीर म्हणालाच, ''अरे हा धना आहे तरी कोण, जो

एवढा मीराच्या जवळचा झालाय? मला त्याला एकदा भेटलंच पाहिजे.'' त्याचं बोलणं ऐकून मीरानं पुन्हा टाळ्या वाजवल्या आणि अगदी मोठ्या माणसासारखं म्हणाली, ''तेच म्हणतेय बाबा मी! तुम्ही एकदा भेटाच धनादादाला. तुम्हाला पण आवडेल तो! बाबा तुम्ही त्याला भेटा आणि त्याच्यासाठी आणलेलं गिफ्ट द्या. त्याला खूप आवडेल!'' असं बोलून शंकेच्या स्वरात त्या चिमुरडीनं कबीरला विचारलं, ''बाबा आणलंय ना त्याला गिफ्ट?'' तिचा तो प्रश्न ऐकून कबीर चपापला. तो खरंच विसरला होता; पण हे मीराला सांगितलं असतं तर ती रडली असती. आता खोटं बोलून वेळ मारून न्यावी लागणार होती. कबीर पटकन् म्हणाला, ''आणलंय तर! आता आपण घरी गेलो की त्याला भेटून गिफ्ट देऊ या हं! चालेल?'' कबीरनं असं म्हणताच मीरानं पुन्हा टाळ्या वाजवून आनंद व्यक्त केला आणि ती घसरगुंडीकडे पळाली. ती जवळ नाही असं बघून कबीरनं समीराला विचारलं, ''समीरा, अगं हा धना आहे तरी कोण? आणि तो मीराचा इतका चांगला मित्र कसा झाला? आपल्या सोसायटीत राहतो का?'' ज्या प्रश्नांबद्दल समीराला चिंता वाटत होती, तेच प्रश्न कबीरनं विचारले होते. आता सगळं सांगणं भाग होतं; पण सविस्तर सांगणं गरजेचं होतं. नाहीतर कबीरचाही धनाबद्दल गैरसमज झाला असता. मीरा घसरगुंडी खेळण्यात गुंतलेली पाहून समीरानं कबीरला धनाबद्दलची सगळी हकिगत सांगितली. त्यानं मीराला कशी मदत केली इथपासून ते त्याच्याशी खेळून झाल्यावर मीराचे हट्ट कसे कमी झालेत इथपर्यंत. समीरा हे सगळं सांगत होती, पण धना समोरच्या वॉचमनचा मुलगा आहे हे कळल्यापासून कबीरच्या कपाळावर जी आठी उमटली ती तशीच राहिली. 'आपल्या मीराला या धनाशी खेळू देता कामा नये. आता लगेचच नाही, पण हळूहळू तिची आणि त्याची दोस्ती तोडली पाहिजे. मीराला लागलेली धनाची सवय मोडली पाहिजे! आपण इथे नव्हतो. समीराचा नाइलाज होता, पण आपण आता इथं आलो आहोत, आपण हे करायचं!' कबीरनं मनाशी निश्चय केला. त्याला बरं वाटलं. आपल्या मीराच्या पालनपोषणात आपण कसलीही कसूर ठेवायची नाही, असा निश्चय त्यानं मनोमन केला. अर्थात, धनाविषयीचं आपलं मत समीराला किंवा मीराला कळू न देता, आपण मीराचं त्या धनाशी खेळणं बंद करायचं, असंही त्यानं ठरवलं. पण आता आज मीराचं मन राखण्यासाठी त्या धनाला काहीतरी घेतलं पाहिजे, हे त्याच्या लक्षात आलं. नाहीतर त्याच्याबद्दल मीरा कबीरवर रागावली असती, रुसली असती आणि बाबानं आपल्या फ्रेंडला काही आणलं नाही, हे तिच्या मनाला लागलं असतं. ते कबीरला नको होतं.

संध्याकाळ झाली. तिघंही घरी परतायला लागली. कबीर गाडी चालवत होता. वाटेत कुठे कपड्याचं लहानसं दुकान लागतंय का याचा शोध घेत होता. त्याच्या

सोसायटीच्या मागच्या बाजूला मार्केट होतं. त्यानं गाडी तिकडे वळवली. मीरा खेळण्याच्या नादात होती तेव्हा कबीरनं समीराला धनाचं अंदाजे वय विचारून घेतलं होतं. आईस्क्रीम घेण्याच्या निमित्तानं तो खाली उतरला. त्या दुकानात जाऊन त्यानं एक बऱ्यापैकी शर्ट आणि हाफ पँट घेतली. पलीकडच्या दुकानातून आईसक्रीम घेतलं. गाडीत बसून त्यानं गाडी चालू केली. गाडी सोसायटीतून आत वळवताना त्यानं मीराला सांगितलं, "छकुली, तुझ्या फ्रेंडला हाक मार. त्याला घरी ये म्हणून सांग. त्याला गिफ्ट द्यायचंय ना?" मीराचा चेहरा आनंदानं फुलला. समीरा सामान घेऊन वर गेली. गाडीतून खाली उतरून मीरा पळतच गेटजवळ गेली. तिथे उभं राहून तिनं हाक मारली, "धनादादा! एऽऽऽ धनादाऽऽदा!" तिच्या दुसऱ्याच हाकेला तिकडून प्रतिसाद आला, "आलोऽ आलोऽ ताई!" आणि त्या आवाजापाठोपाठ ५-६ वर्षांचा एक मुलगा धावत गेटजवळ आला. तो तिथे आलेला बघून मीरानं त्याचा हात धरला. त्याला गाडीजवळ घेऊन आली आणि गाडी लॉक करणाऱ्या कबीरला म्हणाली, "बाबा, हा बघ माझा फ्रेंड! माझा फ्रेंड धनादादा!" कबीरनं त्याच्याकडे नजर टाकली. उंचीनं बेताचा, काटकुळा म्हणता येईल असा, काळासावळा एक मुलगा होता तो. त्याच्या अंगावरचे कपडे मळलेले तर होतेच; पण त्याचे हातपायही धुळीनं माखलेले होते. कबीरला तो मुलगा– धना– अजिबात आवडला नाही; पण मीराच्या चेहऱ्यावर आनंद नुसता ओसंडत होता. कबीरला धनाबद्दल असं नुसतं सांगून ती धनाशी गप्पा मारत होती. आपण दिवसभर काय काय केलं, काय काय मज्जा केली ते सांगत होती. कबीरनं तिला मध्येच थांबवलं आणि म्हणाला, "छकुली, आता आधी वर घरी जाऊ या. चला आता खूप भूक लागली असेल ना? चला आता!" असं म्हणत त्यानं मीराचा हात धरला आणि तो तिला लिफ्टकडे नेऊ लागला. तोच "बाबा, धनादादा पण येऊ दे! त्याला गिफ्ट द्यायचंय ना? धनादादा चल तू पण!" असं म्हणत कबीरच्या होकार-नकाराची वाट न बघता मीरानं धनाचा हात धरला आणि त्याला घेऊन ती लिफ्टमध्ये शिरलीसुद्धा. कबीरचा नाइलाज झाला. काही न बोलता तोही लिफ्टमध्ये शिरला. सगळं सामान घेऊन समीरा कधीच वर गेली होती. लिफ्टच्या त्या तीन मिनिटांच्या प्रवासातसुद्धा मीरा धनाशी अखंड बडबडत होती. ती त्याच्याशी बोलण्यात एवढी दंग होती की कबीरला असं वाटलं की ही आपली लेक आपलं अस्तित्वच विसरली आहे आणि आपल्या मीराला या धनापासून दूर करण्याचा त्याचा निश्चय आणखीच पक्का झाला.

लिफ्ट वर पोहोचली. कबीरचा हात धरून मीरा आणि मीराचा हात धरून म्हणण्यापेक्षा धनाला हाताला धरून मीरा फ्लॅटमध्ये आली. आत आल्या आल्या कबीरनं काहीशा तीव्र आवाजात समीराला हाक मारली, "समीराऽऽ! ते छकुलीच्या

फ्रेंडसाठी आणलेलं गिफ्ट घेऊन ये. तो आलाय, त्याला देऊन टाक. म्हणजे त्याला घरी जायला बरं!'' स्वयंपाकघरात मीरासाठी वरण बनवत असलेल्या समीराला कबीरच्या आवाजातली तीव्रता लगेचच जाणवली. गॅस बारीक करून ती बाहेर आली. बाहेरच्या हॉलमध्ये कबीर सोफ्यावर बसला होता. मीरा त्याच्या मांडीवर बसली होती. तिच्या चेहऱ्यावरून आनंद ओसंडत होता, तर कबीरच्या कपाळावर स्पष्ट दिसेल अशी आठी होती आणि दाराजवळ धना उभा होता. तो संकोचून जरी उभा असला तरी त्याच्या चेहऱ्यावर उत्सुकता होती. डोळ्यांत आनंद होता. समीरा हॉलमध्ये आली. टीपॉयच्या खाली धनासाठी घेतलेले कपडे बॉक्ससहित ठेवलेले होते. समीरानं तो बॉक्स उचलला आणि कबीरकडे दिला. समीरा बाहेर आलेली बघून धना तिच्याकडे बघून हसला. त्याच्या हसण्यात एक निर्व्याज्यता, निरपेक्षता होती. कबीरनं तिच्या हातातून बॉक्स घेतला. मांडीवर बसलेल्या मीराच्या हातात दिला आणि आवाजात प्रयत्नपूर्वक गोडवा आणत म्हणाला, ''छकुली, धना तुझा फ्रेंड आहे ना? तू सांगितलंस म्हणून त्याच्यासाठी मी हे गिफ्ट आणलंय. हे त्याला दे!'' कबीरचं बोलणं ऐकून आनंदून गेलेल्या मीरानं तो बॉक्स हातात घेतला आणि कबीरला विचारलं, ''बाबा, तू हे जर्मनीहून आणलंस?'' कबीरला खरं सांगणं भाग होतं; पण त्यानं समजुतीच्या स्वरात मीराला सांगितलं. म्हणाला, ''छकुली, अगं मी जर्मनीहून आणणारच होतो; पण मी तुझ्या फ्रेंडला बघितलं नव्हतं ना? मग न बघताच त्याच्या मापाचे कपडे कसे आणणार? मग आत्ता इथूनच घेतले. छान आहेत, आवडतील त्याला आणि मापातसुद्धा बसतील. दे त्याला!'' कबीरनं सांगितलेलं मीराला पटलं असावं. तिनं आनंदानं मान डोलावली. कबीरच्या हातातून तो बॉक्स घेतला आणि त्याच्या मांडीवरनं उतरून ती धनाजवळ गेली आणि बॉक्स त्याच्यासमोर धरून म्हणाली, ''धनादादा, हे घे! तू माझा फ्रेंड आहेस ना, म्हणून माझ्या बाबानं तुझ्यासाठी हे गिफ्ट आणलंय, घे!'' हे बोलत असताना मीराच्या डोळ्यांत तिच्या बाबाबद्दलचा अभिमान होता, तर धनाबद्दलची माया. तिच्या हातातून बॉक्स घेऊन धनानं तो उघडून बघितला. आतले कपडे बघितल्यावर त्याचे डोळे विस्फारले. तो निरागसपणे म्हणाला, ''गे माय! कपडे? माझ्यासाठी? इतकं भारी? मीराताई, तुमचे बाबा लयी चांगले आहेत. त्यांनी माझ्यासाठी कपडे आणले. मला आतापतुर कुणीबी इक्ते नवे कपडे दिले न्हवते. आई-अण्णा कुणाकुणाचे कपडे मागून आणतात आणि मी तेच घालतो. पन ह्ये कपडे लयीच नवे हायेत. सायेब, हे कपडे माझ्यासाठी तुमी आणलेत? तुमी लयी चांगले हाईसा.'' असं म्हणत धनानं तिथेच जमिनीवर डोकं टेकवून कबीर आणि समीराला नमस्कार केला. एकदा मीराकडे बघून तो आनंदानं हसला आणि विचारलं, ''ह्ये मी घराकडे घेऊन जाऊ?'' मीरानं उत्साहानं तर कबीरनं सुटकेच्या

भावनेनं मान हलविली. त्यांनी परवानगी दिल्यावर मात्र तो क्षणभरही थांबला नाही. दाराबाहेर धाव घेऊन तो पळतच घरी गेला. तो गेला त्या दिशेकडे कबीर आणि समीरा पाहतच राहिली, तर मीरा टाळ्या वाजवत नाचायला लागली. दाराकडे पाहणारी आपली नजर उचलून दोघांनी मीराकडे पाहिलं. तिच्या चेहऱ्यावरून, डोळ्यांतून, हालचालीतून सगळा आनंदच आनंद ओसंडत होता. धनाला मीरापासून लांब ठेवण्याचा मनोमन पक्का निर्णय घेतलेला कबीर मनाशी विचार करीत होता. 'आपण घेतलेला निर्णय योग्य आहे की आपल्याला आपल्या निर्णयाचा पुनर्विचार करावा लागेल?' आणि मनात उद्भवलेल्या या प्रश्नाचं उत्तर मात्र त्याला लगेच मिळालं नाही.

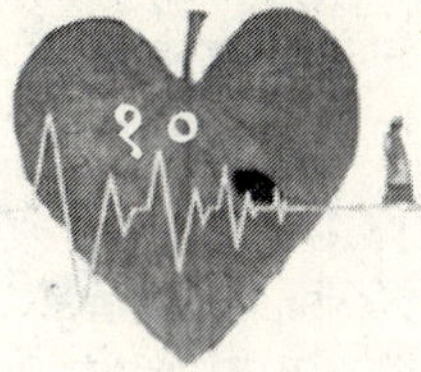

आपल्या धनादादाला बाबानं गिफ्ट आणलंय या आनंदात मुकाट वरण-भात खाऊन मीरा झोपी गेली. समीरा-कबीर जेवायला बसले; पण का कोणास ठाऊक, जेवताना एक विचित्र शांतता होती. कोणीच कोणाशी बोलत नव्हतं; खरं तर दोन दिवस खूप खूप आनंदात गेले होते. कित्येक दिवसांनी कबीर असा मुक्त-मोकळा आणि खूप वेळ सापडला होता. तिघांनी मिळून मस्त एंजॉय केलं होतं. तिघं घरी आली तेव्हाही मस्त आनंदात होती; पण आता सगळाच नूर पालटला होता. समीरा आणि कबीर एकमेकांसमोर बसून मुकाटपणे जेवत होती; पण समीराला कळलं होतं की, ही वादळापूर्वीची शांतता आहे. दोघांच्याही मनात विचारांचं वादळ आहे आणि या 'वादळाचा केंद्रबिंदू आहे धना, मीराचा फ्रेंड धना, वॉचमनचा मुलगा धना.' क्षणभर समीराला धनाचा राग आला. इतका चांगला गेलेला दिवस धनामुळे बिघडला होता. दोन दिवसांचा आनंद धनामुळे नासून गेला होता. धनामुळे त्या आनंदावर विरजण पडलं होतं. तो ५-६ वर्षांचा पोर, पण त्याच्यामुळे आपल्या संसारात, आपल्या घरात असं वादळ, असा अबोला होईल, त्याचा इतका परिणाम होईल, असं समीराला कधी वाटलंच नव्हतं. कबीर परत आल्यावर हा विषय निघणार होताच. समीरालाही याची कल्पना होती; पण त्याचा असा परिणाम होईल असं वाटलं नव्हतं. आता कबीर काय म्हणेल, कोणता स्टॅण्ड घेईल याचा जरी तिला अंदाज आलेला असला, तरी आपण नक्की कसं रिॲक्ट व्हायचं, हे तिला उमगत नव्हतं. जेवणं झाली. पाठीमागचं आवरून समीरा बेडरूममध्ये गेली, तेव्हा कबीर शांतपणे निजला होता. दोन दिवस मीरासोबत केलेल्या धावपळीनं तो दमला होता. जेवण करून अंथरुणावर आडवा झाला आणि त्याला लगेचच झोप लागली. समीराला समजेना, या गोष्टीचा आनंद बाळगावा की खंत. आजचा वाद उद्यावर गेला म्हणून आनंद मानायचा, की विषयाचं भिजतघोंगडं तसंच पडलं म्हणून खंत वाटून घ्यायची. तिनेही काही क्षण विचार केला आणि तिच्याही लक्षात आलं, आपण पण खूप दमलोय. डोक्यात येणारे विचार बाजूला सारून ती कबीरशेजारी आडवी झाली. एक हात त्याच्या अंगावर टाकला. क्षणभर दीर्घ श्वास घेतला आणि पुढच्या क्षणाला तिलाही झोप लागली.

दुसऱ्या दिवशी सकाळपासून पुन्हा सगळ्यांची धावाधाव सुरू झाली. समीराचं

ऑफिस, कबीरचं ऑफिस, मीराची शाळा, तिचा अभ्यास – सगळ्या धावपळीत धनाचा विषय तसाच राहिला. नव्हे, बाजूलाच पडला आणि कबीरनं आणलेले नवीन कपडे घालून धना मीराबरोबर सोसायटीच्या आवारात खेळायला येऊ लागला. संध्याकाळी कबीर घरी आला की मीरा त्याच्यासोबत त्याच्या मागे मागे असायची आणि कबीरशी खेळताना अधनंमधनं धनाचं नावही असायचंच. ते ऐकलं की कबीर ठरवायचा, 'ते काही नाही! या धनाचा उद्याच निकाल लावला पाहिजे. धना हा विषय मीराच्या आणि पर्यायानं आपल्या आयुष्यातून हद्दपार केला पाहिजे.' त्याचा विचार असा पक्का व्हायचा आणि दुसऱ्या दिवशीची सकाळ उजाडली की सकाळच्या धावपळीत पुन्हा हा विचार मागे पडायचा आणि कबीर ऑफिसात जायचा. पण एवढं खरं की कबीरच्या मनात धनाविषयी चीड निर्माण होत होती आणि हळूहळू ती वाढतच होती आणि त्या दिवशी रविवारी तिचा उद्रेक झाला. झालं असं की त्या दिवशी शनिवार होता. कबीर, समीरा दोघेही आळसावले होते. मीराच्या शाळेलाही सुट्टी होती. त्या दिवशी संध्याकाळी कबीरच्या एका मित्राच्या घरी त्याच्या मुलाचा वाढदिवस होता म्हणून छोटीशी पार्टी होती. दुपारची जेवणं आटोपून कबीर-समीरा मस्तपैकी पिक्चर लावून बघत बसले होते. पिक्चर संपला. चार वाजले होते. कबीर समीराला म्हणाला, "समीरा, आज संध्याकाळी माझ्या मित्राच्या– शेखरच्या– मुलाचा वाढदिवस आहे. आपल्याला बोलावलं आहे. तुला दुसरीकडे कुठं जायचं नसेल, तर आपण तिघंही जाऊ."

कबीरच्या या बोलण्याला समीराने होकारार्थी मान डोलावली. म्हणाली, "तसं मला कुठे जायचं नाहीये. पण बरेच दिवसांत मम्मी-डॅडींना भेटायला गेले नाही. आज जायचं म्हणत होते; पण इट्स ओके! मी पुढच्या शनिवारी जाईन." समीरानं कबीरच्या बेताला संमती दिली; पण कबीरनं त्यातूनही एक वेगळी वाट काढली. तो समीराला म्हणाला, "समीरा, आपण असं करू. आता घरातून जरा लवकरच बाहेर पडू. आधी मम्मी-डॅडींना भेटू आणि तसंच पुढे जाऊ. कारण वाढदिवसाची पार्टी तशी थोडी उशिराच सुरू होणार आहे. त्यामुळे वाटेत मम्मी-डॅडींना भेटून आपण पुढे पार्टीला वेळेत जाऊ शकतो!" कबीरने काढलेला हा सुवर्णमध्य मग समीरालाही पसंत पडला. ती लगबगीनं आवरायला उठली. तिला आधी मीराचं आवरावं लागणार होतं. म्हणून तिने मीराला हाक मारली. मीरानं 'ओ' देत सांगितलं, "मी इकडे बाल्कनीत आहे!" समीरा बाल्कनीत गेली. मीरा तिच्या छोट्या खुर्चीवर बसली होती आणि बाल्कनीतून कुणाला तरी हातवारे करून काहीतरी सांगत होती. समीरानं समोर पाहिलं. समोरच्या बिल्डिंगच्या आवारात आपल्या झोपडीसमोर धना उभा होता आणि तोही हातवारे करून मीराला काहीतरी सांगत होता, दाखवत होता. "मीरा, चल बेटा, आपण बाहेर चाललोय. नाना-

नानींकडे आणि तिथून आपण एका बर्थ-डे पार्टीला जायचंय. चला, तुझं आवरून घेऊ या!'' ''आई, आपण कोणाच्या बर्थ डे पार्टीला जातोय? करीनाच्या?'' मीरानं विचारलं, ''नाही बेटा! आपल्या बाबांच्या ऑफिसमध्ये त्यांचा एक फ्रेंड आहे. त्याच्या बाळाचा बर्थ डे आहे. त्याच्या पार्टीला आपण जायचंय.'' समीरानं मीराला नीट सांगितलं. पण हे सगळं ऐकून मीरानं नाक मुरडलं. तोंड वाकडं केलं आणि म्हणाली, ''नाही गं आई! मी नाही येणार! मला नाही जायचं त्या दुसऱ्या कोणाच्या बर्थ-डे पार्टीला. मला तिथे बोअर होईल ना! त्यापेक्षा आपण असं करू या का? तू आणि बाबा जा. मी सुरेखा मावशीसोबत घरी थांबते आणि थोड्या वेळानं खाली जाऊन धनादादाशी खेळते. मला नाही आवडत असं दुसऱ्या कुणाकडे जायला. मला धनादादाशी खेळायला आवडतं. तो माझा बेस्ट फ्रेंड आहे ना? मग मी त्याच्याशीच खेळेन.'' मीरा लाडिक हट्ट करत म्हणाली. तिची शेवटची दोन वाक्यं तिथे येणाऱ्या कबीरनं ऐकली आणि का कोण जाणे, त्याचा पारा एकदम चढला. आपल्यासोबत येण्यापेक्षा ही चिमुरडी त्या धना का कोण त्याच्याशी खेळण्याला प्राधान्य देते, हे ऐकल्यावर धनाबद्दलचा त्याच्या मनात खरखरणारा राग एकदम उफाळून बाहेर आला. त्याचा स्वतःच्या मनावरचा, रागावरचा ताबा सुटला आणि नेहमी शांत, संयमी, समंजस असणारा आणि मृदू आवाजात बोलणारा कबीर संतापानं एकदम ओरडला, ''बाऽऽऽस! बास झालं त्या धनाचं कौतुक! छकुले, मी तुझा बाबा तुला सांगतोय, आता तू आमच्यासोबत यायचं आहेस म्हणजे यायचं आहेस आणि यापुढे आजपासून नव्हे, आत्तापासून तू त्या घाणेरड्या धनाशी खेळायचं नाहीस, त्याच्याशी मैत्री करायची नाहीस. त्याच्याशी बोलायचंसुद्धा नाहीस. तो तुझा कितीही बेस्ट फ्रेंड असला तरी! समजलं? तो कोण कुठला घाणेरडा, अडाणी, गलिच्छ पोरगा धना! तुला तो तुझ्या बाबापेक्षाही आवडतो? तुझा बाबा इथे तुझ्यासाठी जीव टाकतो आणि तू त्या घाणेरड्या मुलाला बेस्ट फ्रेंड मानतेस? समीरा, आय डोन्ट टॉलरेट धिस स्टुपिडनेस! छकुलीचं लवकर आवर! आपण लगेचच बाहेर पडतो आहोत आणि वन मोअर थिंग! सुरेखा, मी तुला सांगतोय. यापुढे छकुली त्या धनाबरोबर खेळताना मला दिसली नाही पाहिजे. समजलं? ही तुझी जबाबदारी.''

आपल्या मनातली खदखद, धनाविषयीचा राग असा सगळ्यांवर काढून कबीर तिथून आत गेला. कबीरचं हे रूप समीरानं कधीच पाहिलेलं नव्हतं. ती डोळे विस्फारून त्याच्याकडे, तो गेला तिकडे पाहतच राहिली; पण मीराला तर असा दिसणारा, असं ओरडून बोलणारा हा बाबा नवीनच होता. आत्तापर्यंत तिला तो कधीही असं ओरडून बोलला नव्हता. तिच्यावर कधीच रागावला नव्हता. आज तो तिच्यावर ओरडला तर होताच; पण धनाशी, तिच्या बेस्ट फ्रेंडशी खेळायचं नाही

असंही त्यानं सांगितलं होतं. बाबा रागावला यापेक्षा त्यानं धनाशी खेळायचं नाही, बोलायचंसुद्धा नाही असं सांगितलं, या गोष्टीचं तिला नवल तर वाटलंच; पण का कोण जाणे, तिला याबद्दल बाबाचा रागच आला. तोही पहिल्यांदाच. जसं बाबा तिच्याशी पहिल्यांदाच असं रागावून बोलला, तसंच तिलाही बाबाचा पहिल्यांदाच राग आला. ती काहीतरी बोलणार तेवढ्यात रागारागानं बाबा बाहेर निघून गेला आणि तिच्या डोळ्यांतून आसवं ओघळली. गोबऱ्या गालावर विसावली. त्यात जसं बाबा रागावल्याची, पहिल्यांदाच रागावल्याची खंत होती, थोडी भीती होती, तसंच धनाशी खेळायचं नाही या आग्रहाचं दुःखही होतं. तिनं भिजल्या डोळ्यांनी आणि मुडपलेल्या ओठांनी आईकडे- समीराकडे पाहिलं. तिच्या त्या भिजल्या, घायाळ नजरेनं समीराच्या काळजात कालवाकालव झाली. आपला बाबा आपल्यावर असा ओरडू शकतो, हेच मुळी तिचं बालमन स्वीकारायला तयार नव्हतं, हे तिच्या विद्ध नजरेतून समीराला दिसत होतं; पण आत्ता या वेळी समजुतीनं बोलण्यात काहीच अर्थ नव्हता. नाहीतर मीरानं भोकाडच पसरलं असतं आणि कबीर आणखीनच चिडला असता. तिनं काही न बोलता मीराला उचललं. बाथरूममध्ये नेलं. तिचे हात, पाय, चेहरा स्वच्छ धुतला. तिला छानसा ड्रेस घालून तिचं आवरलं. काही न बोलता आपलेही कपडे बदलले. जीन्स-टीशर्ट बदलून चुडीदार घातला; पण हे सगळं करत असताना, मीराचं आणि स्वतःचं आवरत असताना मीरा एक प्रश्न तिला राहून राहून रडवेल्या आवाजात विचारत होती, ‘‘आई, सांग ना गं! माझं काय चुकलं? बाबा इतका का रागावला?’’ आणि आत्ता, या क्षणी तरी समीराला तिच्या प्रश्नाचं उत्तर देणं शक्य नव्हतं. तिघं बाहेर पडली. या रागवारागवीच्या गोंधळात निघायला उशीर झाला आणि समीराच्या आई-बाबांना भेटायचं राहूनच गेलं.

तिघंही वाढदिवसाला जाऊन आली खरं, पण ती पार्टी संपेपर्यंत मीरा रडवेलीच होती. खरं तर तिच्या वयाची थोडी लहान-मोठी अशी तिथे बरीच मुलं होती; पण खेदाची बाब अशी होती की, त्यातलं कुणीच तिच्या ओळखीचं नव्हतं. आणखी एक गोष्ट अशी होती की मीरा राहत होती त्या कॉलनीतसुद्धा ती धनाशिवाय इतर कोणाशी खेळत नसे. त्यामुळेच ही वाढदिवसाची पार्टी संपेपर्यंत मीरा रुसलेलीच होती. समीरा तर तिच्यासोबत होतीच; पण कबीरचंही अधूनमधून मीराकडे लक्ष होतंच. आणि खरं सांगायचं झालं तर तिचा रडवेला चेहरा बघून त्याचंही त्या पार्टीत लक्ष लागत नव्हतं. त्यातच कधी नव्हे ते आपण आपल्या छकुलीला ओरडलो, याचाही पश्चात्ताप त्याला होत होता. परिणामी, तिघंही जण पार्टीतून लवकरच बाहेर पडून घरी आले. वाटेत गाडीतही कुणीच कुणाशी बोललं नाही. मीरा तर गाडीतच झोपून गेली. घरी आल्यानंतरसुद्धा समीरानं मीराला उचलून नेऊन बेडवर निजवलं. काहीही न बोलता कपडे बदलून तीही मीराशेजारी आडवी

झाली आणि पाच मिनिटांत झोपलीसुद्धा. कपडे बदलून कबीर निजायला आला, तर समीराला झोप लागली होती. खरं तर त्याला तिच्याशी बोलायचं होतं. आपण छकुलीला ओरडलो याबद्दल पश्चात्ताप व्यक्त करायचा होता, शिवाय धनाचा विषयही बोलायचा होता; पण परतायला उशीर झाला आणि सगळं बोलायचं राहून गेलं. हा विषय कधी ना कधीतरी बोलायला हवा, असा विचार करीत कबीर निजला. त्यालाही लगेचच झोप लागली. तिघांच्याही मनात उठलेलं विचारांचं वादळ आता निदान रात्रीपुरतं तरी शांत झालं होतं. एका परीनं रात्रीनंच ही किमया केली होती. उद्याचा दिवस उजाडल्यानंतर काय घडणार होतं, काय होणार होतं, हे कुणालाच माहीत नव्हतं. तिघंही शांत झोपली होती.

नेहमीप्रमाणे सकाळ उजाडली. आज रविवार होता. एरवीच्या दिवसाची गडबड नव्हती. मीरा जरा उशिराच जागी झाली. कबीर तर अजूनही झोपलेला होता. समीरा मात्र दूधवाल्याच्या हाकेनं लवकर उठली होती. तिनं दूध तापवायला ठेवलं आणि त्या दोघांना निवांत झोपू देत असा विचार करून ती पेपर वाचत बसली. मीराला जाग आली, तिने डोळे उघडले. शेजारी बाबा झोपलाय म्हटल्यावर ती उठली आणि कबीरच्या गळ्याला मिठी मारून त्याच्या पोटावर चढून निजली. तिच्या कोमल स्पर्शानं कबीरला जाग आली. त्यानं डोळे उघडले. मीरा नेहमीप्रमाणे त्याच्या अंगावर निजली होती. कबीरचे डोळे भरून आले. रात्रीचा रुसवा, आपलं रागावणं हे सगळं विसरून त्याची लाडकी छकुली निरागसपणे त्याच्या गळ्याला मिठी मारून निजली होती. 'खरंच, असंच असतं का बालपण? इतकं निरागस? इतकं निर्मळ?' कबीरच्या मनात आलं. त्याला असं बालपण अनुभवायला कधीच मिळालं नव्हतं. पोटावर निजलेल्या आपल्या छकुलीला अत्यंत मायेनं थोपटत कबीरनं मनाशी निश्चय केला, छकुलीला यापुढे आपण कधीच रागवायचं नाही. रागवायचं राहू दे, पण तिच्याशी ओरडूनसुद्धा बोलायचं नाही. आपल्या लेकराची ही निरागसता आपणच जपली पाहिजे. त्यानंतर कितीतरी वेळ कबीर मीराला थोपटत राहिला होता. आपण लहानपणी काय मिस केलं याची त्याला जणू पुन्हा नव्यानं जाणीव होत होती.

काही वेळ असाच गेला आणि मीराला पुन्हा जाग आली. आपण बाबाच्या पोटावर झोपलो आहोत हे तिच्या लक्षात आलं. त्याच्या पोटावर तसंच उठून बसत तिनं कबीरकडे बघून डोळे मिचकावले, खुदकन हसली आणि म्हणाली, "गुडमॉर्निंग बाबा!" तिच्या गोड आवाजातलं ते गुडमॉर्निंग ऐकलं, तिच्या गोबऱ्या गालावर पसरलेलं निरागस हसू बघितलं आणि कबीरला भरून आलं. तिला तसंच पोटाशी धरून उचलून तो बेडवरून खाली उतरला आणि वेड्यावाकड्या आवाजात गाऊ लागला – "गुऽऽऽडमॉर्निंऽऽग! व्हेरी व्हेरी गुडमॉर्निंग माय चाईल्डऽऽ" कबीर

भसाड्या आवाजात गात होता. उलटलेल्या रात्रीनं ही किमया केली होती. खरं तर समीरा मनातून धास्तावली होती. पेपर वाचनातही तिचं लक्ष लागत नव्हतं. मीरा अजूनही लहानच होती. रात्रीचा रुसवा तिच्या लक्षात राहणार नव्हताच. पण कबीर? त्याचं काय? रात्री संतापलेला कबीर सकाळी उठल्यावर कोणत्या मूडमध्ये असेल याचा समीराला काहीच अंदाज येत नव्हता. कदाचित कबीर अजून संतापलेल्या मूडमध्येच असेल तर आजचा दिवस कठीण जाणार होता. त्यातच आज रविवार. एरवीचा दिवस असता तर ऑफिसला जाण्याच्या घाईगडबडीत संताप व्यक्त करायलासुद्धा वेळ नव्हता; पण आज रविवार असल्याने कोणाला कसलीच घाई नव्हती आणि अशा परिस्थितीत कबीर जर संतापलेलाच असता, तर मात्र कठीण होतं. म्हणूनच कबीरला आणि मीराला एकमेकांना सोबत दंगा करताना आणि खदाखदा हसताना बघून समीरा रिलॅक्स झाली होती आणि त्या रिलॅक्स मूडमध्ये तीसुद्धा त्या दोघांच्यात सामील झाली आणि कबीरच्या गाण्याला आणखी बहर आला. समीरानं नाश्ता बनवला आणि मग तिघांनी मिळून समीराच्या आई-वडिलांना भेटायला जायचं ठरवलं, जे काल राहून गेलं होतं. समीरानं तसा फोन करून आईला कळवलं अन् तिघंही जण काही वेळात तिथे गेले. तिथे गेल्यावर तर कबीर आणि मीराच्या गाण्यात समीराचे बाबाही सामील झाले आणि तिघांच्या गाण्यात उत्साह आला. लाडकी लेक, जावई आणि नात आले म्हणून समीराच्या आईनं जेवणाचाच बेत केला होता. गप्पा मारत जेवणं झाली आणि संध्याकाळचा ट्रॅफिक सुरू होण्याआधी कबीरनं गाडी काढली. ते घरी पोहोचले तेव्हा संध्याकाळचे साडेपाच-सहा वाजले होते. कबीरनं गाडी कॉलनीच्या गेटमधून आत घेतली. समीरानं मीराला खाली उतरवलं आणि मीरा गेटकडे धावली. वॉचमन गेट लावतच होता. तोच मीरानं ''धनादादाऽऽ धनादादाऽऽ'' म्हणत हाक मारायला सुरुवात केली. तिच्या दुसऱ्या हाकेने धना धावतच गेटजवळ आला. त्याला समोर आलेलं बघून मीरा टाळ्या वाजवत नाचायला लागली आणि मागं वळून कबीरकडे बघत म्हणाली, ''बाबाऽऽ बाबाऽऽ बघितलंस का? धनादादा खेळायला आला आहे,'' असं म्हणत समीराकडे वळून बघत तिने लाडिकपणे विचारलं, ''मम्मा, तू आणि बाबा वर जा. मी थोडा वेळ धनादादाशी खेळून येते. चालेल ना?'' तिचा निरागस लाडिक स्वर, मान हलवत विचारण्याची पद्धत हे सगळं बघून समीराला धड 'नाही' म्हणवेना आणि धड 'हो' म्हणवेना. तिनं हळूच कबीरकडे पाहिलं. गाडी लॉक करून तो वळला होता. त्याच्या कपाळावर आठीची रेष स्पष्ट दिसत होती. डोळ्यांत संताप उतरलेला दिसत होता. तो रागावून काही बोलणार तेवढ्यात लिफ्टमधून शेजारी राहणारे अय्यर बाहेर आले आणि कबीरला बघून म्हणाले, ''अय्यो! कबीर साब तुम कब वापस आये? कैसा रहा आपका जर्नी?'' अय्यरच्या

बोलण्यामुळे कबीरने चेहऱ्यावरची आठी पुसून टाकली. चेहऱ्यावर कसंनुसं हसू आणलं आणि अय्यरला म्हणाला, "हॅलो मिस्टर अय्यर, मैं दो दिन पहिले आया। बहुत अच्छी रही मेरी जर्नी. थँक्स फॉर आस्किंग!" कबीरला बाय करत अय्यर निघून गेले; पण तेवढ्या दोन मिनिटांत मीरा धनाशी बागेत खेळायला गेलीसुद्धा! कबीरच्या चेहऱ्यावर पुन्हा संताप उमटला. तो चिडून हाक मारणार तोच समीराने हाताच्या इशाऱ्याने त्याला थांबवलं. कबीरनं चिडून हाक मारली असती, तर तो मीराला रागावला असता, धनाबरोबर खेळायचं नाही असं सांगितलं असतं आणि मग मीरानं रडून धिंगाणा घातला असता. बागेत इतरही काही स्त्रिया आपापल्या मुलांना घेऊन आल्या होत्या. त्यांच्यासमोर हे सगळं व्हायला नको होतं. म्हणूनच समीरानं कबीरला थांबवलं. कबीरच्याही ते लक्षात आलं असावं. त्यानं रागाचा एक कटाक्ष समीराकडे टाकला आणि रागारागाने तो तिथून निघून गेला. काही न सुचून समीरा तिथेच थांबली. तिला कळेना, आपण कबीरच्या पाठोपाठ जावं, की मीराकडे. काही क्षण विचार करून तिनं लिफ्टकडे आपली पावलं वळवली. जाता जाता तिने बागेकडे नजर टाकली. मीरा धनाबरोबर पकडापकडी खेळण्यात दंग झाली होती. तिचा चेहरा आनंदानं फुलला होता. दोघांचा लपाछपीचा डाव अगदी रंगात आला होता. 'या दोघांची मैत्री कशी तोडणार आहे कबीर?' मनात हा प्रश्न घोळवतच समीरा घरात गेली. कबीर अजूनही हॉलमध्ये बसला होता. त्याच्या कपाळावर आठी आणि डोळ्यांत संताप दिरातच होता. समीराला आलेलं बघितल्यावर तो चिडून म्हणाला, "बघितलंस? बघितलंस त्याच्याबरोबर खेळायला गेली ती? आपले आईबाबा आपल्यासोबत आहेत, आजचा दिवस त्यांनी आपल्याबरोबर घालविला आहे, याचं तिला काही भानच नाही. गाडी आत घेतली, उतरली गाडीतनं आणि लगेच त्या कारट्याला हाका मारल्या. तोही आला लगेच धावत. जणू वाटच बघत बसला होता. आपल्याला जुजबी विचारलं! विचारलं कसलं? सांगितलं. आणि गेली त्याच्याबरोबर खेळायला. समीरा तुला सांगतो, ही पोरगी हाताबाहेर जायला लागली. आत्ताच ती आपल्याला दाद देत नाही, तिला कंट्रोलमध्ये ठेवायला हवं, नाहीतर उद्या मोठी झाल्यावरही आपल्या डोक्यावर चढून बसेल. तिला ताबडतोब बोलाव. आज मला या प्रकरणाचा काहीतरी निकाल लावलाच पाहिजे." कबीर संतापानं बोलत होता. संतापाच्या भरात आपण काय बोलतो आहोत, याचंदेखील त्याला भान नव्हतं. त्याला त्या धनाचा संताप येत होता आणि त्याच्या नादाला लागून आपली लेक आपल्याला जुमानत नाही, याचा जास्त राग येत होता. कबीरचं भान सुटलं असलं तरी समीरा पूर्ण भानावर होती. संताप आला की कबीर काहीही बोलतो, हे तिला समजत होतं; पण याचं हे बोलणं कसं थांबवावं, याचा हा राग कसा आवरावा, हेच तिला समजत नव्हतं. कबीरचं बोलणं

होईपर्यंत ती तशीच उभी राहिली, पण काहीतरी करणं भाग होतं. कबीरला थांबवावं लागणारच होतं. संतापानं बडबडून कबीर थकला असावा किंवा त्याला पुढचं काही बोलायला सुचत नव्हतं; पण तो काही क्षण थांबला. गप्प झाला. तेवढी संधी समीरानं साधली आणि ती म्हणाली, ''कबीर, कूल डाऊन, शांत हो! शांत हो जरा. अरे, एवढा कशाला चिडतोस तू? राईचा पर्वत करतो आहेस. एवढं काही झालेलं नाही. अरे, आपली छकुली अजून लहान आहे. अवघी चार वर्षांची आहे. एक तर या कॉलनीमध्ये तिच्या वयाची मुलं नाहीत. इथं तिच्या वयापेक्षा मोठी मुलं आहेत आणि ती छकुलीला खेळायला घेत नाहीत आणि लहान होऊन तिच्याशी खेळत नाहीत. या सगळ्या बॅकग्राउंडवर तो धना; तो वॉचमनचा मुलगा मीरापेक्षा थोडा मोठा असूनही तिच्याशी लहान होऊन खेळतो. तिला सांभाळून घेतो. तिची काळजी घेतो, म्हणूनच ती त्याच्याशी खेळते. दॅट्स इट. उद्या तिला तिच्या वयाचा खेळ खेळणारं कुणी भेटलं की ती धनाला विसरून जाईल. डोन्ट वरी, कबीर. लहान मुलांचं असंच असतं. इतका संतापू नको. पॅनिक होऊ नकोस. हं, आणखी एक सांगते, तू या बाबतीत छकुलीला जेवढा विरोध करशील तेवढी ती हट्टानं त्याच्याशी खेळायला जाईल. तेव्हा तू हे थोडं लाईटली घेतलंस तर बरं होईल. हे बघ, या बाबतीत मी आधी छकुलीशी बोलते. मग तू बोल!''

समीराचं बोलणं ऐकून कबीर शांत झाला. ती बोलत होती ते बरोबर होतं. आपण उगीचच या गोष्टीचा बाऊ केला. खरं तर ही गोष्ट एवढ्या गांभीर्यानं घेण्याचं काहीच कारण नाही. राग शांत झाल्यावर कबीरचा मेंदू विचार करायला लागला आणि आपण उगीचच पॅनिक झालो, हे समीराचं बोलणं त्याला पटलं. काही न बोलता तो उठला. समीराजवळ गेला. तिच्या खांद्यावर हात ठेवून म्हणाला, ''आय ॲम सॉरी समीरा, मी उगीचच पॅनिक झालो. तू म्हणतेस ते बरोबर आहे, सॉरी अगेन!'' समीराला बरं वाटलं. कबीरचा चेहरा आता पूर्ण निवळला होता. त्याच्या कपाळावरची आठी, डोळ्यांत उमटलेला संताप सारं काही पुसलं गेलं होतं. तोच कबीर पुढे म्हणाला होता, ''समीरा, मी फ्रेश होऊन येतो. मस्तपैकी कॉफी कर.'' कबीर बाथरूमकडे वळला आणि मीरानं सुस्कारा टाकला. कबीरचा मघाचा संताप बघून तिला असं वाटलं होतं की, आता मीरा वर आली की पुन्हा कालचाच प्रकार घडणार. कबीर तिला चिडून बोलणार. ती रडणार, रुसणार आणि रडत रडत झोपी जाणार; पण समीराच्या समजावण्यामुळे का होईना, कबीर शांत झाला होता. निश्चिंत मनानं समीरा किचनकडे वळली.

दोघांची कॉफी घेऊन झाली. समीराच्या आईनं दिलेल्या बाकरवड्यांनी कॉफीला अनोखी टेस्ट आणली. अंधार पडायला आला. खाली जाऊन मीराला घेऊन यावं, या विचारात समीरा असतानाच बेल वाजली. समीरानं उठून दार उघडलं. दारात

मीरा आणि तिच्यासोबत धना दोघे उभे होते. धनाला दारात बघितल्यावर क्षणभर समीराला चिंता वाटली. आता काय? कबीर पुन्हा संतापणार होता. त्याला घरी जा असं सांगावं या विचारानं समीरा काही बोलणार, तोच धना म्हणाला, ''काकी, मीराला घेऊन आलो. ही तिची वॉटर बॅग. ततंच खाली पडल्याली होती. ती गाडीतून उतरली तवा तिच्या हातात होती. ही घ्या. आता म्याबी घरी जातो.'' असं म्हणत समीराच्या हातात वॉटरबॅग देऊन मीराला टाटा करून धना खाली गेलासुद्धा. त्याच्या समजूतदारपणाचं समीराला कौतुकही वाटलं आणि सुटका झाल्याचं समाधानही! आजच्या दिवसापुरता प्रश्न संपला होता.

समीराच्या पाठोपाठ मीरा आली होती, ती आनंदाने नाचतच. ती तशीच कबीरच्या गळ्यात पडायला निघाली होती; पण समीराने दरडावल्यामुळे ती धावत बाथरूमकडे गेली. हातपाय धुतले. बाहेर येऊन गडबडीनं कसेतरी हातपाय पुसले आणि तडक कबीरच्या मांडीवर जाऊन बसली. वाचत असलेलं पुस्तक कबीरने बाजूला ठेवलं. तो तिला काही विचारणार, तोच त्याचं डोकं खाली वाकवून त्याला आपल्याकडे बघायला लावून मीरानं बडबडायला सुरुवात केली, ''बाबा, तुला सांगू, आज किती गंमत आली? मी आणि धनादादा लपाछपी खेळत होतो, तर खूप खूप मज्जा आली. तुला माहीत आहे, मी ना एका झाडाच्या कुंडीमागे लपले होते. धनादादा चार वेळा माझ्या समोरून गेला होता; पण मी त्याला सापडलेच नाही. इतकी मज्जा आली! आणि माझ्यावर डाव आला ना की धनादादा मला लगेच सापडायचा. किती मज्जा ना? धनादादा मला म्हणालासुद्धा, 'छकुली, तू किती हुशार आहेस' म्हणून! बाबा उद्या पण आम्ही अशीच लपाछपी खेळणार आहोत. किती गंमत येईल!'' मीरा नॉनस्टॉप बडबडत होती. तिचा निरागस चेहरा आनंदानं खुलला होता. आपण धनादादाला कसे सापडलो नाहीत आणि धनादादा आपल्याला लगेच कसा सापडायचा, हे सांगतानाही आनंदानं नुसती निसळत होती. बाकी काही असलं तरी समीरानं सांगितलेल्या मुद्द्याचा प्रत्यय त्याला मीराच्या प्रत्येक शब्दागणिक येत होता आणि मीरा धनाशीच का खेळते या प्रश्नाचं उत्तरही त्याला मिळालं होतं. त्या दोघांचं असं बोलणं चालू असताना समीरा मीरासाठी वरण-भात कालवून घेऊन आली. लपाछपीच्या खेळाबद्दल आणि धनाबद्दल बोलण्याच्या नादात मीरानं वरण-भात कसलीही कुरकुर न करता संपवला. बोलता बोलता तिनं आईकडून कपडेही बदलून घेतले आणि पोटात अन्न गेल्यावर ती पेंगुळली आणि पाच मिनिटांत आईच्या मांडीवर झोपी गेली. समीरानं सांगितलेल्या शब्दाचा दाखला कबीरला पदोपदी मिळत होता, तरीसुद्धा मीराच्या धनाबरोबर असलेल्या मैत्रीकडे आपण दुर्लक्ष करावं, असं त्याला वाटत नव्हतं. कदाचित काही दिवसांनी मीराची आणि धनाची दोस्ती संपलीसुद्धा असती. तो केवळ अंदाज होता. त्यांची ही दोस्ती

वेळेवर संपली पाहिजे आणि ती वेळेवर संपली नाही, तर आपण हस्तक्षेप करून ती संपवायला हवी, हा विचार कबीरच्या मनात पक्का होत होता. अर्थात, या बाबतीत समीराला किंवा छकुलीला प्रत्यक्षपणे काही न बोलता अप्रत्यक्षपणे काही करता आलं तर कबीर ते नक्की करणार होता. कबीरनं मनाशी असं ठरवलं आणि त्याला बरं वाटलं. त्यामुळे घरात काही वाद होणार नव्हताच; पण वॉचमनच्या धनाला मीरापासून लांब ठेवता येणार होतं. अर्थात, त्यासाठी काहीतरी प्लॅनिंग करणं गरजेचं होतं आणि कबीर ते करणार होता. दुसऱ्या दिवशी सकाळपासून पुन्हा ऑफिसची, शाळेची घाईगडबड सुरू झाली आणि तात्पुरता का होईना, पण तो विषय तिथेच राहिला. अर्थात, कबीरच्या मनातून तो पुसला गेला नव्हता आणि जाणारही नव्हता; पण समीराला असं वाटलं की हा विषय आणि त्या संबंधीचा वाद आता मिटला. म्हणून तीही निवांत झाली. रोज संध्याकाळी मीरा आणि धना यांचा बागेतला खेळ चालूच होता. कबीर मात्र मनातून अस्वस्थ होता. त्याच्या नंतरच्या रविवारी कबीरनं सकाळी दूध आणायला जातानाच समोरच्या इमारतीच्या वॉचमनला म्हणजेच धनाच्या वडिलांना गाठलं. कबीरनं त्याला हाक मारली, तेव्हा त्याची रात्रीची उतरली नव्हती. त्याचा एकंदर अवतार बघून कबीरला शिसारी आली; पण नाइलाज होता. छकुलीसाठी तरी त्याच्याशी बोलणं भाग होतं. कबीरनं त्याला बाहेर बोलावलं. कबीरच्या हाकेसरशी तो बाहेर आला. कबीरला तो ओळखत असावा. कदाचित त्यानं जाता-येता कबीरला पाहिलं असेल किंवा धनाच्या बोलण्यातून माहीत झालं असेल; पण कबीरच्या समोर उभं राहिल्यावर 'नमस्ते कबीर साहेब,' असं म्हणत त्यानं कबीरला नमस्कार केला.

कबीरला त्याच्या नमस्काराशी काही घेणंदेणं नव्हतं. कबीरनं सरळ मुद्द्यालाच हात घातला, "हे पाहा वॉचमन, मी तुम्हाला एक सूचना करायला आलो आहे. तुमचा मुलगा धना हा माझ्या मुलीशी खेळायला येतो. त्या दोघांची चांगली दोस्ती आहे. तुमचा मुलगा स्वभावानं चांगला आहे. पण माझ्या मुलीशी त्यानं खेळलेलं मला अजिबात आवडत नाही. माझी मुलगी अजून लहान आहे. तिला सांगण्यात काही अर्थ नाही. तुमचा मुलगाही लहान आहे, म्हणून मी तुमच्याशी बोलायला आलो आहे. तो थोडा मोठा असता, तर त्यालाच दोन कानफटात मारून मी सांगितलं असतं; पण मला तसं करायचं नाही. तुम्ही तुमच्या मुलाला सांगा, त्यानं माझ्या मुलीशी म्हणजे मीराशी खेळायला यायचं नाही. आता हे मी तुम्हाला सौम्यपणे सांगतोय. कडक वागण्याची वेळ तुम्ही माझ्यावर आणू नका." धनाच्या वडिलांना असं स्पष्टपणे बजावून कबीर घरी परतला. त्याच्या अंदाजाप्रमाणे एवढा डोस त्याला पुरेसा होता. आता कदाचित धनाचा हा प्रश्न कायमचा संपणार होता. त्या दिवशीचा चहा कबीरला फारच चांगला लागला होता.

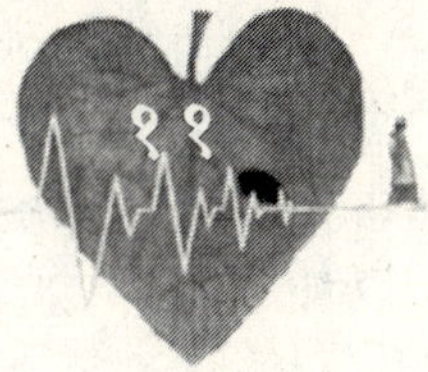

धनाच्या वडिलांना ताकीद देऊन आल्यापासून कबीरला जरा बरं वाटलं. आपला हा उपाय कामी येणार याची त्याला खात्री वाटली. धना लहान आहे; पण आपण दिलेली इशारावजा धमकी त्याच्या वडिलांना नक्की समजेल याची कबीरला खात्री होती आणि बहुधा तसंच झालं असावं; कारण त्यानंतर दुसऱ्या दिवशीपासून धना कुठे दिसला नाही. एवढंच नव्हे, तर त्याच्या त्या झोपडीलाही कुलूप होतं. त्याचा बापच अधूनमधून तिथे दिसायचा; पण धना आणि त्याची आई दोघंही दिसत नव्हते. कबीरला साहजिकच आनंद झाला. त्याच्या छोट्याशा धमकीनं मोठं काम झालं होतं. दुसऱ्या दिवशी संध्याकाळी मीरा नेहमीप्रमाणे खालच्या बागेत खेळायला गेली. नेहमीच्या सवयीप्रमाणे तिनं गेटपाशी जाऊन धनाला हाका मारल्या; पण धनानं ओऽही दिली नाही आणि तो तिथे दिसलाही नाही. मग मात्र तिनं सोसायटीच्या वॉचमनलाही विचारलं तेव्हा वॉचमननं तिला सांगितलं की धना आणि त्याची आई त्यांच्या गावाला गेले आहेत. ते लवकर येणार नाहीत. वॉचमनचं बोलणं ऐकून मीरा हिरमुसली झाली. धनादादा गावाला गेला खरा; पण जाताना त्यानं आपल्याला सांगितलं कसं नाही? आपल्याला न सांगतासवरता तो असा कसा गेला? असं तिच्या मनात आलं. काही न बोलता ती गेटपासून परत फिरली आणि आपली बाहुली उचलून घेऊन मुकाटपणे लॉनवर जाऊन बसली. सुरेखानं तिला ३-४ वेळेला खेळायला येण्याबद्दल विचारलं. तिनं काहीच उत्तर दिलं नाही. एरवी धनासोबत असताना सतत चिवचिवणारी, बडबडणारी, हसणारी, बागडणारी, धनासोबत झोपाळ्यावर, सी-सॉवर आनंदानं खेळणारी मीरा आज उदास होऊन बसली होती. मधूनच ती हातातल्या बाहुलीला विचारायची, तिच्याशी बोलायची, ''बेबी डॉल, कुठे गेला असेल धनादादा? जाताना तो मला सांगून कसा गेला नाही? आता मी कुणाशी खेळू? शी बाई, मला अगदी कंटाळा आला. धनादादासोबत खेळताना कित्ती कित्ती मजा यायची; पण हा कुठे गेला तुला नाही माहीत का बेबी डॉल?'' असा प्रश्न ती त्या बाहुलीला विचारत बसली होती. आज मीराला कसलाच उत्साह वाटत नव्हता. ना ती झोपाळ्यावर बसली, ना सीसॉवर, ना तिने उड्या मारल्या, ना सायकल चालविली! बघता बघता तिन्हीसांज झाली. अंधार पडला तशी सुरेखानं खेळणी गोळा केली आणि मीराला हाक मारून 'घरी जाऊ

या' असं सांगितलं. एरवी धना असताना सुरेखानं चार चार हाका मारल्या तरी घरी जाण्यासाठी तयार नसलेली मीरा आज सुरेखाच्या पहिल्याच हाकेला उठली आणि काही न बोलता मुकाट्यानं लिफ्टकडे चालू लागली. सुरेखाच्या लक्षात आलं की आज धना नाही म्हणून ती कंटाळली आहे. वॉचमनच्या बोलण्यावरून तिला हेही कळलं की, धना गावाला गेला आहे; पण त्यापाठीमागचं कारण तिला माहीत नव्हतं. त्यामुळे तिला विशेष असं काही वाटलं नाही. गेला असेल दोन-चार दिवसांसाठी कुठेतरी आईसोबत, येईल चार दिवसांनी परत आणि मग पुन्हा मीराबेबीशी खेळायला येईल, असा विचार करून सुरेखा मीराला घेऊन वर आली. कुलूप उघडून तिनं फ्लॅटमध्ये प्रवेश केला. आज नेहमीसारखा कोणताच आरडाओरडा, दंगा न करता गुपचूपपणे मीरा सोफ्यावर जाऊन बसली. सुरेखा थेट किचनमध्ये गेली. तिला समीरासाठी संध्याकाळच्या स्वयंपाकाची तयारी करून ठेवायची होती. तिनं भाजी चिरली, कणीक भिजवली, कुकर तर तिनं खाली जातानाच लावला होता; कारण मीराला सात वाजताच वरणभात भरवायचा असायचा. तिनं कुकर उघडला, डाळ काढली, वरण बनवलं आणि ताटलीमध्ये वरणभात कालवून ती बाहेर हॉलमध्ये आली. ''चला, मीराबेबी, आता आपण भात खायचा.'' असं म्हणत सुरेखा बाहेर आली. तिनं पाहिलं, मीरा सोफ्यावरच निजली होती. एका हातात बाहुली घेऊन बसलेल्या अवस्थेतच तिला गाढ झोप लागली होती. सुरेखानं भाताची ताटली टीपॉयवर ठेवली आणि ती मीराला हाका मारून उठवायला लागली. मीरा चांगलीच गाढ झोपली होती. सुरेखा तिला जागं करण्याचा प्रयत्न करीत होती. तेवढ्यात समीरा आत आली. आल्या आल्या तिनं पाहिलं, सोफ्यावर बसलेल्या अवस्थेतच मीराला झोप लागली आहे आणि टीपॉयवर भाताची ताटली तशीच आहे. तिनं प्रश्नार्थक नजरेनं सुरेखाकडे पाहिलं. तिच्या नजरेचा अर्थ ओळखून सुरेखा म्हणाली, ''बघा की बाईसाहेब, आत्ताच आम्ही खेळून वर आलो. मी नुसतीच कणीक भिजवली आणि भाजी चिरली. ही दोनच कामं करून वरणभात कालवून मी बाहेर घेऊन आले, तर मीराबेबींना झोप लागली होती.''

सुरेखाचं बोलणं ऐकून समीराला नवल वाटलं. मीराला झोप तर लागली होतीच. पण तिच्या चेहऱ्यावरून ती कंटाळलेलीही दिसत होती. ''का गं? आज फार खेळली का गं मीरा? किती दमलेली दिसते छकुली माझी! आज खेळ जरा जास्तच झाला वाटतं!'' खांद्यावरची पर्स बाजूला ठेवून मीराजवळ बसत समीरानं सुरेखाला विचारलं. आपलं पिल्लू फार दमलंय आणि म्हणून ते कंटाळून झोपलंय असं समीराला वाटलं. सुरेखाही असंच काहीतरी सांगेल अशीच तिची अपेक्षा होती; पण तसं झालं नाही. उलट सुरेखा म्हणाली, ''नाही बाईसाहेब! आज मीराबेबी अजिबात खेळल्या नाहीत. आज तो धना आला नव्हता ना! कुठेतरी गावाला गेला

म्हणे! त्यामुळे आज मीराबेबी बाहुली घेऊन नुसत्या लॉनवर बसून होत्या. आज त्यांच्याशी खेळायला कुणीही नव्हतं. म्हणून आम्ही रोजच्यापेक्षा लवकरच घरी आलो आणि आल्या आल्या दहा-पंधरा मिनिटांतच त्या गाढ झोपल्या.'' सुरेखाचं बोलणं ऐकून समीराला नवल वाटलं. 'कुठे गेला असेल हा धना? आज तो आला नाही तर ही पोर धड कुणाशी खेळली नाही आणि न जेवता तशीच झोपली. धना खरंच गावाला गेला असेल? की... कबीरनं... काही सांगितलं असेल?' समीराच्या मनात शंका उद्‌भवली. पण तिनं ती झटकून टाकली आणि सुरेखाला मीरासाठी दूध आणायला सांगितलं. सुरेखा दूध घेऊन आल्यावर तिनं मीराला जागं केलं. आपल्या मांडीवर घेतलं. अर्धवट झोपेतच मीरा दूध प्यायली. समीरानं तिचे बूट आणि मोजे काढले. तिचा फ्रॉक बदलून तिला सुती कपडे चढवले आणि तिला बेडरूममध्ये नेऊन निजवलं. तिला सांगून सुरेखा घरी गेली. हातपाय धुऊन, कपडे बदलून समीरानं भाजी टाकली आणि तिनं पोळ्या करायला घेतल्या. तिच्या पोळ्या होतच आल्या आणि कबीर आला. घरात सामसूम बघून त्याला नवल वाटलं. एरवी तो घरी यायचा तेव्हा मीरा त्याची वाट बघत बसलेली असायची. तो आला की पळत जाऊन त्याला बिलगायची. त्याचे कपडे बदलून होईपर्यंतसुद्धा तिला दम नसायचा. तो कधी एकदा कपडे बदलतो आणि आपण त्याच्या मांडीवर बसतो, असं तिला व्हायचं. एकदा का तो कपडे बदलून आला की ती त्याच्या मांडीवर जाऊन बसायची आणि मग दिवसभरातल्या सगळ्या घडामोडींची माहिती कबीरला ऐकावी लागायची. त्यात अगदी शाळेत जाताना रस्त्यात कोंबडीचं पिल्लू कसं दिसलं, शाळेत टीचर काय म्हणाल्या, टिफीनमध्ये तिनं काय नेलं होतं आणि तिच्या फ्रेंड्सनी काय काय आणलं होतं, याबरोबरच संध्याकाळी बागेत धनासोबत खेळताना कशी गंमत आली आणि धनानं किती वेळा उड्या मारल्या आणि तो किती वेळा पडला आणि आपण कशा टाळ्या वाजवत हसलो, याचं अभिनयासह वर्णन असायचं. पण आज कबीर घरी आला तेव्हा घरात शांतता तर होतीच, पण मीराही कुठे दिसत नव्हती. बूट काढता काढता त्यानं समीराला विचारलं, ''समीरा अगं, छकुली कुठे आहे? अजून घरी आली नाही का?'' कबीरच्या प्रश्नाला उत्तर देण्यासाठी गॅस बंद करून समीरा बाहेर आली आणि म्हणाली, ''कबीर, मीरा झोपली आहे.'' तिचं बोलणं ऐकून कबीरला नवल वाटलं. ''काय? मीरा झोपलीये? इतक्या लवकर? बरी आहे ना ती?'' त्याच्या स्वरात आश्चर्य होतं तशीच काळजीही. ते ओळखून समीरा म्हणाली, ''बरी आहे ती. काही झालेलं नाही तिला. पण आज फार कंटाळली म्हणे. खाली खेळायला गेली होती; पण आज तिचा मित्र धनादादा खेळायला आलाच नाही. तो कुठेतरी गावाकडे गेला म्हणे. मग काय? तिला खेळायला कुणीच नव्हतं. बसून राहिली नुसती बागेत! सुरेखानं चारचारदा

बोलावलं खेळायला, पण बाईसाहेब उठल्याच नाहीत. अख्खा वेळ लॉनवर बसून होत्या. मग कंटाळा आला आणि मग झोप आली. मग सोफ्यावरच झोपून टाकलं न जेवता. मी ऑफिसमधून आले तर बाईसाहेब तशाच सोफ्यावर झोपलेल्या होत्या. हातात बाहुली, पायात बूटमोजे तसेच. मी उठवून तिला दूध पाजलं. तिचे कपडे बदलले आणि आता बेडवर नेऊन निजवलं. माझं झालं आहे, आपणही जेवायला बसू. आता तो धना आला नाही, तर ही पोरगी अशी कंटाळून निजली. आता रोजच असं करायला लागली तर?'' समीराच्या स्वरात काळजी होती.

''तिला आता सवय करावी लागेल! धनाशिवाय खेळण्याचं तिला शिकावंच लागेल. तो धना आता इकडे कधीच येणार नाही आणि आला तरी मीराशी खेळायला येणार नाही. झालं ते बरंच झालं.'' कबीरच्या स्वरात ठामपणा तर होताच; पण थोडा कठोरपणाही होता, असं कुठेतरी समीराला जाणवलं. ''म्हणजे? कबीर तू काही...'' समीरानं चकित होऊन विचारलं. कबीरनं तिच्या प्रश्नाचं उत्तर दिलं नाही. उलट ''चल, आपण जेवायला बसू. मला रात्री थोडं काम करायचं आहे,'' असं म्हणत तो समीराच्या समोरून उठला आणि हात धुऊन डायनिंग टेबलाजवळ जाऊन बसला. समीरा काहीच बोलली नाही; पण कबीरनं तिच्या प्रश्नाचं उत्तर द्यायचं टाळलं होतं आणि हीच गोष्ट समीराला खटकली. ज्या अर्थी त्यानं उत्तर देण्याचं टाळलं, त्या अर्थी त्यानंच काहीतरी करून धनाला गावाकडे जायला भाग पाडलं असावं. समीराच्या मनात उद्‌भवलेल्या शंकेला कबीरच्या मुकाट्यानं खाली मान घालून जेवण्यानं जणू दुजोराच मिळाला. काही न बोलताच दोघांची जेवणं झाली. कबीर लॅपटॉप घेऊन हॉलमध्ये जाऊन बसला. तो समीराला टाळत होता. समीरानं मागचं आवरलं आणि तीही आपला लॅपटॉप घेऊन बेडरूममध्ये जाऊन बसली. तिला काही मेल चेक करायचे होते. काही मेल पाठवायचे होते. आज कधी नव्हे ते या घरामध्ये एक विचित्र शांतता होती. आज कधी नव्हे ते कबीर आणि समीरा निरनिराळ्या खोलीत बसून काम करीत होते. या सगळ्याच्या पलीकडे जाऊन मीरा मात्र शांतपणे निजली होती. असं कधीच घडलं नव्हतं. दुसऱ्या दिवशीची सकाळ पुन्हा गडबडीनंच उगवली. नेहमीच्या रुटीनप्रमाणे सगळी कामं चालली होती खरं; पण त्यात नेहमीचा उत्साह नव्हता. नेहमीची प्रसन्नता नव्हती. कबीर आणि समीरा तर एकमेकांशी फारसे बोलत नव्हतेच; पण मीरासुद्धा हिरमुसलीच होती. एकदोनदा तिनं 'धनादादा गावाला गेला म्हणून आपल्याला किती कंटाळा आला' हे सांगण्याचा प्रयत्न केला; पण प्रत्येक वेळी कबीरनं तिचं म्हणणं ऐकून 'हं, हं! ठीक आहे! असू दे!' असं म्हणून सोडून दिलं. एरवी आपली बडबड ऐकायला उत्सुक असलेला आपला बाबा आज आपलं बोलणं नीट ऐकूनच घेत नाही, हे चिमुकल्या मीराच्याही लक्षात आलं आणि सुरेखाकडून आवरून घेऊन

ती गुपचूप शाळेला गेली. समीरा आणि कबीर तर त्याआधीच बाहेर पडले होते. दोघेही आपापल्या विचारातच, पण दोघांचेही विचार वेगवेगळे होते. आजपर्यंत असं कधीच झालं नव्हतं. दोघांची अशी मतभिन्नता कधीच होत नव्हती; पण आज तसं घडलं होतं खरं! धना गावाला गेला आहे, मीराशी खेळायला आला नाही या एकाच गोष्टीचा परिणाम तिघांच्यावरही वेगवेगळा झाला होता. कबीरच्या मनात कुठेतरी सुप्त आनंद होता. समीराच्या मनात लेकीविषयी काळजी होती, तर मीराच्या मनात हिरमुसलेपण होतं.

त्या दिवशी संध्याकाळी मीरा शाळेतून घरी आली. सुरेखाकडून भरभर आवरून घेऊन ती मोठ्या उत्साहानं खाली खेळायला आली. गावाला गेलेला धनादादा आला असेल आणि आज तो खेळायला नक्की येईल अशी तिला खात्री वाटत होती; पण तसं झालं नाही. आजही धनादादा खेळायला आला नाही. चार-चार वेळा हाका मारून झाल्या. वॉचमनला विचारून झालं. वॉचमनला त्याच्या घरी बघायला पाठवूनही झालं; पण धनाच्या घराला कुलूप होतं आणि अजून तो गावाहून आला नाही, असं सांगत वॉचमन परत आला आणि मग मीरा पुन्हा हिरमुसली. बाहुलीला घेऊन एकटीच बागेत जाऊन बसली. सुरेखानं समजूत काढली; पण तिची समजूत पटली नाही. अंधार पडायला लागल्यावर सुरेखा मीराला घेऊन घरात आली. आजही कालचीच पुनरावृत्ती झाली. सुरेखा स्वयंपाकघरात काही काम करत असतानाच मीरा न जेवता सोफ्यावर कलंडली आणि झोपली. समीरा घरी आली तेव्हा तिनं मीराला उठवलं. तिचे कपडे बदलून तिला कसाबसा भात भरवला आणि बेडवर नेऊन झोपवलं. कबीर आला तेव्हा आजही घरात शांतता होती. काय झालं असावं, ते कबीरनं ओळखलं. त्याच्या चेहऱ्यावर किंचित आनंद पसरला, तर ओठांवर कळत नकळत विजयाचं, समाधानाचं हसू उमटलं. दोघंही जेवायला बसले. कबीर बोलत काहीच नव्हता; पण मन लावून आनंदानं जेवत होता. समीराला मात्र लेकीची काळजी वाटत होती. तिला जेवणही जाईना. तिनं एवढासा भात पानात वाढून घेतला, तो कसाबसा संपवला आणि हात धुवायला उठता उठता कबीरकडे एक नाराजीचा कटाक्ष टाकून तिनं विचारलं, "कबीर, तू छकुलीच्या हातातून एक खेळणं काढून घेतलंस. मग त्याबद्दल तिला कोणतं पर्यायी खेळणं तू देणार आहेस? आनंद देणारा तिचा एक दरवाजा तू बंद केला आहेस. आता आनंद देणारा दुसरा कोणता दरवाजा तिच्यासाठी तू उघडणार आहेस?" असं विचारून कबीरच्या उत्तराची वाटही न पाहता समीरा हात धुवायला गेली.

तिचा प्रश्न ऐकून कबीर चमकला खरं; पण तो प्रश्न फारसा मनावर घ्यावा असं त्याला वाटलं नाही. मीरा लहान आहे. आज ना उद्या ती स्वतःच पर्याय शोधून काढेल असा त्याला विश्वास होता. त्या धनाच्या असण्याची तिला सवय झाली

होती. तशीच त्याच्या नसण्याचीही तिला लवकरच सवय होईल याची त्याला खात्री होती आणि एकदा का तिला त्याच्या नसण्याची सवय झाली, की तिचा तीच पर्याय शोधून काढेल, याबद्दल तो निश्चिंत होता. त्यामुळेच काळजीच्या स्वरानं भरलेल्या समीराच्या प्रश्नांची त्यानं फारशी दखल घेतली नाही. शिवाय सध्या त्याच्या डोक्यात एक वेगळाच विषय होता; त्याच्या स्वतःच्या धर्माचा आत्तापर्यंत आपण टाळत असलेला विषय, टाळत असलेले विचार आपल्याला करायला भाग पडतंय याबद्दल मनात कुठेतरी खंत वाटत असतानाही ते करणं जरुरीचं आहे, अत्यंत गरजेचं आहे, असं तो मानायला लागला होता. एवढंच नव्हे, तर आपण हे स्वतः करत नसून आपल्या सभोवतालचा समाज आपल्याला हे करायला भाग पाडतोय, असंही त्याला वाटायला लागलं होतं. आपला धर्म मुसलमान आहे म्हणजे नक्की काय आहे, हे जाणून घेण्याची एक तर्कटी उत्सुकता त्याच्या मनाला लागून राहिली होती आणि तिचं शमन झाल्याशिवाय त्याच्या मनाला शांतताही मिळणार नव्हती. म्हणूनच जर्मनीहून परतल्यानंतर एका वर्किंग डेला अर्धी रजा टाकून तो मशिदीत गेला होता. तिथे त्याला अली अफजल या मौलवीविषयी माहिती मिळाली. मुस्लिम धर्माचा त्यांचा गाढा अभ्यास असून, कुराण-ए-शरीफ त्यांना जबानी याद आहे. शिवाय मुस्लिम धर्माविषयीचे त्यांचे अनेक ग्रंथ प्रकाशित झाले आहेत, अशी माहिती त्या मशिदीत त्याला मिळाली. मोठ्या मुश्किलीनं त्यांचा पत्ता आणि फोन नंबर मिळवून कबीरनं त्यांची गाठ घेतली होती आणि त्यांना भेटल्यावर ते आपल्या मनातल्या भरकटलेल्या विचारांवर दिशा दाखवतील, असा विश्वास त्याला वाटायला लागला होता आणि त्यानंतर रोजच ऑफिसमधून अर्धा तास लवकर निघून कबीर अफजल अली यांच्याकडे जात होता.

अफजल अली हे कट्टर मुस्लिम होते. पाच वेळा नमाज पढत असतच, त्याचबरोबर मुस्लिम धर्माचा त्यांचा मोठा अभ्यास होता. कुराण-ए-शरीफचा सरळ जबानी अर्थ त्यांनी लिहिला होता. त्याचबरोबर मुस्लिम धर्माबाबत त्यांनी संशोधन करून अनेक पुस्तकं लिहिली होती. कबीर त्यांना भेटायला आला तेव्हा हिंदू लोकांकडून दुखावला गेला होता, मुस्लिम धर्माबाबत फारशी माहिती नसलेला आणि त्यामुळेच विचार भरकटलेला असा तो तरुण आहे, याची त्यांना कल्पना आली. कबीरची बुद्धिमत्ता त्याच्या बोलण्यातून जाणवत होतीच. आपल्याला एक चांगला शिष्य मिळाल्याचं अली साहेबांना समाधान वाटलं. दुसरं असं की, आजकालच्या मुस्लिमतरुणांना आपल्या धर्माबद्दल फारशी आस्था नसल्याचं त्यांना जाणवत होतं. एक सच्चा आणि कडवा मुसलमान असल्यामुळे या गोष्टीचा त्यांना त्रासही होत होता; पण अमेरिका, इंग्लंड अशा ठिकाणी राहून नोकरी करणाऱ्या या तरुणांना प्रगती आणि पैसा हे दोनच धर्म माहीत होते आणि मान्यही होते. या

पार्श्वभूमीवर कबीरसारखा धर्म जाणून घेण्यास उत्सुक असलेला तरुण पाहिल्यावर अफजल साहेबांना आनंद होणं साहजिकच होतं. म्हणूनच त्यांनी अतिशय आत्मीयतेनं कबीरला मुस्लिम धर्माविषयीची माहिती करून द्यायला सुरुवात केली. या गोष्टीलासुद्धा पाच-सात दिवस झाले होते. कबीर यातलं समीराला काहीच बोलला नव्हता; कारण एक तर तिला ते आवडलं नसतं आणि दुसरं म्हणजे इतके दिवस कोणत्याच धर्माचा विचार न करणारे आपण हा असा अचानक आपल्या स्वतःच्या मुस्लिम धर्माचा विचार करीत आहोत, हे समीराला सांगणं त्याला प्रशस्त वाटेना; किंबहुना कबीरला या गोष्टीची लाज वाटत होती. अर्थात, समीराला यातलं काही समजण्याचा प्रश्नच नव्हता; कारण हा सगळा अभ्यास कबीर ऑफिसच्या वेळेतच करीत होता. या अभ्यासाची सुरुवात करीत असताना कबीर एका मानसिक संक्रमणातून जात होता आणि हेच कारण होतं त्याचं मीरावर चिडचिड करण्याचं. तसंही मीरा त्या धनाशी खेळते हे त्याला कधीच आवडलं नव्हतं. त्यातच अली साहेबांनी सांगितलेले काही मुद्दे त्याला अस्वस्थ करीत होते. म्हणूनच त्यानं धनाचा बंदोबस्त केला. त्याला असं वाटलं होतं की आठ दिवसांनी मीरा धनाला विसरेल. तिला त्याच्या नसण्याची सवय होईल आणि ती एकटी किंवा सोसायटीतील इतर मुलांसोबत खेळायला शिकेल. त्यामुळेच धना खेळायला न आल्यामुळे हिरमुसल्या मीराकडे तो दुर्लक्ष करीत होता; पण समीरानं विचारलेल्या प्रश्नानं त्याच्या मनात खळबळ माजवली. समीरानं जेव्हा त्याला हा प्रश्न विचारला होता, तेव्हा क्षणभर त्याला असं वाटलं होतं की ती आई असल्यामुळे मीराच्या अति काळजीपोटी ती असं बोलते आहे; पण जसजसा तो समीराच्या बोलण्याचा, तिनं विचारलेल्या प्रश्नाचा विचार करायला लागला, तसतसं त्याला तिचं बोलणं बरोबर आहे असं वाटायला लागलं आणि त्याहीपेक्षा तिनं विचारलेला प्रश्न हा अतिशय योग्य आणि विचार करायला लावणारा आहे अशा निर्णयाप्रत तो आला आणि खरोखरीच समीरानं विचारलेल्या प्रश्नाचा, मीरासाठी धनाला पर्याय शोधण्याचा विचार कबीर करायला लागला. तो जसजसा विचार करायला लागला, तसतसं हे काम किती अवघड आहे हे त्याच्या लक्षात यायला लागलं. 'आपण मीराच्या हातातलं खेळणं काढून तर घेतलं, पण तिच्या हातात देण्यासाठी दुसरं खेळणं आपण शोधलं नाही, योजून ठेवलं नाही. त्यासाठी एखादा पर्याय उपलब्ध करून द्यावा, असा विचारच आपल्या डोक्यात आला नाही. आपण जे करतो आहोत त्यामुळे आपली छकुली दुःखी होईल, हिरमुसली होईल, तिचा रुसवा दूर करण्यासाठी, तिचं ते दुःख नाहीसं करण्यासाठी काहीतरी करावं लागेल याचा आपण विचारच केला नाही. समीरा आई आहे म्हणून ती हा विचार करू शकली; पण आपण बाप असूनसुद्धा आपल्या छकुलीच्या मनाचा विचार करू शकलो नाही. याचा अर्थ आपण बाप

म्हणून कुठेतरी कमी पडलो आहोत.' विचार करता करता कबीरच्या मनानंही कबुली दिली आणि मग मात्र कबीर अस्वस्थ झाला. 'मीराच्या जन्माच्या वेळेसच आपण मनोमन स्वतःला, मीराला आणि समीराला वचन दिलं होतं, की या आपल्या छकुलीला आपण काहीही कमी पडू देणार तर नाहीच; पण बाप म्हणून आपणही कुठेही कमी पडणार नाही आणि आज आपण ते वचन विसरलो. छकुलीला आनंद देण्याऐवजी तिला दुःखी करण्यास आपण कारणीभूत ठरलो आणि आपल्या या लाडक्या लेकीला दुःखात ठेवून आपण काय करीत बसलो? तर धर्माचा अभ्यास, मुस्लिम असणं म्हणजे काय? आणि मुस्लिम नसणं म्हणजे काय? आपण खरंच चुकलो. आपण इतके कसे बदललो? छकुलीच्या डोळ्यांतल्या अश्रूंपेक्षा आपल्याला कुराणातल्या आयता महत्त्वाच्या वाटायला लागल्या? ते काही नाही, छकुलीचं हिरमुसलेपण घालवलं पाहिजे. ते आपणच घालवलं पाहिजे. तिच्या चेहऱ्यावर सतत हास्य फुललेलं राहील याची खबरदारी आपणच घेतली पाहिजे. बाप म्हणून आपलं ते कर्तव्यच आहे. आता रोज संध्याकाळी ऑफिसमधून लवकर घरी येऊन आपणच छकुलीशी खेळायचं, धनाला पर्याय म्हणून आपणच तिचा मित्र व्हायचं,' असा निश्चय कबीरनं केला, तेव्हा कुठे त्याला बरं वाटलं. त्याच्या मनाला समाधान वाटलं; पण कबीरनं केलेला हा निश्चय प्रत्यक्षात येण्याचं चिन्ह काही दिसेना आणि त्याला मुहूर्तही लाभेना. कारण त्याच दिवशी संध्याकाळी समीराला तिच्या आईकडे जावं लागलं आणि जाताना ती मीरालाही सोबत घेऊन गेली. समीराची आई जिन्याच्या पायऱ्यांवरून पडली होती आणि तिचा पाय फ्रॅक्चर झाला होता. त्यामुळे चार दिवसांची रजा काढून समीरा आईकडेच राहणार होती. साहजिकच मीराही तिच्या सोबतच असणार होती. एकापरीनं कबीरला ते बरंही वाटलं आणि वाईटही वाटलं. बरं, अशासाठी वाटलं की आता चार-पाच दिवस तरी समीरा दिवसभर मीरासोबत राहणार होती. त्यामुळे मीराचं हिरमुसलेपण थोडं कमी झालं असतं. धनाची आठवण पुसली जाण्यासाठी या चार दिवसांची मदत झाली असती. कदाचित... कदाचित तिकडून परत आलेल्या मीराच्या मनातून धनाची आठवण पुसली गेलेलीच असणार होती. या विचारामुळे कबीरला बरं वाटलं. तर कधी नव्हे तो आपण बाप म्हणून मीराच्या मनाचा विचार करायला लागलो होतो, चांगला बाप बनण्याचा प्रयत्न करायला लागलो होतो, नव्हे तसा आपण निश्चयही केला होता आणि आपण तो तडीस नेणारही होतो. हे सगळं आपण जे काही ठरवलं ते समीरालाही सांगणार होतो; पण आता ते सगळंच बारगळलं. त्याच दिवसापासून आपण मीराशी तिचा मित्र बनून खेळायला सुरुवात केली असती, तर तिच्या मनातील धनाची आठवण पुसून काढण्यात आपल्याला नक्कीच यश आलं असतं; पण आता चार-पाच दिवस समीरा आणि मीरा तिकडेच

राहणार होत्या, त्यामुळे ठरवलेला निर्णय अमलात आणता येणार नव्हता. म्हणून कबीरला वाईट तर वाटत होतंच. पण त्याचबरोबर चार-पाच दिवसांनी मीरा परत घरी येईल, तोपर्यंत आपला हा निश्चय बारगळणार तर नाही ना, याची कबीरला मनातून भीतीही वाटत होती. हे जे चार-पाच दिवस आपल्याला मिळणार आहेत त्याचा उपयोग आपण कुराणाचा अभ्यास करण्यासाठी करू शकतो, त्या अभ्यासाला नेहमीपेक्षा जास्त वेळ देऊ शकतो, हे कबीरच्या लक्षात आलं आणि त्याला थोडं बरं वाटलं. चला! एक काम अर्धवट राहिलं तरी दुसरं काम तरी पूर्ण होतंय. हेही नसे थोडके! त्याच्या मनानं निर्वाळा दिला. या विचारानं कबीरच्या विरसलेल्या मनाला थोडा उत्साह आला; पण कबीरचे हे सगळे विचार, हे सगळे निश्चय खरोखरच पार पडणार होते का? की काळाच्या मनात काही दुसरंच होतं?

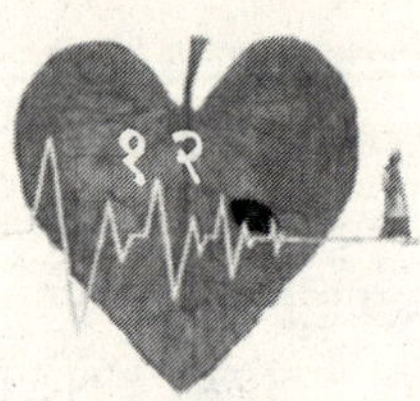

तो आठवडा तसाच गेला. समीरा आणि मीरा समीराच्या आईकडेच राहिल्या. मीरा तिथूनच शाळेला जात होती आणि तिथेच परतत होती. कबीरही दोन-तीनदा तिकडे जाऊन आला; पण तिथेही मीरा एकटीच खेळत बसली होती. फरक एवढाच होता, की अंथरुणावर पडून असलेली समीराची आई तिच्या खेळात सामील होत होती. त्यानंतरच्या रविवारी दुपारी समीरा मीराला घेऊन घरी परतली. कबीर घरीच होता. घरी आल्याबरोबर मीरा कबीरच्या गळ्यात पडली आणि लटक्या रागाने तिने त्याला विचारलं, "बाबा, तू आम्हाला न्यायला आजीकडे का आला नाहीस?" तिच्या स्वरात रुसवा तर होताच; पण कबीर न्यायला न आल्याचा जणू ती जाब विचारत होती. कबीरला तिच्या आविर्भावाचं कौतुक वाटलं होतं. तिचं नाक चिमटीत पकडून तो म्हणाला, "सॉरी छकुली! आपली गाडी सर्व्हिसिंगला दिली आहे बेटा. मग तुझा बाबा कसा येणार?" मीराला ते कारण पटलं असावं. तिनं एखाद्या प्रौढ बाईसारखी मान हलवत "हां! मग बरोबर आहे!" असं म्हणत कबीरला माफ करून टाकलं. काही क्षण ती तशीच त्याच्या मांडीवर बसली आणि मग तिच्या काहीतरी लक्षात आल्यासारखं त्याच्या मांडीवरून उतरून ती बाल्कनीकडे निघाली. कबीरला कळेना ही एवढ्या गडबडीने मांडीवरून उतरून ती कुठे निघाली. तिला हाक मारून थांबवून त्यानं विचारलं, "छकुली थांब! अगं कुठे निघालीस? आता बाल्कनीत काय काम आहे? आता बाल्कनीत ऊन येतं, तू उन्हात जाऊ नकोस!" त्याच्या हाकेसरशी मागे वळून बाल्कनीच्या दरवाजात उभं राहून मीरानं त्याच्या प्रश्नाचं उत्तर दिलं, "बाबा, मी बघते आहे धनादादा आला आहे का ते. किती दिवस झाले त्याला गावाला जाऊन! मी आजीकडे जाऊन वन वीक राहूनसुद्धा आले. आता धनादादा नक्कीच आला असेल. तो दिसतोय का ते मी बघते आहे." असं म्हणत मीरा बाल्कनीत गेलीसुद्धा. तिने दिलेलं उत्तर ऐकून कबीरला धक्काच बसला. पंधरा दिवस तरी झाले होते तो धना गावाला जाऊन; पण अजून ही पोर त्याला विसरली नव्हती. घरी आल्यावर आपल्याशी दोन शब्द बोलून ती धना आलाय का ते बघायला तडक बाल्कनीत गेली आणि आपण तिला धनाच्या ऐवजी आपण स्वतःच तिचा मित्र होण्याचा पर्याय देणार होतो. आपण मूर्ख आहोत की मीरा शहाणी आहे हेच त्याला उमगेना. मीराला रागावून तो हाक मारणार तोच तीच

बाल्कनीतून परत हॉलकडे आली आणि रुसलेल्या आवाजात म्हणाली, "बाबा, बघ की रे! धनादादा अजून आलेला नाही. किती दिवस गेलाय गावाला!" असं म्हणून गाल फुगवून ती सोफ्यावर बसली. ती खूप रागावली आहे, रुसली आहे हे तिची देहबोलीच सांगत होती. कबीरला वाटलं, हीच संधी आहे तिचा फ्रेंड म्हणून आपल्याला सिद्ध करण्याची! खरं तर त्याला मनातून मीराचा खूप राग आला होता. पण त्याच्या लक्षात आलं, आता आपण जर हिच्यावर चिडलो, धनाबद्दल तिला काही बोललो, तर तिच्या मनातली धनाची जागा आणखी पक्की तर होईलच; पण आपण तिच्या मनातून उतरू, या विचारानं त्यानं राग गिळला आणि तिच्याजवळ जाऊन बसत तिला म्हणाला, "एवढं आहे होय? मग धनादादा नसला म्हणून काय झालं? हा बाबा आहे की छकुलीशी खेळायला! जाऊ दे तो धनादादा! नकोच तो आपल्याला. छकुलीला सोडून इतके दिवस गावाला जाऊन राहिलाय ना तो? असला कसला फ्रेंड? आपल्याला नकोच असला फ्रेंड. हा बाबा आहे की तुझा फ्रेंड म्हणून तुझ्याशी खेळायला. चल, आपण दोघं खेळू या!" कबीरचं बोलणं ऐकून मीराचे डोळे चमकले. चेहऱ्यावरचा रुसवा जाऊन त्या ठिकाणी एक हसू आलं. आवाजात अविश्वास आणून तिनं विचारलं, "खरंच? बाबा खरंच तू माझ्याशी खेळणार? धनादादासारखाच माझा फ्रेंड होऊन खेळणार?" तिनं आपली तुलना त्या धनाशी केली, याचा कबीरला खरं म्हणजे राग आला; पण त्यानं तो गिळला आणि खेळकर आवाजात तो तिला म्हणाला, "धनादादासारखं कशाला? मी त्याच्यापेक्षा चांगला फ्रेंड होईन तुझा. तो तुझा बेस्ट फ्रेंड आहे ना, तर मी बेस्टेस्ट फ्रेंड होईन आणि त्याच्यासारखं काय, पण त्याच्यापेक्षाही छान खेळ खेळून दाखवेन मी. मग कशाला पाहिजे तो धनादादा?" कबीरचं बोलणं ऐकून मीरा सोफ्यावरून उठली. कबीरच्या गळ्यात पडून तिनं त्याच्या गालाची एक पप्पी घेतली आणि मग खाली उतरून टाळ्या वाजवत नाचायला लागली. नाचता नाचता ती म्हणत होती, "धनादादाशी कट्टीऽऽ! धनादादाशी कट्टीऽऽ! बाबाशी गट्टीऽऽ! बाबाशी गट्टीऽऽ! बाबा माझा बेस्टेस्ट फ्रेंड! बाबा माझा बेस्टेस्ट फ्रेंड!" टाळ्या वाजवून मीरा नाचत होती. चेहरा हास्यानं उमलला होता. आवाजातून आनंद ओसंडून वाहत होता. तिच्या नाचण्यात, तिच्या टाळ्या वाजवण्यात, तिच्या अवघ्या देहबोलीतून तिला झालेला आनंद ओसंडत होता ते बघितलं आणि कबीरच्या डोळ्यांत पाणी भरलं. 'खरंच! किती निरागस असतात लहान मुलं आणि किती छोट्या छोट्या अपेक्षा असतात त्यांच्या आपल्या आई-वडिलांकडून. आपण नुसतं आता असं म्हटलं तर तिनं लगेच त्या धनाशी कट्टी करून टाकली. आपण रोज तिच्याशी खेळलो आणि खरंच तिचा बेस्ट फ्रेंड बनलो तर ती नक्कीच त्या धनाला विसरून जाईल.' मीराचं ते आनंदानं नाचणं आणि टाळ्या वाजवणं बघितल्यावर कबीरच्या मनानं निर्वाळा

दिला. सहज त्याचं घड्याळाकडे लक्ष गेलं. संध्याकाळचे सात वाजले. कबीर संभ्रमात पडला. आता तिला खाली खेळायला घेऊन जावं तर अंधार पडला होता. खेळायची वेळ संपून गेली होती आणि न जावं तर आपण तिच्याशी खोटं बोलतो आहोत असं तिला वाटेल, याची भीती होती. काय करावं त्याला कळेना. मीरा मात्र आता बाबा आपल्याशी खेळणार या आनंदात दाराजवळ जाऊन चप्पल घालायच्या नादात होती. कबीरला सुचेना, काय करावं; यातून मार्ग काढला पाहिजे. आल्यापासून किचनमध्ये आवराआवर करून स्वयंपाकाला लागलेली समीरा किचनमधून बाहेर आली आणि मीराला म्हणाली, ‘‘चला बेटा, सात वाजून गेले. आता आपली वरणभात खायची वेळ झालीये!’’ समीराचं बोलणं ऐकून मीरा पुन्हा हिरमुसली. गाल फुगवून म्हणाली, ‘‘असं काय गं मम्मा, मी आणि बाबा आता खाली खेळायला जाणार होतो. बाबा माझा बेस्टेस्ट फ्रेंड होणार आहे. म्हणून आम्ही दोघं खेळणार आहोत.’’ मीराचं बोलणं ऐकून समीरानं कबीरकडे एक कटाक्ष टाकला आणि म्हणाली, ‘‘बरोबर आहे बेटा; पण आता अंधार पडलाय. आता तुम्ही उद्या खेळा. आता बाबा तुझा बेस्ट फ्रेंड आहे की नाही, मग तो उद्याही तुझ्याशी खेळू शकतो.’’ समीराचं बोलणं मीराला पटलं असावं तरीही एकदा खात्री करून घेण्यासाठी तिनं कबीरला विचारलं, ‘‘बाबा, तू उद्या खेळशील ना माझ्याशी?’’ समीराच्या मध्यस्थीमुळे संभ्रमावस्था सुटली, या विचारानं रिलॅक्स झालेला कबीर मोठ्या उत्साहानं म्हणाला, ‘‘हो हो बेटा! मी तुझा बेस्टेस्ट फ्रेंड होणार आहे की नाही, मग उद्याच काय, मी रोजच तुझ्याशी खेळेन.’’ कबीरचं बोलणं ऐकून पुन्हा एकदा मीरानं डोळे मोठे करत विचारलं, ‘‘बाबा प्रॉमिस?’’ ‘‘हां बेटा, प्रॉमिस! पक्कं प्रॉमिस!’’ कबीरनं मोठ्या उत्साहानं तिला प्रॉमिस केलं आणि त्या आनंदात मीरा भात खायला बसली.

मीराचा भात खाऊन झाल्यावर थोडा वेळ कार्टून बघून मीरा निजायला गेली. समीरा आणि कबीर जेवायला बसले तेव्हा समीरानं कबीरकडे एक कटाक्ष टाकला आणि त्याला म्हणाली, ‘‘कबीर, मूव्ह तर चांगली घेतलीस. ही सक्सेसफुल झाली, तर कदाचित मीरा त्या धनाला विसरून जाईल; पण प्रश्न एवढाच आहे की हे सक्सेसफुल होईल का?’’ कबीरच्या लक्षात आलं होतं की समीराच्या मनात हा प्रश्न उद्‌भवणार आहे. त्यानं उत्तरही तयार ठेवलं होतं. म्हणूनच तो तत्परतेनं म्हणाला, ‘‘कम ऑन समीरा, मी ही मूव्ह अगदी विचारपूर्वक घेतली आहे आणि हा प्लॅन मी जाणीवपूर्वक बनवला आहे. तो मी तसाच अमलात आणणार आणि हे सक्सेसफुल होणार, हे निश्चित. सो डोन्ट वरी अबाऊट इट नाऊ. आय विल हॅन्डल धिस प्रॉपर्ली!’’ कबीरनं दिलेलं उत्तर ऐकून निदान तेवढ्या वेळापुरतं तरी समीराचं समाधान झालं आणि समाधानानं ती झोपायला गेली. दुसऱ्या दिवशी

ऑफिसमधून आल्यावर संध्याकाळी मीराला प्रॉमिस केल्याप्रमाणे कबीर तिला घेऊन खाली गार्डनमध्ये खेळायला गेला. जेमतेम अर्धा तास त्यांचा खेळ झाला असेल, नसेल तोच मीराचं काहीतरी बिनसलं आणि ती रुसून बागेतल्या कट्ट्यावर जाऊन बसली. कबीरनं हरतऱ्हेने तिची समजूत काढली; पण ती जाम बधली नाही. या रुसव्या-फुगव्यात आणि समजूत काढण्यात आणखी अर्धा तास गेला. खरं तर मीराशी खेळायचं म्हणून कबीर त्या दिवशी ऑफिसमधून लवकर घरी आला होता. आपला अली साहेबांकडचा कुराण शिकण्याचा क्लासही त्यानं बुडवला होता; पण खेळ असा जेमतेम अर्धा तासच झाला. कबीर लवकर आलेला बघून खरं तर मीरा खूप आनंदली होती. तिचा बाबा आज तिच्याशी खेळणार होता. तिचा बेस्टेस्ट फ्रेंड बनणार होता. खेळाला सुरुवातही झाली होती, पण झालं असं की कबीर कबीरसारखा खेळत होता आणि मीरा मीरासारखी. म्हणजेच कबीर तीस वर्षांच्या माणसासारखा खेळत होता आणि मीरा पाच वर्षांच्या मुलीसारखी. मग मेळ कसा जमणार? आणि खेळतरी कसा होणार? परिणाम व्हायचा तोच झाला. अर्ध्या तासानंतर खेळ संपला आणि मीरा रुसून बसली. अर्धा तास तिची समजूत काढल्यानंतर कशीबशी ती पुन्हा खेळायला तयार झाली; पण आता तिनं कबीरला एक अट घातली. ती अट म्हणजे कबीरनं धनादादासारख्या उलट्या सुलट्या, वेड्यावाकड्या उड्या आणि कोलांट्या उड्या मारून दाखवायच्या होत्या. कबीरनं तेही कबूल केलं. पहिल्या दोन-तीन उड्या त्यानं सफाईनं मारल्या; पण चौथी उडी मारून पाय खाली टेकताना पाय जमिनीवर तिरका पडला आणि लचकला. इतक्या जोरात लचकला की त्याची कळ कबीरच्या मस्तकापर्यंत गेली आणि जोरात किंचाळी मारून कबीर खाली बसला. ऑफिसमधून घरी परतून गेटमधून आत येणाऱ्या समीरानं ते पाहिलं आणि ती धावतच कबीरजवळ आली. कबीरचा पाय चांगलाच लचकला होता. बाबा खाली पडलेला बघून मीराला क्षणभर गंमत वाटली. तिला वाटलं की बाबा गंमतच करतोय; पण तो जोरात ओरडला तेव्हा तिच्या लक्षात आलं की बाबा गंमत करत नसून तो खरोखरच पडलाय आणि त्याला लागलंय. मग मात्र कट्ट्यावरून उठून धावत ती कबीरजवळ गेली. तोच समीराही तिथे पोहोचली होती. तिनं कबीरला हात देऊन उठवलं. तिच्या खांद्यावर हात ठेवून तिच्या आधारानं लंगडत लंगडत कबीर लिफ्टपर्यंत गेला. पाठोपाठ मीराही धावली. तिघं मिळून घरी आली. समीरानं कबीरला खुर्चीवर आणून बसवलं आणि तिची धावपळ सुरू झाली. सुरेखा स्वयंपाकघरातच होती. आज मीराला घेऊन कबीर खाली गेला म्हटल्यावर तिनं संध्याकाळच्या जेवणाची तयारी सुरू केली. बाईसाहेबांच्या खांद्याचा आधार घेऊन साहेब घरी आले हे तिला दार उघडल्यावर दिसलं आणि काहीतरी गडबड झाली आहे, हे तिच्या लक्षात आलं. कबीरला खुर्चीवर बसवल्यानंतर समीरानं सुरेखाला

भराभर सूचना द्यायला सुरुवात केली, "सुरेखा, गिझर ऑन कर. कबीरचा पाय शेकायचा आहे. त्याचे बदलायचे कपडे बाहेर घेऊन ये. कपाटातलं मूव्ह घेऊन ये. औषधाचा डबा आण. कबीरला कॉम्बिफ्लाम द्यायची आहे. दोन कप मस्त कॉफी कर. कबीर कॉफीबरोबर गोळी घेईल. मीराचे हातपाय धू. तिचे कपडे बदल. तिला आत्ता बोर्नव्हिटा घालून दूध दे. अजून तिला भात खायला अवकाश आहे. ही खाली नेलेली सगळी खेळणी तिच्या टबमध्ये नेऊन ठेव." एक ना दोन, कबीरचा पाय मुरगळला आहे म्हटल्यावर समीरा गडबडून गेली होती. सुरेखाला एका पाठोपाठ एक तिनं केलेल्या सूचना ऐकून कबीरच्या ते लक्षात आलं. घरी येऊन खुर्चीत बसल्यावर तोही आता बऱ्यापैकी सावरला होता. एकंदरीत गडबडीची परिस्थिती बघितल्यानंतर त्यानं समीराला हाक मारली आणि म्हणाला, "रिलॅक्स समीरा रिलॅक्स! डोन्ट गेट एक्सायटेड. हे बघ, मला काहीही झालेलं नाहीये. फक्त माझा पाय लचकला आहे. फ्रॅक्चर तर दिसत नाहीये. त्यातून आपण उद्या डॉक्टर पाटलांकडे जाऊन एक्स-रे काढून घेऊ. तू अजिबात पॅनिक होऊ नकोस. इथे बस बरं जरा शांतपणे! बस इथं जरा!" असं म्हणत कबीरनं गोंधळलेल्या समीराला सावरलं. ती खुर्चीवर बसल्यावर त्यानं 'सुरेखा' अशी हाक मारली आणि तिला पाणी आणायला सांगितलं. सुरेखाच्या हातातून पाणी घेऊन समीराने ते एका दमात संपवलं आणि खुर्चीच्या पाठीवर डोकं ठेवून ती पाच मिनिटं डोळे मिटून बसून राहिली. आपल्या बाबाला लागलेलं आहे आणि त्यामुळे आपली आई गडबडून गेली आहे, हे छोट्या मीराच्याही लक्षात आलं होतं. त्यामुळे कसलीही गडबड न करता, कसलेही प्रश्न न विचारता ती शांतपणे तिच्या छोट्या खुर्चीवर बसून राहिली. दरम्यान समीरानं दिलेल्या सगळ्या सूचना सुरेखानं अमलात आणल्या. पाणी प्यायल्यानंतर आणि पाच मिनिटं डोळे मिटून बसल्यावर समीरालाही जरा बरं वाटलं. ती सावरली. तोच सुरेखा कॉफीचे मग आणि औषधांचा बॉक्स घेऊन बाहेर आली. समीरानं तिच्या हातातला बॉक्स घेऊन त्यातून कॉम्बिफ्लामची गोळी काढली. ती कबीरला देऊन त्याला कॉफीबरोबर पिण्यास सांगितली. दोघांची कॉफी पिऊन होईपर्यंत सुरेखानं मीराचं आवरून तिला दूध प्यायला दिलं होतं. एवढं झाल्यावर सुरेखानं टबमधून गरम पाणी आणून कबीरच्या पायाजवळ ठेवलं. समीराच्या सांगण्यावरून त्यात थोडं मीठ घातलं आणि कबीरला त्यात पाय सोडून बसायला सांगितलं. आता बहुतेक सगळं स्थिरस्थावर झालं होतं. गरम पाण्यात पाय सोडून बसल्यामुळे आणि कॉम्बिफ्लाम घेतल्यामुळे कबीरच्या पायामधल्या वेदनाही आता कमी झाल्या होत्या. समीराही बरीच सावरली होती. एकंदर परिस्थिती बघून सुरेखानं सगळाच स्वयंपाक करून टाकला होता. समीराला विचारून तिनं मीराला वरणभात भरवला होता आणि कबीरचं ताट तिथेच वाढून आणलं आणि

सुरेखा घरी गेली. कबीरचं जेवण झालं आणि समोर बसलेल्या समीराचा हात हातात घेऊन कबीर म्हणाला, "समीरा, पाहिलंस छकुली कशी शांत झोपलीय. आपल्याशी खेळण्यामध्ये बाबा अयशस्वी झालाय हे तिच्या लक्षातही नसेल; पण समीरा, मी खरंच सांगतो, मी अगदी मनापासून प्रयत्न केला होता. मला मनापासून वाटतही होतं की आपण मुलीचा बेस्ट फ्रेंड बनू शकू, बट नाऊ आय कन्फेस की मी ते करू शकलो नाही आणि मला आता समजतंय की, ते करणं किती अवघड आहे. अवघड म्हणण्यापेक्षा ते अशक्य आहे. त्या धनाला मी पर्याय होऊच शकत नाही. समीरा, मला दुसरा काहीतरी विचार करायला पाहिजे आणि मी तो करेन. पण छकुलीला त्या धनाशी खेळू देणार नाही." समीरा काहीच बोलली नाही. तिला दिसलं होतं की कबीरनं छकुलीशी खेळण्याचा प्रामाणिक प्रयत्न केला होता. कबीरच्या हातावर थोपटून ती त्याच्या शेजारून उठली. दिवाणावर निजलेल्या मीराला उचलून तिनं आत बेडवर नेऊन ठेवलं आणि आपलं ताट वाढून घेऊन ती कबीरच्या शेजारी येऊन जेवायला बसली.

दुसऱ्या दिवशी समीराची आणखीच घाईगडबड झाली. पाय मुरगळल्यामुळे कबीरला गाडी चालविता येत नव्हती. पायाला थोडीशी सूज होती. त्याला दवाखान्यात घेऊन जाऊन एक्स-रे काढायचा होता. आईच्या दुखण्याच्या वेळी रजा काढल्यामुळे तिला आता रजा मिळणं शक्य नव्हतं. त्यामुळे हे सगळं करून तिला ऑफिसला जावंच लागलं होतं. आपण एकटी हे सगळं कसं मॅनेज करणार या चिंतेत ती असताना शेजारचे गुप्तेकाका आले. कबीरच्या पायाला लागल्याचं त्यांना वॉचमनकडून सकाळी कळलं. ते कबीरला बघायला आले आणि समीराला पडलेला प्रश्न त्यांनी चुटकीसरशी सोडविला. ते समीराला म्हणाले, "वहिनी, तुम्ही अजिबात काळजी करू नका. तुम्ही निश्चिंतपणे ऑफिसला जा. कबीरला डॉक्टर पाटलांकडे मी माझ्या गाडीतून घेऊन जाईन. तिथे त्यांचा एक्स-रे काढून डॉक्टर सांगतील ते उपचार करून मी त्यांना घरी घेऊन येईन. तुम्ही त्यांची काळजी करू नका." गुप्तेकाकांनी असा आपणहोऊन मदतीचा हात पुढे केल्यावर समीराची सगळी चिंता मिटली. समीराने मनापासून त्यांचे आभार मानले. दोघांनी धरून कबीरला लिफ्टमधून खाली आणलं. त्याला गुप्तेकाकांच्या गाडीत बसवलं. कबीरला घेऊन गुप्तेकाका गेले तशी समीरा धावत वर आली. मीराची स्कूलबस अजून यायची होती. सुरेखा तिचं आवरत होती. तिला काही सूचना देत समीरानं स्वतःचं आवरलं. सुरेखा मीराला घेऊन बससाठी खाली गेली आणि पर्स आणि लॅपटॉप घेऊन समीराही बाहेर पडली. संध्याकाळी समीरा घरी आली तेव्हा गुप्तेकाकांचा कॉलेजला जाणारा मुलगा कबीरच्या सोबतीला थांबला होता. कबीरच्या एक्स-रेचा रिपोर्ट आला होता. नशिबानं पाय फ्रॅक्चर नव्हता, पण मुका मार लागला होता. पायाला मोठं बँडेज

गुंडाळलं होतं. डॉक्टरनी काही गोळ्याही दिल्या होत्या. तीन-चार दिवसांत बरं वाटेल असं डॉक्टरांनी सांगितलं होतं; पण शक्यतो पायाची हालचाल करू नका असंही बजावलं होतं. समीरा आल्यावर तिला हा सगळा रिपोर्ट देऊन गुप्तेकाकांचा मुलगा घरी गेला. सुरेखा स्वयंपाकघरात होती आणि मीरा कार्टून बघत बसली होती. कबीरच्या पायाला फ्रॅक्चर नाही, हे समजल्यावर समीरालाही बरं वाटलं. शांत चित्तानं समीरा स्वयंपाकघरात गेली. कबीरचा फोन वाजत होता. फोन टीपॉयवर होता. समीरानं बाहेर येऊन कबीरचा मोबाईल उचलून त्याच्याजवळ दिला. फोन देता देता तिनं स्क्रीनवर नजर टाकली. कोणातरी अलीसाहेब नावाच्या माणसाचा फोन होता. कबीरनं फोन उचलला. पलीकडच्या माणसानं बहुतेक कबीरला 'का आला नाहीस' असं विचारलं असावं. कारण आपल्याला पायाला लागलंय म्हणून आपण येऊ शकलो नाही, असं कबीर इकडून सांगत होता. असेल काहीतरी असं म्हणत समीरानं मीरासाठी भात कालवला आणि तिला भरवला. स्वयंपाक करून सुरेखा गेली. कबीरला जेवण वाढून आणून देऊन समीरानं आपलंही ताट तयार केलं आणि ती कबीरसोबतच जेवायला बसली; पण तिला दिसलं, कबीर गप्प गप्प होता. त्याचं जेवणात फारसं लक्ष नव्हतं. समीराला वाटलं, छकुलीशी खेळता आलं नाही याचं त्याला वाईट वाटलं म्हणून समीरा त्याला म्हणालीसुद्धा, ''कबीर, अरे चारच तर दिवसांचा प्रश्न आहे. चार दिवसांनंतर तू छकुलीशी खेळू शकतोस. हां, पण आता उड्या जरा बेतानं मार म्हणजे झालं!'' समीरानं वातावरण हलकं करण्याचा प्रयत्न केला, पण कबीर दुसऱ्याच विचारात होता.

तो पटकन म्हणाला, ''नाही समीरा, मी तो विचार करत नाहीये. चार दिवसांनी मी छकुलीशी खेळणार आहे हे तर खरंच आहे; पण मी दुसराच विचार करतोय. ज्या माणसांना एकाच धर्मात बांधून ठेवलंय, ती माणसं एकमेकांशी अशी विचित्र का वागतात याचा मी विचार करतोय.'' तो कशाबद्दल बोलतोय हे समीराला काहीच कळेना. त्यातच कबीरच्या तोंडून धर्मासंबंधी काही शब्द ऐकून तिला धक्काच बसला. कबीरच्या ते लक्षात आलं. तो क्षणभर चपापला आणि लगेच सावरून म्हणाला, ''जाऊ दे, सोड, तू लक्ष देऊ नकोस. मी काहीतरी बडबडतोय.'' असं म्हणत विषय संपला असं सूचित करण्यासाठी त्यानं पाण्याचं भांडं तोंडाला लावलं.

चार दिवसांतच कबीरचा पाय बरा झाला. पाचव्या दिवसापासून तो ऑफिसलाही जायला लागला. चार दिवस तो घरीच होता; पण या चार दिवसांत त्याची मीराशी चांगलीच गट्टी जमली. आपल्या बाबाच्या पायाला लागलंय, त्याला चालता येत नाही हे मीराला समजलं. ती शाळेतून दुपारी एक वाजता घरी यायची. त्यानंतर

संध्याकाळ होईपर्यंत अखंड बडबड करीत कबीरच्या भोवती असायची. भातुकलीच्या खेळात पटापट खोटा खोटा स्वयंपाक करून त्याला जेवायला वाढायची. बसल्या जागेवरच त्याला शाळेत शिकवलेली गाणी, गोष्टी म्हणून दाखवायची. त्यामुळे एक मात्र झालं की, कबीरची आणि मीराची चांगली गट्टी जमली आणि धनाच्या मैत्रीपासून मीराला आपण वेगळं करू शकू याबद्दल कबीरचा विश्वास वाढला. तो आठवडा घरातच थांबून कबीर सोमवारी ऑफिसला गेला. जाताना त्याच्या मनात आपण संध्याकाळी लवकर घरी येऊ, आजपासून मीराशी खेळायला सुरुवात करायची, असे विचार घोळत होते. तो ऑफिसमध्ये पोहोचला तेव्हा त्याच्या सहकाऱ्यानं त्याच्या तब्येतीची विचारपूस केली. तो त्याच्या बॉसना भेटायला गेला तर त्याच्या बॉसनं त्याच्या हातात एक पत्र ठेवलं आणि त्याचं अभिनंदन केलं. ते पत्र वाचलं आणि कबीर संभ्रमात पडला. त्याच्या कंपनीनं त्याला पंधरा दिवसांसाठी जर्मनीला पाठवायचं ठरवलं होतं आणि त्यासाठी त्याला उद्याच निघायचं होतं. तिथल्या एका कंपनीनं त्यांच्या प्रोजेक्टसाठी त्याला खास बोलावून घेतलं होतं. त्या पत्रासोबतच दुसऱ्या दिवशी संध्याकाळचं त्याचं तिकीटही होतं. त्या संधीला हसावं की रडावं, हे त्याला समजेना. त्याची त्याच्या लेकीशी– मीराशी– खेळण्याची योजना पुनःपुन्हा अपुरीच राहत होती. घरी आल्यावर त्यानं समीराला ही बातमी सांगितली. समीराला साहजिकच आनंद झाला; पण कबीरनं जेव्हा मीराशी खेळण्याबद्दलचा विषय काढला, तेव्हा त्याच्या या विचाराचं समीराला हसूच आलं. मीराशी खेळायला तो उत्सुक होता की तिची धनासोबत असलेली मैत्री तो तोडायला उत्सुक होता, हे तिला कळेना. कितीही विचार केला तरी या प्रश्नाचं उत्तर तिला मिळेना. पण कबीरला उद्या जायचं होतं हे खरं होतं. दुसऱ्या दिवशी सकाळी ऑफिसमधून काही कागदपत्रं घेण्यासाठी कबीर ऑफिसला जायला निघाला. तो गेटपाशी कुणीतरी माणूस त्याची वाट पाहत होता, वॉचमनने त्याला कबीर आल्याचं सांगितलं. तो माणूस कबीरजवळ आला आणि कबीरच्या हातात त्यानं एक पॅकेट ठेवलं, "अली साहेबांनी आपल्याला हे अभ्यास करण्यासाठी दिलं आहे." असं सांगून तो माणूस निघून गेला. कबीरनं ते उघडून पाहिलं, तर त्यामध्ये कुराण-ए-शरीफची मराठीत भाषांतर केलेली प्रत होती. सोबत अली साहेबांची एक चिठ्ठी होती, ज्यात लिहिलं होतं, "कबीर साहेब, कुराण-ए-शरीफची मराठीत प्रत तुमच्या अभ्यासासाठी पाठवत आहे. मी दीड महिन्यांसाठी परगावी निघालो आहे. त्या दरम्यान तुमच्या अभ्यासाचा खोळंबा होऊ नये म्हणून हे पाठवून देत आहे. आपण आजारी असल्याचे समजले होते. त्या दरम्यान मी आपल्याला येऊन भेटू शकलो नाही, त्याबद्दल दिलगिरी व्यक्त करतोय. हे मराठी कुराण-ए-शरीफ तुम्हाला वाचायला आणि समजायला सोपे जाईल. खुदा हाफिज." कबीरने चिठ्ठी

वाचली आणि त्या पुस्तकातच ठेवली आणि ऑफिसमधून त्याला लागणार होती, ती कागदपत्रं घेऊन तो घरी आला. समीरानं सकाळी ऑफिसला जातानाच त्याची बॅग भरली होती. समीरा ऑफिसमधून अर्धी रजा काढून आली तेव्हा त्यानं स्वतःचं सगळं आवरलं होतं. समीरा आल्यावर तिचा आणि मीराचा निरोप घेऊन तो एअरपोर्टला निघाला, तेव्हा संध्याकाळचे पाच वाजले होते. फोन करून त्यानं ओला टॅक्सी बोलावली होती. सामान घेऊन तो टॅक्सीत बसला. त्यानं टॅक्सी एअरपोर्टला घ्यायला सांगितली. टॅक्सी ड्रायव्हरनं टॅक्सी वळवली. टॅक्सीतून जाता जाता कबीरचं लक्ष सहजच बांधकाम चालू असलेल्या इमारतीकडे गेलं आणि त्याच्या काळजाचा ठोका चुकला. कंपाऊंडच्या आत वॉचमनच्या झोपडीचं दार उघडं होतं आणि दारात धना खेळत होता.

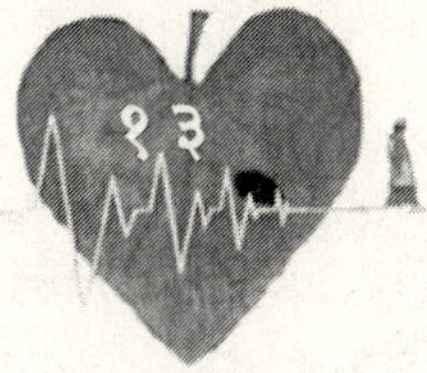

टॅक्सीतून जाता जाता कबीरनं धनाला पाहिलं आणि त्याच्या काळजाचा ठोका चुकला. क्षणभर त्याला वाटलं, टॅक्सी परत फिरवावी आणि घरी जावं; पण आता ते शक्य नव्हतं. आपण आता पंधरा दिवस इथं नाही. छकुलीशी खेळायला कुणी नाही आणि हा धना इकडे परत आलाय. काय करावं... कसं करावं...? त्याला काही सुचेना. समीराला फोन करून सांगावं का? त्याच्या मनात आलं... पण छे! नकोच; ती आपल्याला मूर्खात काढेल आणि पंधरा दिवसांचा तर प्रश्न आहे. आपण परत आल्यावर या विषयाचा सोक्षमोक्ष लावू. पुन्हा एकदा त्या वॉचमनला सांगून त्याला फार तर थोडे पैसे देऊन धनाला पुन्हा गावाकडे पाठवून द्यायला सांगू आणि तेही जमलं नाही तर सरळ त्या बिल्डरला भेटून त्या वॉचमनला कामावरून काढून टाकायला सांगू. विचार करता करता कबीर क्षणभर थांबला आणि मग आपल्याच विचारांची त्याला लाज वाटली. 'हे काय विचार करतोय आपण, काय चाललंय हे? धना– तो पोरगा– केवढासा, त्याचं वय काय, आपलं वय काय? आणि त्या एवढ्याशा पोरापायी आपण एवढं अस्वस्थ होतोय. आपण कुठे चाललोय, आपल्यासमोर उद्दिष्ट काय आहे आणि आपण कसला विचार करतोय?' कबीरनं स्वतःलाच एक चिमटा काढला आणि तो खाड्कन भानावर आला. 'आपण आता जर्मनीला जातो आहोत. तिथल्या प्रोजेक्टवर पंधरा दिवस आपल्याला काम करावयाचं आहे. सध्या हे आणि हेच आपल्यासाठी महत्त्वाचं आहे,' अशी मनाची समजूत काढून कबीरनं सगळे विचार झटकून टाकले आणि जर्मनीला गेल्यानंतर काय करायचं आहे, याचा विचार तो करू लागला.

कबीर जाणार म्हणून लवकर घरी आलेली समीरा कबीर बाहेर पडल्यानंतर लॅपटॉप उघडून बसली. तिच्या ऑफिसमध्ये अर्धवट राहिलेलं काम तिला पूर्ण करावयाचं होतं. मीरा खेळणी मांडून खेळत होती. सुरेखाची यायची वेळ झालीच होती. ती आली की मीरा तिच्यासोबत खाली जाईल आणि मगच आपल्याला शांतपणे काम करता येईल, असा विचार करून समीरानं लेटर टाइप करायला घेतलं. कारण खेळ मांडून खेळता खेळता मीरा तिला सारखी हाका मारत होती आणि "मम्मा, ही बेबी डॉल माझं ऐकत नाही! हा चमचा कुणी मोडला? आता मी दाण्याचे तुकडे कसे करू? मी पाणी कशात घेऊ?" असे एकामागे एक प्रश्न

विचारून समीराला हैराण करीत होती. शिवाय समीरानं ओ दिली नाही किंवा काही उत्तर दिलं नाही, तर तिच्याजवळ जाऊन तिचा चेहरा आपल्याकडे वळवून पुन्हा पुन्हा तिला प्रश्न विचारत होती. त्यामुळे मीरा खाली गेल्याशिवाय शांत चित्तानं काम करणं समीराला शक्य नव्हतं. स्वयंपाकासाठी घेतलेलं पाणी ओतण्यासाठी मीरा बाल्कनीत गेली आणि तिला धना दिसला. तिच्या आनंदाला पारावार राहिला नाही. तिथूनच तिनं जोरजोरात ओरडून आईला हाका मारायला सुरुवात केली. ती हाका मारायचं थांबेना म्हटल्यावर समीरा थोडीशी वैतागानंच बाल्कनीत आली. रागारागानंच तिनं मीराला विचारलं, "काय गं मीरा? काय झालं? कशाला ओरडतेस? कशाला इतक्या हाका मारतेस?... मी जरा..." समीरा पुढे काहीतरी बोलणार होती, पण मीरानं तिला पुढे बोलूच दिलं नाही. "अगं मम्मा, अगं मम्मा, बघ तरी समोर, अगं धनादादा आलाय! अगं धनादादा आलाय! आता कित्ती मजा येणार. मी आता लगेच खाली जाऊ का? शी बाई ही सुरेखा मावशी कधी यायची, माझं कधी आवरायची आणि मी कधी खाली जाणार? मम्मा, तू माझं आवर ना लवकर लवकर, पट्कन आवर. चल, चल लवकर तू माझा फ्रॉक काढून ठेव, तोपर्यंत मी हातपाय धुऊन येते, चल ना पट्कन!" मीराला आता मुलखाची घाई झाली होती. कधी एकदा खाली जातोय आणि धनादादाला भेटतोय असं तिला झालं होतं. समीरा काही बोलायच्या आतच तिनं जोरात ओरडून धनाला चार-पाच हाका मारल्यासुद्धा आणि त्याला सांगून मोकळी झाली की मी पाच मिनिटांत खाली येते. तू खेळायला ये. मीराची लगबग समीरा चकित नजरेनं बघत होती. तिच्या चेहऱ्यावरून ओसंडून वाहणारा आनंद, चमकणारे डोळे, आवाजामध्ये भरलेला उत्साह आणि खाली खेळायला जाण्यासाठी तिची चाललेली गडबड... आपण नक्की काय करावं, हे समीराला समजेना. तिला तिच्या आनंदासाठी धनाशी खेळू द्यावं की कबीरचं पझेसिव्ह असणं लक्षात घेऊन तिला त्याच्याशी खेळण्यावर बंदी घालावी. समीरा गोंधळून गेली. ती तिथेच जागीच उभी राहिली. तेवढ्यात दारातून सुरेखा आत आली. तिला आत आलेलं बघून आईचा नाद सोडून मीरा सुरेखाकडे धावली आणि तिला गडबड करायला लागली. आधी काय झालं होतं, ते सुरेखाला माहीत नव्हतं. समीरा तशीच गोंधळून उभी होती. सुरेखानं काही न बोलता मीराचं आवरलं व ती तिला खाली घेऊन गेली. खाली पोहोचताच मीरा गेटकडे धावली आणि गेटमध्ये उभं राहून तिने पुन्हा एकदा धनाला हाका मारल्या. तिच्या हाकेची वाट बघत असल्यासारखा धना धावतच आला आणि मग दोघांचा खेळ असा काही रंगला की दोघांनाही वेळेचं भान राहिलं नाही. आज कितीतरी दिवसांनी मीराच्या खळखळून हसण्याचा आवाज तिथे निनादत होता. आज कितीतरी दिवसांनी मीराच्या आनंदानं मारलेल्या उड्या तिथे दिसत होत्या. आज कितीतरी दिवसांनी

मीराच्या आणि धनाच्या हसण्यानं ते आवार गजबजून गेलं होतं.

मीरा खाली गेली आणि घरात एकदम शांतता पसरली. त्या शांततेनं समीराला भानावर आणलं. मीरा खाली धनाशी खेळायला गेली हे योग्य झालं की अयोग्य, यापेक्षा आता आपल्याला शांतपणे काम करता येणार आहे हे महत्त्वाचं आहे, हे तिच्या लक्षात आलं. कारण तिच्या ऑफिसमधल्या एका अत्यंत महत्त्वाच्या प्रोजेक्टवर तिला शेवटचा हात फिरवायचा होता. मीरा आणि धना एकत्र खेळत आहेत हे योग्य की अयोग्य याचा विचार करत बसण्यापेक्षा आता वेळ आणि शांतता आहे, तर आपलं काम करून घ्यावं असा तिनं विचार केला आणि मनातले सगळे विचार झटकून तिनं लॅपटॉप समोर ओढला. तासभर कसा गेला ते कुणालाच कळलं नाही. नाही समीराला कळलं, नाही मीराला कळलं, नाही धनाला कळलं. अंधार पडायला लागल्यावर सुरेखानं मीराला हाका मारल्या. चार-पाच हाकांनंतर तिनं ओ दिली. मोठ्या नाखुशीनंच ती सुरेखासोबत घरी परतली. घरी परतल्यावर तिची चिवचिव आणखी उत्साहात चालू झाली. कारण आता तिचा आणि धनाचा जो खेळ झाला, त्याबद्दलची इत्थंभूत माहिती तिला आता तिच्या मम्माला सांगायची होती. त्यातल्या त्यात एवढंच बरं झालं की, त्या तासाभरात समीराचं काम झालं होतं, तेही अगदी शांतपणे. त्यामुळे मीराची किलबिल ऐकायला समीरा रिकामी होती. आईला वेळ आहे हे बघून मीराचा उत्साह तर आणखीच वाढला आणि मोठ्या उत्साहानं तिनं आपल्या खेळण्यातल्या गमतीजमती मम्माला सांगायला सुरुवात केली. गेले पंधरा दिवस या वेळी मलूल असणारी, कंटाळून बसलेली, रुसलेली मीरा ती हीच का असा प्रश्न पडावा, इतका मीरामध्ये बदल झाला होता. तिचा प्रत्येक शब्द, तिचा प्रत्येक आविर्भाव, तिचं ते मधूनच खुदुखुदू हसणं, डोळे मोठे करत बोलणं आणि शब्दागणिक, वाक्यागणिक धनाचं नाव उच्चारणं समीरा बघतच बसली. खरं तर हे स्वाभाविकच होतं. आज कितीतरी दिवसांनी तिचा बेस्ट फ्रेंड तिला भेटला होता. 'आणि कबीर या दोघांची मैत्री तोडण्याचा प्रयत्न करतोय' समीराच्या मनात क्षणभर विचार येऊन गेला. तोच त्या अथक बडबडण्यानं दमलेली मीरा आता 'भूक लागली, भूक लागली' म्हणून नाचायला लागली आणि समीरा भानावर आली. सुरेखानं आणलेला वरण-भात भरवतानासुद्धा मीरा अव्याहत बडबडत होती. विषय एकच होता – धनादादा. सुरेखा गेली. समीरानं जेवून घेतलं. भात खाऊन मीरा कधीच झोपली होती. मगाचपासून विचार करून समीराचं डोकं दुखायला लागलं होतं. तिनं ठरवलं, आता पंधरा दिवस कबीर इथं नाही, त्यामुळे मीरानं धनाशी खेळू नये असा अट्टाहास आपण करायचा नाही. पंधरा दिवस तिला धनाशी खेळण्यावर आक्षेप घ्यायचा नाही. आपल्यासमोर दुसरा पर्यायही नाही आणि डोकं शांत राहायचं असेल तर

आपण या गोष्टीला विरोध करण्यातही काही अर्थ नाही. समोर येणाऱ्या परिस्थितीला शरण जाणं, हेच सध्या सयुक्तिक आहे. तेव्हा आपणही तेच करायचं. समीरानं मनोमन असा विचार केला आणि तिला शांत झोप लागली.

पुढचे पंधरा दिवस असेच शांतपणे गेले. रोज संध्याकाळी मीरा सुरेखाबरोबर खाली जायची, धनाला हाका मारायची आणि मग तास दीड तास दोघं जण मनसोक्त खेळायचे. अडवणारं कुणी नव्हतं. रागावणारं कुणी नव्हतं. याचा परिणाम एकच झाला, मीरा आनंदी राहायला लागली. समीराचं डोकं शांत राहायला लागलं. तिला काम करायला सुचायला लागलं आणि सुरेखाची कामं पटापटा व्हायला लागली आणि सगळ्या हलक्या फुलक्या वातावरणात पंधरा दिवस कसे निघून गेले ते कळलंच नाही आणि एके दिवशी 'मी उद्या परत येतोय' असा कबीरचा फोन आला. त्याचा फोन आला आणि समीरा खाड्कन भानावर आली. उद्या कबीर येणार होता आणि आल्यावर पुन्हा मीरा आणि धना एकत्र खेळताहेत हे बघितल्यावर आकाश-पाताळ एक करणार होता. आता आपण नक्की काय करावं आणि यात आपण कोणती भूमिका घ्यावी, हे समीराच्या लक्षात येईना आणि एक अनामिक भीती तिच्या मनाला ग्रासू लागली. कबीर आल्यावर काय होणार, या विचारानं समीरा मात्र अस्वस्थ झाली होती.

कबीर ठरल्याप्रमाणे घरी आला. घरी आल्यावर तो समीराला आणि छकुलीला भेटला खरं; पण का कुणास ठाऊक, तो काहीसा उदास आहे असं समीराला वाटलं. आल्या आल्या त्याला काही विचारायला नको म्हणून ती काहीच बोलली नाही. कदाचित जर्मनीला गेला होता तिथे प्रोजेक्ट संदर्भात काहीतरी झालं असेल, अशी तिनं आपल्या मनाची समजूत घातली; कारण त्याच्या भेटीमध्ये पंधरा दिवसांच्या विरहानंतर असणारी ओढ दिसत नव्हती. त्याला चहा करून दिल्यानंतर तिनं मीराला जेवण भरवलं. मागच्या पंधरा दिवसांसारखी मीरा आजही खूश होती. आनंदानं गप्पा मारत जेवत होती. जेवताना ती धनाचा विषय काढणार याचा अंदाज घेऊन समीरानं तिला किचनमध्येच बसून भरवलं. कबीर आल्या आल्या तिला तो विषय नको होता. त्यातच कबीरचा मूड ठीक दिसत नव्हता. त्यातल्या त्यात एक बरं झालं की मीराला जेवण भरवताना कबीर अंघोळीला गेला होता. त्यामुळे जेवताना मीराची धनाबद्दलची चाललेली बडबड कबीरच्या कानापर्यंत गेली नाही. मीराचं जेवण झालं. समीरानं तिला कार्टून लावून दिलं. एवढं होईपर्यंत कबीरचंही आवरलं होतं. दोघं जण जेवायला बसले. जेवतानाही कबीर फारसा खुलून बोलत नव्हता. समीरानं त्याला एक-दोनदा विचारलंही. त्यावर 'काही नाही गं, जरा टेन्शन आहे' असं म्हणून त्यानं तिला सांगायचं टाळलं. 'जाऊ दे, त्याला आता नसेल सांगायचं, नंतर आपणहून सांगेल' असा विचार करून समीरानंही तो विषय

वाढवला नाही. त्यातच तिला मीरा आणि धना यांच्या मैत्रीबद्दलचं टेन्शन होतंच. कबीर हात धुऊन हॉलमध्ये येऊन बसला. मीरा कार्टून बघत बसली होती. बाबा तिथे आल्यावर ती जाऊन त्याच्या मांडीवर जाऊन बसली. कबीरनं तिला जवळ घेतलं. तिच्या केसांवरून, गालावरून हात फिरवला आणि विचारलं, ''झोपायचं नाही का माझ्या छकुलीला? झोप आली नाही का?'' मीरानं त्याच्या गळ्यात हात टाकत उत्तर दिलं, ''झोप तर आलीये, बाबा. पण ममाचं अजून आवरायचं आहे. ती मला झोपताना रोज गाणं म्हणून झोपविते आणि मग मला छान झोप लागते. आज तिचं अजून कामच चाललंय ना!'' तिचं बोलणं ऐकून कबीरला हसू आलं. त्यानं तिचा गालगुच्चा घेत विचारलं, ''मग छकुली, मी म्हणू का तुझ्यासाठी गाणं? चल, मी तुला गाणं म्हणून निजवतो.'' त्याचं बोलणं ऐकून मीरानं टाळ्या वाजवल्या. मीराला उचलून घेऊन कबीर बेडरूममध्ये गेला. तिला बेडवर निजवलं. आपण तिच्या शेजारी बसला आणि तिच्या कपाळावर मायेनं थोपटत म्हणाला, ''हं! सांग छकुली, कोणतं गाणं म्हणू?'' ''तुला येतं ते म्हण बाबा, कोणतं तरी छान म्हण बाप्पाचं!'' छकुलीनं सांगितलं, आता कबीरची पंचाईत झाली. त्याला तर कुठल्याच देवाचं कुठलंच गाणं येत नव्हतं. त्यानं मीराकडे पाहिलं. ती मोठ्या अपेक्षेने त्याच्याकडे पाहत होती. तिच्या दृष्टीनं तिचा बाबा हिरो होता. त्याला सगळं आलंच पाहिजे, अशी तिची अपेक्षा होती आणि सगळंच येत असणार, अशी तिची धारणा होती. त्यामुळे तिची मागणी मान्य करण्यावाचून कबीरला पर्याय नव्हता. त्यानं जरा बुद्धीला ताण दिला आणि त्याला आठवलं– आपण कॉलेजला असताना देवधर सरांकडे राहत होतो, तेव्हा आपण सगळ्यांसोबत गणपतीची आरती म्हणत असू. त्यानं ती आरती आठवायचा प्रयत्न केला; पण त्याला सुरुवात आठवत नव्हती. त्याला एकदम ध्रुवपद आठवलं आणि त्यानं ते म्हणायला सुरुवात केली, ''हं! ऐक हं छकुली! जय देव जय देव जय मंगलमूर्ती, दर्शनमात्रे मन कामनापूर्ती जय देव जय देव।'' गणपतीच्या आरतीचं ध्रुवपद म्हणून झाल्यावर कबीर कडव्याची सुरुवात आठवत होता, तोच मीरा उठून बसली आणि म्हणाली, ''नाही बाबा, ही बाप्पाची आरती आहे. हे काही गाणं नव्हे. तू दुसरं कुठलंतरी बाप्पाचं गाणं म्हण.'' मीराचं बोलणं ऐकून कबीर पुन्हा विचारात पडला. 'आता आपल्याला बाप्पाचं गाणं येत नाही' याची कबुली मीराजवळ देणं त्याला भाग होतं. त्यानं ती दिलीही. त्यानं मीराला सांगितलं, ''छकुली, तुझा बाबा ऑफिसमध्ये जातो की नाही? मग तिथे बाप्पाचं गाणं शिकवत नाहीत म्हणून मला बाप्पाचं गाणं येत नाही.'' त्याचं हे बोलणं ऐकून मीराच्या चेहऱ्यावर आश्चर्य पसरलेलं दिसलं, पण क्षणभरच. पुढच्या क्षणाला ती लगेच म्हणाली, ''मग बाबा, मी तुला शिकवते बाप्पाचं गाणं!'' असं म्हणून ती बेडवरच मांडी घालून बसली. तिनं हात जोडले. एकदा कबीरकडे

बघितलं आणि गायला सुरुवात केली, ‘‘जय हनुमान, ग्यान गुणसागर, जय कपिस तिहुँ लोक उजागर ।।’’ मीराच्या तोंडून या ओळी ऐकल्यानंतर कबीरला नवल वाटलं. हे कदाचित तिला तिच्या शाळेत शिकवलं असेल किंवा समीरानं तरी शिकवलं असेल, असा त्यानं अंदाज बांधला. मीराचं नाक चिमटीत पकडून त्यानं विचारलं, ‘‘माय स्विट छकुली, हे गाणं तू कुठे शिकलीस? कुणी शिकवलं तुला इतकं छान गाणं?’’ कबीरच्या प्रश्नातून लेकीबद्दल कौतुक ओसंडून वाहत होतं. बाबाच्या तोंडून कौतुकाचा स्वर ऐकून मीराला उत्साह आला. त्याच्यासमोर गुडघ्यावर बसून तिनं त्याच्या गळ्यात हात टाकले आणि ती त्याला म्हणाली, ‘‘बाबा, बाप्पाचं हे छान छान गाणं मला धनादादानं शिकवलं. बाबा, धनादादा गावाहून कधीच परत आला. आता तो रोज माझ्याशी खेळायला पण येतो आणि मला रोज थोडं थोडं हे गाणं पण शिकवतो. बाबा, तुला माहिती आहे? धनादादा त्याच्या आजीकडे खूप लांब गेला होता. त्याच्या आजीनं त्याला हे गाणं शिकवलं आणि आता तो मला शिकवतोय.’’ मीराच्या आवाजात धना परत आल्याचा आनंद, त्याच्याबद्दलचं कौतुक आणि तो आपला मित्र असण्याचा अभिमान ओसंडत होता आणि तिच्या प्रत्येक शब्दासरशी कबीरला आपल्या कानात कोणीतरी उकळतं तेल ओतत असल्याचा भास होत होता. त्याचा मेंदू थाडथाड उडत होता. कपाळावरची शिर संतापानं टरारली होती. मीरानं गळ्यात घातलेले हात खसकन काढून टाकून तो ताड्‌कन उभा राहिला. संतापानं मुठी आवरत त्यानं तारस्वरात समीराला हाका मारल्या. समीराचं आवरलंच होतं. ती किचनचा लाइट बंद करीत होती. तेवढ्यात कबीरचा संतापलेला आवाज तिच्या कानावर पडला. ती धावतच बाहेर आली. कबीरला इतकं संतापलेलं तिनं कधीच बघितलं नव्हतं. ‘‘काय झालं कबीर, काय झालं तुला चिडायला?’’ समीरानं विचारलं.

प्रश्न विचारण्यातला तिचा शांतपणा बघून कबीरचा संताप अजूनच वाढला. ‘‘तुला लाज नाही वाटत, काय झालं विचारायला. या आधी शंभर वेळा आपला हा विषय झालाय की छकुलीला त्या धनाबरोबर खेळायला पाठवू नकोस म्हणून. तुला माहीत आहे ना, की तो घाणेरडा धना मला आवडत नाही म्हणून? मग का? का मीराला पाठवतेस त्याच्याबरोबर खेळायला. मुद्दाम माझ्या मनाविरुद्ध वागायचं म्हणून चाललंय का हे? या घरात माझ्या मताला काही किंमत आहे की नाही? ती एक लहान आहे; पण तुला तरी समजतं की नाही? तू आई आहेस ना तिची? तिच्यासाठी काय चांगलं, काय वाईट हे तुला कळायला नको? मी ज्या दिवशी जर्मनीला निघालो होतो, त्याच दिवशी ते कार्टं मला दिसलं होतं. तेव्हाच माझ्या मनात शंकेची पाल चुकचुकली होती. त्याला बघून माझ्या डोक्यात संताप मावत नव्हता. मी तिथून तसाच परत फिरणार होतो; पण ते शक्य नव्हतं. मला वाटलं

होतं, मागच्या त्या प्रकारानंतर तुला काहीतरी अक्कल आली असेल. पण नाही. त्या धनाच्या बापालाही धमकी देऊन आलो होतो मी, की त्याला गावाकडे पाठव म्हणून. युपीमध्ये. पण त्या हरामखोरानं माझ्या तोंडाला पानं पुसली. पंधरा दिवस त्याला गावाकडे पाठवण्याचं नाटक केलं आणि आता पुन्हा इथं घेऊन आलाय. आमच्या नाकावर टिच्चून आमच्या उरावर नाचवायला. आता बघतोच त्याला. साले तुम्ही, एकजात सगळे तसलेच. तुम्ही दोघी मायलेकीही तसल्याच. तो हरामखोर वॉचमनही तसलाच आणि धना का कोण, तो घाणेरडा तोही तसलाच!''

कबीर संतापानं बडबडत होता. समीरा त्याचा संताप बघून जागच्या जागी उभी राहिली होती. बाबा एवढा का चिडला हे मीराला काहीच कळत नव्हतं; पण तो धनाला 'घाणेरडा' म्हणाला आणि तिला बाबाचा खूप खूप राग आला. ती बेडवर उभी राहिली आणि जोरात किंचाळून म्हणाली, ''बाबाऽऽऽ! धनादादा खूप चांगला आहे आणि तो माझा फ्रेंड आहे. तूच खूप वाईट आहेस!'' मीराचं हे किंचाळून बोलणं ऐकून कबीरच्या डोक्यात जणू स्फोट झाला. मागचा पुढचा कसलाही विचार न करता, ती आपली लाडकी लेक आहे याचा विचार न करता, ती अवघी चार-पाच वर्षांची आहे याचाही विचार न करता, बेडवर उभं राहून किंचाळून बोलणाऱ्या मीराला त्यानं खाड्कन मुस्कटात मारली. मीरा भेलकांडत बेडच्या आतल्या अंगाला जाऊन पडली. कबीरचा तो रुद्रावतार बघून स्तब्ध झालेली समीरा, त्यानं मीराला मारलेलं बघून जणू सावध झाली आणि पुढे होऊन कबीरच्या हाताला धरून त्याला पाठीमागे खेचत अत्यंत संतापलेल्या आवाजात कबीरला जणू तिनं जागं केलं. ''कबीऽऽर! काय केलंस तू हे? तू छकुलीवर हात उगारलास? बिहेव युवरसेल्फ! कंट्रोल युवरसेल्फ! अँड गो अवे फ्रॉम हिअर इमीजिएटली! मूव्ह!'' असं म्हणून कबीरच्या हाताला हिसडा देऊन समीरा छकुलीकडे धावली. बेडच्या कोपऱ्यात सुन्न होऊन घाबरून छकुली बसली होती. ती इतकी घाबरली होती की, तिच्या तोंडून शब्दच काय, हुंदकासुद्धा फुटत नव्हता. तिचं सगळं अंग थरथरत होतं. समीराला छकुलीकडे बघवेना. चट्कन पुढे होऊन तिनं छकुलीला कुशीत घेतलं. आईच्या कुशीचा आधार मिळताच मात्र छकुली हुंदक्यापाठोपाठ हुंदके देऊन जोरजोरात रडायला लागली. रडता रडताच तिने आईला घट्ट मिठी मारली होती. इतकी की, त्या मिठीतूनही समीराला तिच्या अंगाची थरथर जाणवत होती. काही न बोलता समीरानंही तिला घट्ट कुशीत घेतलं. आपल्या हातून हे काय घडलं या विचारानं सुन्न होऊन अजूनही तिथेच उभ्या असलेल्या कबीरकडे रागाचा जळजळीत कटाक्ष टाकून समीरा म्हणाली, ''कबीर, तुला समजलं नाही मी मघाशी काय सांगितलं ते? या क्षणी तरी तू बाहेर जावंस हे बरं. तू हे जे काही केलंस त्यामुळे ती अतिशय घाबरलेली आहे. तू इथं तिच्यासमोर क्षणभरही उभा राहू नकोस.'' त्या तशा

परिस्थितीत समीरा योग्यच बोलत होती. कबीरलाही ते पटलं. काही न बोलता तो मुकाट्यानं बाहेर गेला. मीराच्या मनात बसलेली भीती, तिला येत असणारं रडू, तिची भ्यायलेली अवस्था हे सगळं कमी करून तिला नॉर्मल करायला समीराला बराच वेळ लागला. कितीतरी वेळ ती मीराला कुशीत घेऊन थोपटत होती. बऱ्याच वेळानंतर समीराच्या कुशीतच मीराला झोप लागली. झोपेतही ती हुंदके देत होती. डोळ्यांतून ओघळलेलं पाणी गालावर येऊन थांबलेलं होतं. नाक, गाल, हनुवटी सगळा चेहरा लाल लाल झाला होता. गालावर कबीरच्या हाताची बोटं उमटली होती. आईच्या गळ्याला मिठी घालूनच ती निजली होती. मीराला झोप लागल्यावर समीरानं दोन वेळा तिची मिठी सोडवण्याचा प्रयत्न केला. पहिल्या वेळेला तर ती जागी होऊन पुन्हा रडायलाच लागली, तर दुसऱ्या वेळेला समीरानं तिचे हात सोडवण्याचा प्रयत्न केल्यावर तिनं मिठी आणखीच घट्ट केली. खरं तर मीराला गाढ झोप लागल्यानंतर समीराला बाहेर जायचं होतं. कबीरला काय झालं हे जाणून घ्यायचं होतं, त्याला चार शब्द ऐकवायचे होते आणि काही प्रश्नही विचारायचे होते; पण मीराची मिठी सोडवून जाणं तिला अशक्य झालं.

हॉलमध्ये जाऊन बसलेला कबीर सुन्न होऊन बसला होता. आपल्या हातून हे काय घडलं, या दुःखात तो अक्षरशः जळत होता. आपण आपल्या छकुलीला मारलं म्हणून त्यानं स्वतःलाही आठ-दहा थपडा जोरात मारून घेतल्या होत्या, तर ज्या हातानं छकुलीला मारलं होतं, तो हात भिंतीवर आपटून त्यानं जखमही करून घेतली होती; पण तरीही अजून त्याचं समाधान होत नव्हतं. आपण असे का वागलो या प्रश्नाचं उत्तरही त्याच्याकडे नव्हतं; पण तरी कुठेतरी खोल मनात आपल्या विचारांना आणि त्यावरच्या विश्वासाला धक्का लागल्यामुळे, तडा गेल्यामुळे आपण अस्वस्थ झालो होतो, अशी कबुली स्वतःच्या मनाच्या कुठल्यातरी कोपऱ्यात त्यानं दिली होती आणि हा तडा जाण्याचं कारण होतं त्यानं जर्मनीमध्ये असताना त्या पंधरा दिवसांत केलेलं कुराण-ए-शरीफचं वाचन. मराठीत असलेलं ते कुराण वाचताना 'आयता' आणि काही 'वचनं' त्याला पटली होती; पण तरीही त्यातल्या काही वचनांनी त्याच्या मनाला आणि विचारांना धक्का बसला होता. जर्मनीला जाताना त्याला अली साहेबांनी कुराणाची एक मराठी प्रत पाठविली होती. जर्मनीला गेल्यानंतर तिथे कामाची वेळ ठरावीकच असायची. उरलेल्या वेळात त्याला काहीच काम नसायचं आणि त्या प्रदेशात रिकाम्या वेळात काय करायचं असा प्रश्न त्याला पडायचा. म्हणून त्यानं तिथेच कुराणाचं वाचन सुरू केलं आणि वाचता वाचता त्यातले काही धक्कादायक अर्थ त्याला प्रचंड अस्वस्थ करून गेले; कारण त्यात 'स्त्रिया या पुरुषांच्या गुलाम आहेत. त्यांना कसलंही स्वातंत्र्य देऊ नये. मुस्लिम धर्माचं राज्य स्थापन करण्यासाठी कोणावर कोणतीही जुलूम-जबरदस्ती करावी

लागली तरी चालेल. परधर्माच्या लोकांना ठार मारून त्यांच्या बायकांना आणि मुलांना आपले गुलाम बनवा. विशेषतः काफिर आपले दुश्मन आहेत, त्यांना मारून सगळीकडे मुस्लिम साम्राज्य स्थापन करा, अशा पद्धतीचे अनेक न पटणारे उपदेश होते. हे सगळं वाचून कबीर अस्वस्थ झाला. भारतात परतला होता आणि सगळं रामायण घडलं होतं. कारण काहीही असलं तरी, कबीर स्वतःला अपराधी समजत होता.

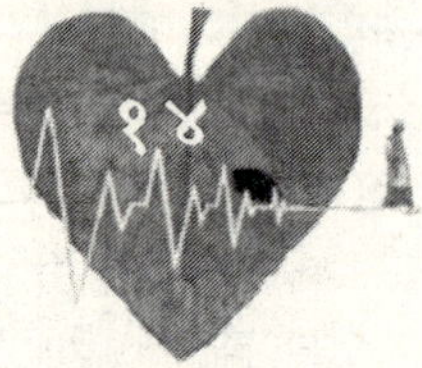

रात्रीचे बारा वाजून गेले होते, जेव्हा मीराच्या हाताची मिठी सोडवून समीरा बाहेर हॉलमध्ये आली. कबीर डोकं धरून बसला होता. त्याच्या कपाळातून आणि हातातून रक्त आलेलं दिसत होतं. त्याच्या डोळ्यांतून अश्रू वाहत होते. दारात उभं राहून समीरानं क्षणभर परिस्थितीचा अंदाज घेतला. कबीर एखाद्या जखमी पाखरासारखा दिसत होता. घायाळ झाला होता. समीराला त्याच्या या अवस्थेचं कारण माहीत होतं; पण एवढ्या संतापाच्या वरच्या पायरीपर्यंत पोहोचण्यासाठी काय कारण घडलं हे तिला समजलेलं नव्हतं. केवळ धनाच्या रागापोटी संतापून कबीर इतकी टोकाची भूमिका घेईल, असं समीराला वाटत नव्हतंच. हे घडलं त्या मागे काहीतरी दुसरं कारण नक्कीच असणार. त्याशिवाय कबीर इतका प्रचंड चिडका झालाच नसता आणि समीराला हेच जाणून घ्यायचं होतं. त्यामागचं कारण जाणून घ्यायचं होतं. सोफ्याच्या पाठीवर मान टेकवून कबीर डोळे मिटून बसला होता. त्याच्या मिटल्या डोळ्यांतून अश्रू वाहत होते. समीरा काही न बोलता पुढे झाली. त्याच्या शेजारी जाऊन बसली. तिच्या चाहुलीनं कबीरनं डोळे उघडले. तिला समोर बघून तो काहीतरी बोलणार, तोच समीरानं त्याच्या तोंडावर हात ठेवला आणि म्हणाली, ''कबीर, काहीही बोलू नकोस!''

पण तिचा हात बाजूला करून तिचं बोलणं मध्येच तोडून ''समीरा, आय ॲम व्हेरी व्हेरी सॉरी! मला माफ कर, समीरा मी... मी तुझा आणि छकुलीचा अपराधी आहे. मला काय झालं होतं, तेच मला समजत नव्हतं आणि मी काय करत होतो तेही मला समजत नव्हतं. खरं तर त्या धनाच्या पायी मी एवढं पॅनिक व्हायला नको होतं. छकुली लहान आहे तसा धनाही लहान आहे; पण हे काहीच लक्षात न घेता वयानं मोठा असूनही मी मूर्खासारखा वागलो. मला माफ कर.'' समीराचा हात हातात धरून कबीर अत्यंत प्रांजलपणे तिची माफी मागत होता. समीराच्या ते लक्षातही आलं होतं, पण तरीही अजून त्याच्या अस्वस्थतेचं मूळ कारण तिला समजलं नव्हतं. तो आपणहून सांगेल असं का कुणास ठाऊक, तिला वाटत नव्हतं. म्हणूनच तिनं ते विचारायचं ठरवलं. कबीरच्या हातावर आपल्या दुसऱ्या हातानं थोपटत समीरानं विचारलं, ''कबीर, एक गोष्ट मला खरी खरी सांग. मला माहीत आहे की छकुली धनाबरोबर खेळत होती या एकाच कारणासाठी तू एवढा

संतापलेला नाहीस. तुझ्या संतापाच्या उद्रेकाचं कारण काही दुसरंच आहे. मला सांगशील? मला वाटतं कबीर, आपल्या नात्यामध्ये ट्रान्सपरन्सी आहे आणि आपण एकमेकांना पुरेशी स्पेसही देत आहोत. माझा हट्ट नाही की तू ते कारण मला सांगावं; पण तुला सांगून बरं वाटत असेल तर तू सांग.''

कबीरला थोडंसं नवल वाटलं. ही समीरा मनकवडी आहे की काय! आपलं अस्वस्थ होण्याचं दुसरंच काहीतरी कारण आहे, हे हिनं बरोबर ओळखलं; पण तिला ते आत्ताच सांगायला नको असं मनाशी ठरवून कबीर म्हणाला, ''समीरा, तू म्हणालीस ते खरं आहे. माझ्या अस्वस्थ होण्यामागे दुसरंही एक कारण आहे; पण मी ते तुला आत्ता सांगू शकत नाही. प्लीज, मला माफ कर. एकदा ते कारण माझ्यासमोर उलगडू दे, मग मी ते तुला सांगेन. प्लीज बिलीव्ह मी. पण तोपर्यंत मी तुला शब्द देतो की, मी पुन्हा कधीही छकुलीवर हात उगारणार नाही आणि तुझा इन्सल्ट होईल, असंही काही बोलणार नाही.''

काही क्षण समीरा शांत बसली. मग म्हणाली, ''ठीक आहे कबीर, तुझ्या प्रश्नांची उत्तरं तुला मिळाली की मग मला सांग; पण तोपर्यंत स्वतःवर ताबा ठेव!''

कबीरनं समीराचे दोन्ही हात हातात घेतले आणि आपल्या डोळ्यांवर ठेवले. ''समीरा, ट्रस्ट मी. यापुढे कधीही माझ्या वागण्यातून तुला तक्रारीला जागा राहणार नाही. इट्स माय प्रॉमिस!'' त्याचं हे बोलणं ऐकून समीराच्या चेहऱ्यावर समाधान पसरलं. तिनं कबीरच्या खांद्यावर डोकं टेकवलं आणि त्याच्या डोळ्यांतून ओघळणारे अश्रू आपल्या हातांनी पुसले. कबीरनं तिच्या खांद्याभोवती एक हात टाकून तिला जवळ घेतलं आणि नंतर कितीतरी वेळ दोघं जण एकमेकांच्या प्रेमळ आधारावर तिथेच बसून राहिले.

उजाडलं तसं समीराला जाग आली. तिनं पाहिलं, ती आणि कबीर एकमेकांना बिलगून सोफ्यावर तसेच निजले होते. समीरा उठली. तिच्या आधारानं बसलेला कबीर सोफ्यावर तसाच कलंडला. त्याला तसंच झोपू देऊन ती किचनमध्ये गेली. त्याला आज ऑफिसला जायचं नव्हतं; पण समीराचं ऑफिस होतं आणि मीराची शाळासुद्धा होती. समीरानं दूध तापवायला ठेवलं. गिझर ऑन केला. आपलं तोंड धुणं वगैरे आटोपून ती मीराला उठवायला गेली. मीरा अगदी गाढ निजली होती. समीरानं तिला रात्री जशी निजवली होती, तशीच ती निजली होती. क्षणभर समीराला वाटलं, तिला उठवूच नये. किती गाढ निजलीय! रडून रडून दमली असेल; पण तिला पुन्हा मीराच्या शाळेची शिस्त आठवली. तिनं पुढे होऊन मीराच्या अंगावरचं पांघरूण काढलं आणि तिला जागं करण्यासाठी तिच्या गालावर हात टेकवला आणि चटका बसावा तसा तिनं हात मागं घेतला. आपण हात धुऊन आलो आहोत म्हणून कदाचित मीराचं अंग आपल्याला गरम लागलं असेल, अशा

शंकेनं तिनं आपला हात खसाखसा आपल्या गाऊनवर घासला. मग पुन्हा आपला हात मीराच्या कपाळावर ठेवला. खरंच, मीराला खूप ताप होता. समीरा धावतच हॉलमध्ये आली आणि गदागदा हलवून तिनं कबीरला उठवलं. मीराला खूप ताप आल्याचं सांगितल्यावर कबीरही ताड्कन उठला. दोघंही धावत पुन्हा बेडरूममध्ये आली. समीरानं कपाटातून थर्मामीटर काढला. कबीर मीराच्या जवळ जाऊन बसला होता. त्यानं मीराचा चिमुकला हात आपल्या हातात घेतला होता आणि त्याचे डोळे पुन्हा पाण्यानं भरले होते. आपण काल तिला मारलं त्याचा धसका घेऊन तिला ताप भरला असेल, असंच त्याला वाटलं. समीरानं थर्मामीटर लावून पाहिलं. ताप खूपच जास्त म्हणजे जवळ जवळ १०३.७ इतका होता. समीरानं घड्याळाकडे पाहिलं. सात वाजायचे होते. अजून दवाखाने उघडले नसणार! तिच्या मनात आलं. गडबडीनं ती किचनमध्ये गेली. एक बाऊल घेऊन त्यात तिनं बर्फाचं पाणी ओतलं. एक स्वच्छ धुतलेला रुमाल घेऊन ती बेडरूममध्ये आली. कपाटातून यू डी कोलनची बाटली काढून तिनं चार थेंब त्या पाण्यात टाकले आणि मीराच्या दुसऱ्या बाजूला बसून तिनं तिच्या कपाळावर गार पाण्याची घडी ठेवली. त्या थंडगार स्पर्शानं मीराची झोप चाळवली गेली. तिनं डोळे किलकिले करून पाहिलं. आई समोर दिसताच तिनं अस्फुट स्वरात ''ममाऽऽ!'' अशी हाक मारली आणि पुन्हा डोळे मिटून घेतले.

समीरानं कबीरला हाक मारून भानावर आणलं आणि म्हणाली, ''कबीर, सेंटिमेंटल व्हायची ही वेळ नाही. तू आधी डॉक्टरांना फोन कर, तोपर्यंत मी तिचं सगळं अंग गार पाण्यानं पुसून काढते. म्हणजे तिचा ताप खाली येईल.'' कबीरच्याही ते लक्षात आलं. तो चटकन उठून हॉलमध्ये आला आणि त्यानं डॉक्टरांना फोन लावला. डॉक्टरांनी साडेआठच्या दरम्यान हॉस्पिटलला घेऊन या असं सांगितलं. आता मात्र कबीर पुरता सावरला होता. त्यानं स्वतःचं सगळं आवरलं. दोन कप चहा बनविला आणि तो घेऊन तो बेडरूममध्ये आला. तोपर्यंत समीरानं मीराचं अंग पुसून तिचे कपडे बदलले होते. त्यानंतर तिनं पुन्हा थर्मामीटर लावून बघितला. ताप थोडा उतरला होता, १०२ पर्यंत! पण मीरा अजूनही ग्लानीतच होती. समीरा एकटक तिच्याकडे बघत बसली होती. कबीर चहाचे कप घेऊन आत आला आणि त्यानं समीराला हाक मारून तिच्या हातात चहाचा कप दिला. तिनं प्रश्नार्थक नजरेनं त्याच्याकडे पाहिलं. कबीरनं होकारार्थी मान हलवली आणि म्हणाला, ''झालाय डॉक्टरांशी फोन. साडेआठ वाजता ते संजीवनी हॉस्पिटलला येणार आहेत. त्यांनी तिथेच घेऊन यायला सांगितलंय.'' चहा पिता पिता तिनं घड्याळाकडे नजर टाकली. साडेसात वाजले होते. तिनं कबीरला अंघोळ करून घ्यायला सांगितलं. स्वतःचीही अंघोळ तिनं कशीबशी आटोपली. आठ वाजत आले, तशी सुरेखाही

आली. समीरानं तिला काही कामासंबंधी सूचना केल्या आणि कबीरला गाडी काढायला सांगून तिनं मीराला खांद्यावर उचलून घेतली. मीराचं अंग अजून तेवढंच गरम लागत होतं.

ही तिघं जण हॉस्पिटलला पोहोचली आणि पाचच मिनिटांत डॉ. भिडे आले. ते नावाजलेले चिल्ड्रेन स्पेशालिस्ट होते. त्यांचं निदान आणि त्यांचे उपचार इतके अचूक असत, की पेशंट शंभर टक्के बरा होत असे, अशी त्यांची कीर्ती होती. डॉक्टरांनी मीराला तपासलं. थर्मामीटर लावून तिचा ताप बघितला. तिला एक इंजेक्शन दिलं. काही औषधं लिहून दिली आणि तिचा ताप कमी होईपर्यंत तरी हॉस्पिटलमध्ये ॲडमिट करायला सांगितलं. मीरा अजूनही ग्लानीतच होती. मीराला आणि समीराला रूममध्ये पोहोचवून कबीर पुन्हा घरी आला. हॉस्पिटलमध्ये लागणारं जरुरीचं सामान घेऊन तो पुन्हा हॉस्पिटलमध्ये परतला. तेव्हा मीराला सलाईन लावलं होतं. चिंतित चेहऱ्यानं समीरा मीराच्या बेडशेजारील खुर्चीवर बसली होती. कबीर तिला काही सांगणार, तोच डॉ. भिडे रूममध्ये आले. त्यांनी सलाईन नीट लागलं आहे की नाही, ते तपासलं. तिथल्या सिस्टरला तासातासाला मीराच्या टेंपरेचरचं रेकॉर्ड ठेवायला सांगितलं. कबीर आणि समीराचा काळजीनं भरलेला चेहरा बघून डॉक्टर म्हणाले, "डोन्ट वरी मिस्टर कबीर, काळजी करण्यासारखं सध्या तरी काही दिसत नाही. व्हायरल इन्फेक्शन आहे. त्याचाच हा ताप आहे. तो असाच एकदम खूप येतो. डोन्ट वरी, आपण उपचार सुरू केलेत. दोन दिवसांत तुमची छोकरी बरी होईल. तुम्ही अजिबात काळजी करू नका." असं सांगून कबीरच्या खांद्यावर थोपटून डॉक्टर बाहेर पडले.

डॉक्टरचा दिलासा देणारा स्वर, व्हायरल इन्फेक्शनचं त्यांनी केलेलं निदान ऐकून दोघांचीही काळजी कमी झाली. त्यांना विश्वास वाटला की त्यांची छकुली आता सेफ हॅन्डमध्ये आहे. कबीरनं समीराला विचारून तिच्या ऑफिसमध्ये ती येत नसल्याचं कळवलं. त्याला तर आज सुट्टीच होती. मीराच्या शाळेतही फोन केला आणि असंच सगळं स्थिरस्थावर झाल्यानंतर कबीर पुन्हा घरी गेला. प्रसंगाचं गांभीर्य ओळखून सुरेखानं स्वयंपाक करून ठेवला होता. तिच्या सांगण्यावरून कसेबसे दोन घास खाऊन समीराचं जेवण बरोबर घेऊन कबीर पुन्हा हॉस्पिटलमध्ये आला. मीरा अजूनही ग्लानीतच होती; पण तिचा ताप थोडा कमी झाला होता. डॉक्टरांनी सलाईनमधून दिलेल्या औषधानं आणि इंजेक्शननं आपला परिणाम दाखवायला सुरुवात केली, तरीसुद्धा मीराचा पूर्ण ताप उतरायला आणि ती पूर्ण सावध व्हायला दुसऱ्या दिवशीची संध्याकाळ होणार होती. त्यानंतर डॉक्टरांनी आणखी एक दिवस तिला अंडर ऑब्झर्व्हेशन दवाखान्यात ठेवून घेतलं आणि चौथ्या दिवशी मीरा हॉस्पिटलमधून घरी परतली. तिचा ताप जरी पूर्ण उतरला असला तरी तिला

अजूनही अशक्तपणा होताच. त्या तापानंच सगळा जीवनरस शोषून घेतल्यासारखी ती मलूल झाली होती. कबीरला तिच्याकडे बघून गहिवरून येत होतं. तिला असा ताप यायला आपणच जबाबदार आहोत, असं त्याला सतत वाटत होतं. एखादं नाजूक फूल सुकावं, कोमेजावं तशी त्याची छकुली कोमेजली होती. या चार दिवसांत हॉस्पिटलमध्ये पळापळ करताना समीराच्या बाबांचीही खूप मदत झाली होती. मीरा घरी आल्यानंतर दोन दिवसांनी कबीरनं पुन्हा ऑफिसला जायला सुरुवात केली, तर समीरानं ऑफिसचं काम घरातच करायला आणलं. मीराला खाली खेळायला पाठवायचं नाही, अशी डॉक्टरांनी सूचना केल्यामुळे सुरेखा तिला घरातच घेऊन बसायची. संध्याकाळी बाल्कनीमध्ये ऊन नसायचं म्हणून मग एक दिवस मीरा खूप कंटाळते आहे असं बघून, समीराला विचारून सुरेखानं बाल्कनीत एक खुर्ची टाकली आणि तिच्यावर मीराला बसवून ती तिथेच कोथिंबीर निवडत बसली. खुर्चीवर बसून मीरा इकडेतिकडे पाहत बसली होती. अचानक तिला समोर धना दिसला. तो एकटाच काहीतरी खेळत होता. मीरानं सगळं अवसान गोळा करून त्याला हाक मारली. त्यानं ती ऐकलीसुद्धा आणि ती खाली येणार या आशेनं तो पळत पळत गेटजवळ आला. त्याला तिथे बघितल्यावर वॉचमननं सांगितलं की मीराबेबीला बरं नाही म्हणून ती खाली खेळायला येणार नाही. हे कळल्यावर हिरमुसला होऊन धना परत फिरला आणि पुन्हा बाल्कनीसमोर उभा राहिला. त्याला समोर बघितल्यावर मीराचे डोळे चमकले. तिचा मलूल चेहरा खुलला. ती खाली येऊ शकणार नाही, तिथेच बसणार हे समजलेला धना तिथेच उभा राहून काही करामती करायला लागला. गिरक्या घेऊन त्यानं दोन-चार कोलांट्या उड्यासुद्धा मारल्या. ते बघून मीराच्या चेहऱ्यावर हसू उमटलं. ती टाळ्या वाजवून हसायला लागली आणि ऑफिसमधून परतणाऱ्या कबीरनं कोलांट्या उड्या मारणारा धना आणि ते बघून बाल्कनीत बसून हसणारी मीरा बघितली आणि काही क्षण तो आपण गाडीत आहोत हे विसरला. आज कित्येक दिवसांनी तो मीराच्या चेहऱ्यावर हसू बघत होता. क्षणभर त्याला बरं वाटलं; पण दुसऱ्या क्षणाला तिच्या चेहऱ्यावर हसू येण्यासाठी कारण आपण नाहीये, तर तो धना आहे हे त्याच्या लक्षात आलं आणि त्याला पुन्हा राग आला. क्षणभर त्याचा संताप संताप झाला; पण तो लगेच सावरला. भानावर आला. आपल्याला आलेल्या याच रागामुळे आपण छकुलीच्या अंगावर हात टाकला होता, हे त्याला आठवलं. या रागाच्या भरात आपण तिला मारलं आणि दुसऱ्या दिवशी ती तापानं फणफणली. त्या वेळीही आपल्याला आलेल्या रागाचं कारण आणि आत्ता आलेल्या रागाचं कारणही हेच होतं; पण आता नाही. आपल्या रागाचं कारण कितीही बरोबर असलं, तरीसुद्धा हा राग आपण गिळलाच पाहिजे. छकुलीला बरं नाही. त्या आलेल्या तापानं ती अगदीच कोमेजली

आहे. त्यातच म्हणावा तसा आपल्याबद्दलचा तिचा रुसवा, राग अजूनही पूर्ण गेलेला नाही. तेव्हा आपला राग आपण आवरलाच पाहिजे. कबीरला एकदम देवधर सरांची आठवण झाली. ते आत्ता इथे असते, तर या सगळ्या प्रसंगातून त्यांनी आपल्याला मार्ग दाखवला असता. देवधर सरकाकूंनी आपल्याला इतकं संतापू दिलंच नसतं. कबीरला आठवलं. सरकाकू म्हणायच्या, "राग आलाय ना, उलटे आकडे मोज." आत्ताही कबीरच्या ते लक्षात आलं आणि त्यानं उलटे आकडे मोजायला सुरुवात केली... १००, ९९, ९८, ९७, ९६, ९५, ९४, ९३, ९२... आकडे मोजता मोजता आपण गाडी पार्क कधी केली हेही त्याच्या लक्षात आलं नाही. आकडे मोजतच तो लिफ्टमध्ये शिरला. तो घरी पोहोचला तेव्हा तो एकपर्यंत आला होता आणि त्याचा राग शून्यापर्यंत आला. तो आत आला. समीरा लॅपटॉपवर काहीतरी काम करीत होती. छकुलीला बरं वाटेपर्यंत ती घरातूनच काम करणार होती. हातपाय धुऊन कपडे बदलून कबीर बाल्कनीत गेला. मीरा अजूनही बाल्कनीतच बसून होती. समोरच्या बाजूला खाली धना तिला खाली डोकं वर पाय करून हातावर चालून दाखवत होता आणि ते बघून मीरा टाळ्या वाजवत होती. एक क्षण कबीरच्या काळजात कळ उठली आणि मस्तकापर्यंत गेली. दुसऱ्या क्षणाला त्यानं स्वतःला सावरलं. खुर्चीवर बसलेल्या मीराला उचलून घेऊन आपल्या हातावर बसवलं. "कसं वाटतंय माझ्या छकुलीला आता?" असं विचारून कबीरनं मीराच्या नजरेत पाहिलं. त्याला तिच्या नजरेत राग, रुसवा कुठेच दिसला नाही. त्याला तिच्या नजरेत दिसलं, त्याच्याबद्दलचं निखळ प्रेम. कबीरच्या गळ्यात लाडिकपणे हात टाकून मीरा म्हणाली, "बाबा, आता मला खूप बरं वाटतंय. माझा ताप पळून गेला. पण बाबा, तू ऑफिसला गेलास आणि मला खूप खूप कंटाळा आला. डॉक्टरकाकांनी खाली जाऊ नको म्हणून सांगितलंय. मग सुरेखा मावशीनं मला बाल्कनीत आणून बसवलं तर काय, समोर मला धनादादा दिसला. मी त्याला हाक मारली. त्याला वाटलं, मी खाली खेळायला येणार आहे. मग वॉचमन काकांनी सांगितलं की मी खाली येणार नाही म्हणून! मग धनादादा तिथे समोर उभा राहून माझ्याशी बोलला. मला कोलांट्या उड्या मारून दाखवल्या आणि हातावर चालूनसुद्धा दाखवलं बाबा. मला खूप खूप मज्जा आली." छकुलीला झालेला आनंद तिच्या चेहऱ्यावरून कबीरला दिसत होता. त्यानं समोर नजर टाकली; पण तिथे त्याला धनादादा दिसला नाही. त्यानं बारकाईनं पाहिलं तर धना त्याच्या झोपडीत लपून हळूच डोकावून बाल्कनीकडे बघत होता. कदाचित कबीर आल्यामुळे घाबरून लपला असावा. कबीर काहीच बोलला नाही. त्यानं छकुलीची एक पापी घेतली आणि तो म्हणाला, "छकुली, चला आता अंधार पडायला लागला. आता गार वारं सुटेल. तुम्ही आता आत बसा." असं म्हणून तो तिला घेऊन आला.

आपण इतक्या शांतपणे अशी प्रतिक्रिया कशी काय देऊ शकलो, याचं त्याला स्वतःलाही नवल वाटलं; पण देवधर सर आणि सरकाकूंच्या आठवणीचा तो परिणाम असावा.

हॉस्पिटलमधून छकुलीला घरी येऊन आठ दिवस होऊन गेले. छकुली शाळेला जायला लागली आणि समीराच्या घरातलं रुटीन पुन्हा नेहमीसारखं सुरू झालं. छकुली पहिल्या दिवशी शाळेत गेली तेव्हा कबीर समीराला म्हणाला, "समीरा, एक गोष्ट मला तुला सांगायची आहे. आता पुन्हा छकुली शाळेतून आल्यावर संध्याकाळी खाली खेळायला जाईल आणि ते कार्टं धना पुन्हा तिच्याशी खेळायला येत राहील. पुन्हा त्यांची मैत्री वाढेल. तुला माहिती आहे समीरा, मला हे अजिबात पसंत नाही. तेव्हा तू छकुलीलाच ताकीद दे!"

कबीरचं बोलणं समीरा शांतपणे ऐकत होती. विशेष म्हणजे कबीरही तितक्याच शांतपणे बोलत होता. समीरानं ओळखलं, 'हीच वेळ आहे याला समजावयाची, चार शब्द सुनावण्याची.' शब्दांची जुळवाजुळव करून तिनं बोलायला सुरुवात केली. "कबीर, तू म्हणतोस ते अगदी बरोबर आहे. तू चुकीचं बोलतच नाहीस. छकुलीचं धनाशी खेळणं मलाही फारसं पटत नाही; पण संताप करून, आक्रस्ताळेपणा करून हा प्रश्न सुटणार नाही. दुसरं असं की छकुली आता सिनिअर के.जी.ला आहे. पुढच्या वर्षी ती फर्स्ट स्टँडर्डला जाईल. तिची शाळेची वेळही वाढेल. तिचा अभ्यासही वाढेल. तिच्या वर्गातल्या मित्रमैत्रिणींचं एक सर्कल तयार होईल. आता तिच्या भावविश्वामध्ये ती एकटी आहे. सोसायटीत ती सगळ्यात लहान आहे. तो धना तिच्याशी खेळताना तिच्या एवढ्याच वयाचा होतो, म्हणून तिची त्याच्याशी मैत्री आहे. उद्या शाळेत तिचं मित्र-मैत्रिणींचं एक विश्व तयार झालं की, तिच्या विश्वातून धना आपोआपच बाजूला पडेल आणि असं झालं की मग तिची आणि धनाची मैत्री आपोआपच कमी होईल आणि जसजशी छकुली मोठी होईल, तसतसा तिच्या मित्रपरिवारातून धना आपसूकच बाजूला पडेल. पण आत्ता या वेळी धाक दाखवून तिची आणि धनाची मैत्री तोडण्याचा आपण प्रयत्न केला, तर छकुलीच्या मनात आपल्याबद्दल कायमची अढी बसेल. मी सांगत्येय ते तुला पटेल असं वाटतंय. बघ, तू विचार कर."

विचार करायची कबीरला गरजच नव्हती; कारण समीरा जसजसं बोलत होती, सांगत होती, विश्लेषण करत होती तसतसं कबीरला ते पटतच गेलं आणि आपण किती चुकीचा विचार करीत होतो आणि वागत होतो हे त्याच्या लक्षात आलं. मीरा आणि धना यांच्या मैत्रीसंबंधी त्याच्या डोक्यात असलेला राग, गोंधळ आणि चिंता सगळं एकदमच नाहीसं झालं आणि त्याच्या डोक्यात लख्ख प्रकाश पडला. समीराच्या खांद्यावर हात ठेवून तो म्हणाला, "थँक्स समीरा, यू आर ग्रेट. माझी

सगळी चिंता तू मिटवलीस. आई थोर का असते, हे मला आत्ता कळलं...!''

''आणि पुरुष मूर्ख का असतात, तेही आत्ताच कळलं असेल ना?'' समीरानं त्याचं वाक्य तोडत मध्येच त्याला विचारलं आणि ती हसायला लागली. खोट्या रागानं तिच्याकडे बघत कबीरही तिच्या हसण्यात सामील झाला. आज कितीतरी दिवसांनी त्या घराच्या भिंतींनी असं हास्य ऐकलं होतं.

कबीर-समीराचं ऑफिस, मीराची शाळा याबरोबरच संध्याकाळी तिचं धनाबरोबर खेळणं सुखेनैव सुरू झालं. संध्याकाळी कबीर घरी आल्यानंतर धनाबरोबर खेळताना झालेल्या गमतीजमती सांगण्याचा मीराचा रिवाजही सुरू राहिला. एका प्रश्नापासून सुटका मिळाल्यामुळे कबीरचं डोकंही शांत होतं. त्यातच कुराण-ए-शरीफच्या त्याला आलेल्या शंका आणि वचनं याबद्दल त्यानं अली साहेबांना विचारलं आणि त्या काळातल्या समाज धर्माप्रमाणे आणि परिस्थितीप्रमाणे ते कुराण लिहिलेलं आहे. आत्ताच्या परिस्थितीत ते लागू पडेलच असं नाही आणि आपण तसंच वागलं पाहिजे असं नाही, तर वेळ व काळ बघून आपलं वागणं ठेवावं, असा अली साहेबांनी खुलासा केल्यामुळे कबीरला त्या विचारामुळे वाटणारा अस्वस्थपणाही कमी झाला. असंच सगळं छान चाललेलं असतानाच पुन्हा एक दिवस मीराला ताप भरला. या वेळेला तापानं आणखी एक पुढची पायरी गाठली होती. ताप तर तिला जास्त भरला होताच; पण या वेळी तिचे डोळे निस्तेज दिसत होते. तिच्या हातापायांच्या नखांवर किंचित निळा रंग आला होता आणि तिला जोरानं श्वासोच्छ्वास करावा लागत होता. रात्री जेवण करून शांतपणे निजलेली मीरा सकाळी पुन्हा तापानं फणफणलेली बघून कबीर आणि समीराच्या काळजात धस्स झालं. डॉ. भिडेंना फोन केल्यावर त्यांनी तिला लगेचच संजीवनी हॉस्पिटलमध्ये ॲडमिट करायला सांगितलं. मागच्या वेळच्या तापापेक्षा मीराची या वेळची स्थिती जरा वेगळीच होती. डॉक्टरांनी भराभर उपचार सुरू केले. सलाईन लावलं. सलाईनमधून पटापट औषधं सोडली. दुपारपर्यंत मीराचा ताप थोडा कमी आला. तिच्या शरीरावर आलेला निळसर रंगही कमी झाला. श्वासोच्छ्वासाला होणारा त्रासही कमी झाला. तिची प्रकृती स्टेबल झालेली बघून डॉक्टरांनी कबीरला केबिनमध्ये बोलावलं आणि ते म्हणाले, ''मिस्टर कबीर, मला असं वाटतं की आपण मीराच्या एकदा सगळ्या टेस्ट करून घ्याव्यात. मी तुम्हाला घाबरवून टाकत नाहीये, पण महिनाभरात तिला हा दुसऱ्यांदा ताप आलाय आणि त्यातच तिच्या बॉडीवर निळसर शेडही आलेली आहे. मला असं वाटतं की आपण सगळ्या टेस्ट डिटेलमध्ये करून घ्याव्यात. आत्तासुद्धा तिची तब्येत स्टेबल आहे. चार-पाच दिवस तिला हॉस्पिटलमध्येच राहू देत. आत्ता चालू आहे तीच ट्रीटमेंट चालू ठेवू. पण त्या दरम्यान या चार-पाच दिवसांतच आपण तिच्या सगळ्या टेस्ट करून घेऊ. एकदा का टेस्टचे रिपोर्ट

आले की आपल्याला तिची प्रॉपर ट्रीटमेंट सुरू करता येईल. आय थिंक यू अंडरस्टँड व्हॉट आय ॲम सेईंग!'' डॉक्टरांच्या समोर बसलेल्या कबीरचं डोकं सुन्न झालं होतं. आपल्या छकुलीला काय झालंय हे त्याला कळत नव्हतं. ते जाणून घेणं तर महत्त्वाचं आहे; पण त्या चिमण्या जिवाच्या एवढ्या सगळ्या टेस्ट? नाइलाज होता. मोठ्या कष्टांनी त्यानं नुसती मान हलवून डॉक्टरांना होकार दर्शविला. डॉ. भिडेंसारख्या अनुभवी आणि तज्ज्ञ डॉक्टरांचा सल्ला नाकारणं म्हणजे छकुलीच्या जिवाशी खेळ होता. आता मीराला त्या सगळ्या तपासण्यांच्या चक्रातून जावं लागणार होतं. त्या चिमुरडीनं बिनतक्रार त्या सगळ्या तपासण्या करून घेतल्या.

सुया टोचताना, रक्त काढून घेताना, एक्स-रे काढताना त्या चिमुरडीनं हूं की चूं केलं नाही. फक्त तिची एकच अट असायची, ती म्हणजे तिची आई किंवा तिचा बाबा या दोघांपैकी कुणीतरी तिच्याजवळ असलं पाहिजे. त्या तपासण्यांच्या चक्रातून मीराला जाताना बघून कित्येकदा कबीरचे डोळे भरून आले, तर समीराचं काळीज तुटलं; पण नाइलाज होता. सगळ्या तपासण्या करून झाल्या. शेवटच्या दिवशी तिच्या संपूर्ण बॉडीचं स्कॅनिंग करून झाल्यावर डॉक्टरांनी कबीरला पुन्हा केबिनमध्ये बोलावलं. धडधडत्या काळजानं कबीर आत गेला. केबीनमध्ये डॉक्टर खुर्चीवर बसले होते. त्यांच्या समोर मीराच्या रिपोर्टची फाइल होती. त्यांचा चेहरा गंभीर होता. त्यांनी कबीरला खुर्चीवर बसायला सांगितलं. क्षणभर डॉक्टर काहीच बोलले नाहीत. तेवढ्या क्षणभराची शांतता कबीरला असह्य झाली. त्याच्या हृदयाचे ठोके वाढले. त्याने आपले डोळे मिटून घेतले. तोच डॉक्टरांनी त्याला हाक मारली आणि ते गंभीरपणे बोलू लागले, ''मिस्टर कबीर, आय ॲम सॉरी टू से, पण तुमच्या मुलीच्या हृदयाला भोक आहे.''

डॉक्टरांचं ते बोलणं ऐकून ती सगळी केबिन आपल्याभोवती गरागरा फिरते आहे, असं कबीरला वाटलं. त्याला एकच वाक्य ऐकू येत होतं, 'तुमच्या मुलीच्या हृदयाला भोक आहे...!'

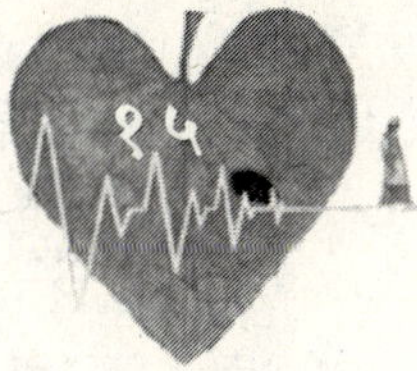

"**तुमच्या** मुलीच्या हृदयाला भोक आहे!"

डॉक्टरांचे ते शब्द कानावर पडले आणि आपल्या डोक्यावर कुणीतरी घणाचे घाव घालतं आहे, असं कबीरला वाटलं. आपण जे ऐकलं ते खरं होतं की आभास होता, हे त्याला कळेना. आपल्या सगळ्या जाणिवा बोथट झाल्या आहेत, आपला मेंदू बधिर झाला आहे, असं त्याला वाटायला लागलं. न राहवून त्यानं पुन्हा डॉक्टरांना विचारलं; पण विचारणारा आवाज आपलाच आहे यावर त्याचा विश्वासच बसेना. अत्यंत भ्यायलेला, थरथरणारा, दुःखात भिजलेला असा तो आवाज होता. अशा आवाजात त्यानं डॉक्टरांना पुन्हा विचारलं, "डॉक्टर, तुमची काही चूक तर झाली नाही ना? रिपोर्ट तर बदलले गेले नाहीत ना? मा... माझी छकुली अगदी छान निरोगी आहे हो! हां, आता थोडीशी बारीक आहे; पण बारीकही नाही, नाजूक आहे. अहो, किती छान हसते, खेळते, बोलते, शाळेला जाते, खाते, पिते, रात्री शांत निजते आणि असं असताना तुम्ही असं कसं सांगताय की तिच्या हृदयाला भोक आहे म्हणून? तुम्ही... तुम्ही तिच्या पुन्हा एकदा सगळ्या तपासण्या करा. कदाचित तुमच्या पहिल्या रिपोर्टमध्ये काहीतरी चूक निघेल. मग कराल ना डॉक्टर, पुन्हा सगळ्या तपासण्या?"

कबीर बोलत होता, विचारत होता असं म्हणण्यापेक्षा तो काहीतरी बडबडत होता हेच खरं. त्याला अगदी गहिवरून आलं होतं. त्याचा आवाज थरथरत होता. आवाज कापत होता. सगळ्या शरीराला थरथर सुटली होती. डोळ्यांत तर पाणी इतकं काठोकाठ भरलं होतं, की कोणत्याही क्षणी ते गालावर ओघळेल. डॉ. भिडेंनी त्याची ती अवस्था पाहिली. खुर्चीवरून उठून ते त्याच्या जवळ गेले. त्याच्या खांद्यावर थोपटून त्याच्या पाठीवरून हात फिरवत ते म्हणाले, "मिस्टर कबीर, सांभाळा स्वतःला. मलाही विश्वास वाटला नाही म्हणून मीही सगळे रिपोर्ट दोन-दोनदा तपासले. मलाही असं वाटत होतं की हे निदान चुकीचं ठरावं; पण तसं व्हायचं नव्हतं. मिस्टर कबीर, दुर्दैवानं ही गोष्ट खरी आहे आणि हे निदान अचूक आहे. कबीर हृदयाला भोक असणं ही आता फार दुर्मिळ गोष्ट राहिली नाही. त्यावरही उपचार आहेत. ऑपरेशन करून ते भोक शिवून टाकणं किंवा इथे दुसरा एखादा पॅच लावणं, असे उपचार करता येतात; पण कबीर, तुमच्या मुलीच्या

बाबतीत तेही शक्य नाही. कारण तिच्या हृदयाला असलेलं भोक वाजवीपेक्षा मोठं आहे. त्यामुळे या उपचाराचा तिला काही उपयोग होणार नाही. आय ॲम सॉरी टु से, मिस्टर कबीर; पण तुमच्या मुलीची केस ही रेअर आहे. लाखात एखाद्याच व्यक्तीला हृदयाला एवढं मोठं भोक असू शकतं.''

डॉक्टर बोलत होते आणि त्यांच्या वाक्यागणिक कबीर ढेपाळत होता. त्यांच्या प्रत्येक वाक्यागणिक त्याच्या हृदयाचा ठोका चुकत होता. आता तर त्याच्या डोळ्यांनीही त्याचं ऐकलं नाही. घळाघळा अश्रू त्याच्या गालावरून ओघळायला लागले. आपले प्राणच कोणीतरी काढून घेत आहे, असं त्याला वाटायला लागलं. त्यानं भीत भीत डॉक्टरांना विचारलं, ''डॉक्टर, डॉक्टर... मग माझ्या छकुलीसाठी काहीच उपाय नाही का?''

डॉक्टर क्षणभर थांबले. त्यांनी थोडा वेळ विचार केला. हा माणूस आत्ताच इतका घायाळ झालाय, तर याला खरं सांगावं की नाही असा विचार ते करीत असावेत; पण तेवढी शांतताही कबीरला असह्य झाली होती. खुर्चीवरून उठून चट्कन त्यानं डॉक्टरांचे पाय धरले आणि रडत रडत तो म्हणाला, ''डॉक्टर, प्लीज नाही म्हणू नका. तुम्ही नाही म्हटलंत, तर इथेच माझा प्राण जाईल!''

डॉक्टरांनाही भरून आलं. त्यांनी कबीरला खांद्याला धरून उठवलं आणि आपले हात तसेच त्याच्या खांद्यावर ठेवून ते म्हणाले, ''मिस्टर कबीर, विज्ञान कधीच हार मानत नाही आणि ते कधीच आशा सोडत नाही. तरीही मी तुम्हाला खोटा दिलासा देऊ इच्छित नाही. तुमच्या मुलीच्या या आजारावर उपाय आहे. पण इतका सरळ आणि सोपा नाही...!''

''डॉक्टर, तो उपाय काहीही असू देत, कितीही खर्चिक असू दे, जगाच्या पाठीवर कुठेही असू दे, मला तो माझ्या लेकीसाठी करायचा आहे. काहीही करून मला तिला बरं करायचं आहे!'' डॉक्टरांचे हात हातात घेऊन त्यांचं बोलणं मध्येच अडवत कबीर म्हणाला.

डॉक्टरांनी त्याच्या हातावर थोपटलं आणि ते म्हणाले, ''मिस्टर कबीर, असे पॅनिक होऊ नका. तुमच्या मुलीसाठी उपाय एकच आहे की तिला दुसरं हृदय बसवायचं, हार्ट ट्रान्सप्लान्टेशन.''

कबीरनं ते ऐकलं आणि त्याचे डोळे चमकले. ''डॉक्टर, मग हे तर फारच सोपं आहे. मी कुठूनही हृदय मिळवीन आणि आपण तिला ते बसवू, मग तर झालं? त्यानंतर माझ्या छकुलीला काही प्रॉब्लेम येणार नाही ना? हे शक्य आहे ना, डॉक्टर?'' लेकीच्या आयुष्याबद्दलची चिंता आणि असोशी त्याच्या आवाजातून स्पष्ट दिसत होती.

डॉक्टर क्षणभर थांबले आणि विचार करून म्हणाले, ''मिस्टर कबीर, इतकी

घाई करून चालणार नाही. छकुलीचं वय लहान आहे. तिच्या वयाचा विचार आपल्याला प्रामुख्यानं करावा लागेल. असं कुणाचंही हृदय तिला चालणार नाही. रक्तगट, प्लेटलेट्सची संख्या, रक्तातील इतर काही घटक, सोबत वयाचा मुद्दाही तितकाच महत्त्वाचा आहे. तेव्हा मिस्टर कबीर, सध्या तरी आपण तिची प्रकृती स्टेबल ठेवण्यावर कॉन्सन्ट्रेट करू या. तुम्ही मात्र एक गोष्ट करा. ती म्हणजे तुम्ही अजिबात खचून जाऊ नका. तुम्ही खचलात तर तुमच्या पत्नी कोसळून पडतील आणि तुम्ही दोघेही असे निराश झालात, तर तुमच्या मुलीकडे कोण बघेल? तिच्या या आजारपणात तुम्ही तिच्या सोबत राहणं आणि उपचाराच्या या प्रोसिजरला तोंड देण्याचं सामर्थ्य तिच्यामध्ये निर्माण करणं, हे तुमचं पहिलं काम आहे. तेव्हा बी ब्रेव्ह. धीरानं घ्या. आपण प्रयत्न करीत राहू. तो परमेश्वर आपल्याला यश देत राहील. तुम्ही आता तुमच्या मुलीच्या रूममध्ये जा. तुमच्या पत्नी तुमची वाट बघत असतील.''

डॉक्टरांनी अशी समजूत घातल्यावर कबीर भानावर आला. अचानक त्याला आपण प्रौढ झालोय, असं वाटायला लागलं. आपल्यावर खूप मोठी जबाबदारी आहे, याची त्याला जाणीव झाली. त्यानं खिशातून रुमाल काढला. तो डॉक्टरांच्या केबिनमधून बाहेर पडला आणि अचानक त्याला भरून आलं. वेटिंग रूममध्ये असलेल्या बेंचवर एका कोपऱ्यात बसून कबीर ढसाढसा रडायला लागला. अगदी एखाद्या लहान मुलानं रडावं तसा हुंदके देऊन! त्याचं सगळं अंग गदगदत होतं. डोळ्यांतून वाहणारे अश्रू थांबायलाच तयार नव्हते. तिथे बसलेले एक-दोघं जण कबीरकडे सहानुभूतीच्या नजरेनं बघत होते; पण कबीरचं त्यांच्याकडे लक्षच नव्हतं. तो रडत होता. त्याला पोटभर रडायचं होतं. मनावर असलेल्या काळजीच्या दगडाला या अश्रूंच्या अभिषेकानं तरी पाझर फुटतोय का, हे जणू त्याला पाहायचं होतं. रडून मन थोडंसं हलकं केल्यावर कबीर शांत झाला. त्याला थोडं बरं वाटलं. हातातल्या रुमालानं त्यानं डोळे पुसले. चेहरा कसाबसा पुसला. सगळं अवसान एकवटून त्यानं आपलं मन घट्ट केलं. आता त्याला रडून चालणार नव्हतं. आता त्याला रडताही येणार नव्हतं. आता त्याला एका संयमी पतीची आणि एका कणखर पित्याची भूमिका वठवायची होती. डोळ्यांतलं पाणी निग्रहानं पुसून कबीर ती भूमिका वठवायला सिद्ध झाला.

त्यानं मीराच्या रूममध्ये प्रवेश केला, तेव्हा मीराला झोप लागली होती. किती शांत झोपली होती ती! किती निरागस दिसत होती! काहीतरी चांगलं स्वप्न पाहत असावी; कारण झोपेतसुद्धा तिच्या ओठांवर हसू उमटलं होतं. खरं तर कबीरला भरून यायला लागलं होतं; पण त्यानं मोठ्या निग्रहानं स्वतःला सावरलं. खंबीरपणे आपल्या मनाला बजावलं, 'अंहं! नाही! आता तू रडायचं नाहीस. आता रडायला,

अश्रू ढाळायला तुला परवानगी नाही,' असं मनाला बजावल्यानंतर तो थोडासा सावरला.

समीरा तिथेच खुर्चीवर बसून पुस्तक वाचत बसली होती. कबीरची चाहूल लागल्यानं तिनं वर पाहिलं. कबीर आलेला बघून तिनं विचारलं, "भेटले का डॉक्टर? काय म्हणाले? रिपोर्ट्स आले का सगळे? काय झालं डायग्नोसिस?" समीरानं एकापाठोपाठ एक प्रश्न विचारले; पण त्या प्रश्नांत लेकीबद्दलची काळजीच भरली होती. तिला आत्ता लगेच सांगावं की न सांगावं, तिला काय उत्तर द्यावं हेच कबीरला कळेना; पण तिला सांगणं तर भागच होतं. कबीर समीराच्या समोर जाऊन उभा राहिला. त्यानं तिचे दोन्ही हात धरून तिला उभं केलं. तिच्या खांद्यावर आपले दोन्ही हात ठेवून तो म्हणाला, "समीरा, मला तुझ्या आधाराची गरज आहे आणि छकुलीला आपल्या दोघांची! तेव्हा मन घट्ट करून ऐक. आपल्या छकुलीच्या हार्टला भोक आहे. ऑपरेशन केल्याशिवाय म्हणजे दुसरं हार्ट बसविल्याशिवाय ती बरी होणार नाही. सध्या तिची तब्येत स्टेबल राखण्यासाठी तिला इथंच ठेवावं लागणार आहे."

कबीरचं बोलणं ऐकलं आणि समीरा हुंदके द्यायला लागली. ती जोरात ओरडून रडणार, तोच कबीरनं तिच्या तोंडावर हात ठेवला. शांत निजलेल्या मीराकडे त्यानं एक कटाक्ष टाकला आणि खुणेनेच समीराला शांत राहायला सांगितलं; पण समीराला ते अशक्य होतं. तिनं ओढणीचा बोळा करून तोंडात घातला आणि ती धावतच रूमच्या बाहेर गेली. कबीरच्या लक्षात आलं होतं, आता ती पोटभर रडून घेणार होती. कबीरनं घेतलं तसंच. कबीर मुद्दामच तिच्यापाठोपाठ गेला नाही. तिनं एकटीनं राहणं आणि मन हलकं होईपर्यंत रडणं, हीच तिची आत्ताची गरज होती. काही न बोलता कबीर मीराच्या बेडजवळ असलेल्या खुर्चीवर जाऊन बसला.

समीरा आत आली. तिच्या चेहऱ्यावरून ती भरपूर रडल्याचं दिसतच होतं. आत येऊन तिनं कबीरला घट्ट मिठी मारली. अजूनही ती हुंदके देतच होती. तो काही न बोलता तिच्या पाठीवर थोपटून तिचं सांत्वन करत होता. डॉक्टर राऊंडला आले तशी दोघं जण सावध झाले. समीरानं ओढणीनं चेहरा पुसला. मीराच्या बेडशेजारी उभी राहिली. डॉक्टरांनी मीराला तपासलं. मीरा ग्लानीत होती. शुद्धी-बेशुद्धीच्या सीमारेषेवर होती. डॉक्टरांनी तिच्या गालावर थोपटलं. तिला हाका मारल्या, "मीराबेबीऽऽ मीराबेबी!! डोळे उघड बेटा!"

मीरानं डोळे उघडले नाहीत; पण त्या हाका ऐकून तिचं अंतर्मन सावध झालं असावं. ती तोंडातल्या तोंडात बोलायला लागली, "धनादादा, तू आलास? धनादादा, आज तू मला कोणती गंमत दाखविणार आहेस? धऽऽना दाऽऽदाऽऽ!" असं पुटपुटून मीरा पुन्हा ग्लानीत गेली. तिचं पुटपुटणं डॉक्टरांनी ऐकलं. तिच्या

अंगावरचं पांघरूण सारखं करत त्यांनी विचारलं, "काय म्हणाली बेबी? धनादादा! हा कोण धनादादा?" डॉक्टरांनी विचारलेला प्रश्न ऐकून कबीर काहीच बोलला नाही; पण समीरानं मात्र उत्तर दिलं. ती म्हणाली, "आमच्या समोरच्या वॉचमनचा तो मुलगा आहे. तो हिचा बेस्ट फ्रेंड आहे." तिचं बोलणं ऐकून डॉक्टर कबीरला म्हणाले, "असं आहे तर, त्याला इथे घेऊन या. पेशंटचं शुद्धीवर राहणं फार महत्त्वाचं आहे. तुम्ही उद्याच त्याला इथे घेऊन या!" असं सांगून डॉक्टर पुढच्या पेशंटच्या खोलीत गेले. आता काय करायचं याचा विचार करत समीरा आणि कबीर दोघंही एकमेकांकडे बघत राहिले. यातून मार्ग कसा काढायचा? अर्थात, 'आता काय करायचं' हा प्रश्न फक्त कबीरलाच पडला होता; पण तोही क्षणभरच! कारण छकुलीसाठी दोघांची काहीही करायची तयारी होती. क्षणभर दोघांनी एकमेकांकडे पाहिलं. समीराच्या नजरेतल्या विनवणीचा अर्थ कबीरला समजला, तर कबीरनं नजरेनंच दिलेलं आश्वासन समीरापर्यंत पोहोचलं. ती रात्र तशीच गेली. दोघंही छकुलीच्या रूममध्ये बसून होती. छकुलीचा ताप आता थोडा उतरला होता; पण डॉक्टरांच्या म्हणण्याप्रमाणे हा ताप चोवीस तास असाच उतरलेला राहायला हवा, तरच छकुलीच्या प्रकृतीत थोडी सुधारणा झाली, असं म्हणता येईल. सिस्टर तासातासाला येऊन तिचा ताप मोजत होती आणि त्याची नोंद करीत होती. सकाळ झाली. छकुली पूर्ण जागी झाली. आई-बाबांकडे बघून गोड हसली. समीरा आणि कबीर दोघांनाही भरून आलं. तोच छकुलीनं विचारलं, "ममा, आपण हॉस्पिटलमध्ये आहोत का? म्हणून धनादादा इथं आला नाही का? त्याला माहितीच नसेल! त्याला कळल्यावर तो मला भेटायला येईल. तो आला की मला सांग हं ममा!" असं सांगून समीराचा हात घट्ट पकडून छकुलीनं डोळे मिटले. तिला पुन्हा ग्लानी आली असावी. समीरानं कबीरकडे पाहिलं. त्या नजरेचा अर्थ ओळखून 'आलोच' असं सांगून कबीर तिथून बाहेर पडला, तो थेट सोसायटीजवळ आला. पण घराजवळ येऊनही तो घरात गेला नाही, तर गाडी गेटच्या बाहेरच लावून तो तडक समोर गेला. बाहेर उभं राहूनच त्यानं हाका मारल्या, "धना, ए धना, बाहेर ये बघू!" आपल्याला कोण हाका मारतंय हे बघण्यासाठी धना बाहेर आला. कबीरला समोर बघून तो घाबरला. हात जोडून म्हणाला, "नाही साहेब, मी दोन दिवस मीराबेबीशी खेळायला गेलोच नाही आणि तुम्हाला आवडत नसेल, तर मी पुन्हा कधीच खेळणार नाही!"

धनाचे जोडलेले हात, त्याच्या स्वरातली विनवणी, त्याच्या चेहऱ्यावरचा घाबरलेला भाव याकडे कबीरचं लक्षच नव्हतं. तो पुढे होऊन धनाला म्हणाला, "धना, कपडे घालून ये आणि पट्कन गाडीत बस. माझ्यासोबत चल, मीराबेबीला हॉस्पिटलमध्ये ॲडमिट केलंय आणि ती तुला बोलावते आहे. पट्कन चल धना,

ती खूप आजारी आहे.'' बोलता बोलता कबीरचा आवाज भरून आला.

एक क्षणभर चकित नजरेनं कबीरकडे बघून धना पटकन घरात गेला. दुसऱ्या मिनिटाला तो कपडे चढवून बाहेर आला. तेवढा वेळही कबीर तिथे उभा राहिला नाही. गाडीत बसून त्यानं गाडी वळवून घेतली. धनासमोर आणून थांबविली. धना आत बसला आणि कबीरनं वेगानं गाडी हॉस्पिटलकडे वळवली. हॉस्पिटलमधून निघाल्यापासून बाविसाव्या मिनिटाला कबीर धनाला घेऊन पुन्हा हॉस्पिटलमध्ये परतला होता. कबीरच्या पाठोपाठ धना रूममध्ये आला. त्याची लाडकी मीराबेबी बेडवर निजली होती. तिच्या हातात सुई खुपसून तिला सलाईन लावलं होतं. तिला अशी निजलेली बघून धनालाही रडू फुटलं. तो धावतच तिच्या बेडजवळ गेला. समीरा तिथेच बसली होती. धनाच्या पाठीवरून हात फिरवत ती म्हणाली, ''धना रडू नकोस. मीराला जाग आली तर तुला रडताना बघून ती पण रडेल. तू तिचा फ्रेंड आहेस ना? मग शांत हो आणि बस तिथे.'' समीराचं बोलणं ऐकून धनानं आपले डोळे पुसले आणि तो तिथेच बाजूला उभा राहिला. समीरानं त्याला बसायचा आग्रह केला. शेवटी कबीरनंही सांगितलं; पण धना बसला नाही. ''मी हितंच ऱ्हातो. मीराबेबी डोळे उघडतील तवा मी त्यानला समोर दिसाया पाहिजे. तवा मी हितंच उभा राहतो. त्यांच्या पायाजवळ, त्यांना दिसंल असा.'' मीराबद्दल वाटणारी माया धनाच्या या भावनेतून व्यक्त होत होती.

काही वेळ असाच गेला. मीरानं डोळे उघडल्याबरोबर मीराला धना समोर दिसला. त्याला समोर बघून तिचे डोळे चमकले. मलूल झालेल्या चेहऱ्यावर हसू उमटलं. हसऱ्या चेहऱ्यानं तिनं विचारलं, ''धनादादा, तू आलास? मला परत ताप आला, म्हणून मग मला इथे राहावं लागलं. मी बरी झाले की घरी घेईन आणि मग आपण पुन्हा खेळू हं! पण धनादादा, मी घरी येईपर्यंत तू रोज इथं येशील ना?'' धनानं तिच्या प्रश्नाला उत्तर दिलं नाही; पण हळूच होकारार्थी मान हलवली.

त्याच्याऐवजी समीरानं उत्तर दिलं, ''येईल हं तो इथे रोज!'' मीराच्या चेहऱ्यावर आनंद पसरला. एवढ्यात सिस्टर मीरासाठी सूप घेऊन आली. पेशंटला पथ्याचं जेवणखाण हॉस्पिटलतर्फेच दिलं जायचं. सिस्टर सूप घेऊन आली आणि समीराला म्हणाली, ''मॅडम, हे एवढं सूप बेबीला पाजा. आता हे सलाईन संपलंय. सूप पिऊन झालं की दुसरी बाटली लावायची आहे.'' असं म्हणून समीराच्या हातात सूप बाऊल देऊन सिस्टर पुन्हा बाहेर गेली. समीरा सूप बाऊल घेऊन मीराच्या शेजारी बेडवर बसली; पण मीरानं तोंड वाकडं केलं. ''ममा, ते सूप घाणेरडं लागतंय. मागे मला ताप आला होता तेव्हा पण सूप दिलं होतं. मला नाही आवडलं ते. मी नाही पिणार.'' मीरानं सुरुवातीलाच सूप प्यायला नकार दिला. समीरानं तिची खूप समजूत घातली. तिला गोष्ट सांगण्याचं आश्वासन दिलं; पण मीरा ते सूप प्यायला

तयार होईना. कबीर पुढे झाला. त्यानंही मीराची खूप समजूत काढली. थोडंसं प्रेमानं, थोडंसं लाडानं, थोडंसं रागावूनसुद्धा सांगून बघितलं; पण मीराचा नकार कायम होता.

ती त्या दोघांचं ऐकत नाही हे बघितल्यावर थोडंसं घाबरत धना पुढे झाला आणि मीराला म्हणाला, ''मीराबेबी, तुम्ही जर हे सूप प्यालात, तर मी तुम्हाला वेड्या माणसाची ती नक्कल करून दाखवेन.'' त्याचं बोलणं ऐकून इतका वेळ रुसलेल्या मीराच्या चेहऱ्यावर पुन्हा हसू उमटलं. तिनं डोळे मोठे करत विचारलं, ''प्रॉमिस? आणि मग वेड्याची नक्कल करून झाल्यावर ते बाप्पाचं गाणं म्हणशील?'' तिचा प्रश्न ऐकून धनाचाही चेहरा फुलला. ''पण बेबी, तुम्ही ते सूप सगळं प्यायचं. पिणार ना?'' धनानं विचारलं. ''होऽऽ!!'' मीरानं मोठा होकार भरला. ''प्रॉमिस?'' धनानं तिच्यासारखंच विचारलं. तेवढ्याही गमतीनंही मीरा छान हसली. समीरा पुढे झाली आणि तिनं मीराला सूप पाजायला सुरुवात केली. अर्धा बाऊल सूप पिऊन झालं आणि मीरानं पुन्हा तोंड वाकडं केलं. ''ममा, नको मला. पुरे!'' कबीरनं समीराला डोळ्यानंच 'पुरे' म्हणून सांगितलं. समीरानं सूप बाऊल बाजूला ठेवला. मीराचं तोंड पुसलं. सूप पोटात गेल्यामुळे का होईना, पण मीराला जराशी तरतरी आली. ती लगेच धनाला म्हणाली, ''धनादादा, आता आधी नक्कल आणि मग बाप्पाचं गाणं!'' धना तयारच होता. त्यानं वेड्याची नक्कल करायला सुरुवात केली. तो अगदी हुबेहूब वेड्याची नक्कल करीत होता. त्यानं अनेक गमतीजगती केल्या. वेड्यासारखे हातवारे केले. पडला, पुन्हा धडपडत उठला. पुन्हा पडला. मग त्यानं आपलेच केस ओढले. उलट्या सुलट्या उड्या मारल्या. हे सगळं बघून मीरा तर हसत होतीच; पण कबीर आणि समीराच्या चेहऱ्यावरही हास्य उमटलं. वेड्याची नक्कल करून झाली. धना दोन मिनिटं थांबला; पण तेवढाही दम मीराला नव्हता. ''बाप्पाचं गाणं, बाप्पाचं गाणं,'' तिनं लगेच धनाला सांगितलं. धना मांडी घालून खाली बसला आणि त्यानं बाप्पाचं गाणं म्हणायला सुरुवात केली. तो हनुमान चालिसा म्हणत होता, ''जय हनुमान, ग्यान गुनसागर जय कपिस तिहुँ लोग उजागर...'' ते ऐकता ऐकता मीरानं पुन्हा डोळे मिटले आणि अचानक तिला धाप लागली. तिला श्वासोच्छ्वासाला त्रास व्हायला लागला. समीराचं तिच्याकडे लक्ष गेलं. मीराचा चेहरा निळसर लाल दिसायला लागला होता. ती घाबरून ओरडली. कबीरचंही तिकडे लक्ष गेलं. तो धावतच बाहेर गेला आणि त्यानी डॉक्टरांना सांगितलं. डॉक्टरही धावत आले. त्यांनी ताबडतोब मीराच्या चेहऱ्यावर ऑक्सिजन मास्क लावला. तिघांनाही खोलीच्या बाहेर जायला सांगितलं. तिघं बाहेर गेल्यावर सिस्टरनं खोलीचा दरवाजा लावून घेतला.

भरल्या डोळ्यांनी, अस्वस्थ मनानं तिघं जण खोलीबाहेरच्या बेंचवर बसले

होते. थोड्या वेळानं डॉक्टरांनी दरवाजा उघडला. कबीर-समीरा पट्कन डॉक्टरांच्या जवळ गेले. डॉक्टरांचा चेहरा गंभीर होता. ते बघून समीराच्या काळजात धस्स झालं. डॉक्टरांसमोर उभं राहून कबीरनं हात जोडले. त्याच्या डोळ्यांत पाणी भरलं होतं. त्याचे जोडलेले हात तसेच हातात घेऊन गंभीरपणाने डॉक्टर म्हणाले, ''मिस्टर कबीर, आय ॲम सॉरी टू से, पण तुमच्या मुलीची कंडिशन सिरिअस आहे. तातडीनं म्हणजे अगदी दोन-तीन दिवसांतच दुसरं हृदय मिळालं नाही, तर ती जगणं कठीण आहे. तिच्या हार्टचं होल अचानक एक्स्पांड झालं आहे. काही रेअर कंडिशनमध्ये असं होऊ शकतं. आपल्याकडे फक्त तीन दिवस आहेत. हे तीन दिवस आपण तिला व्हेंटिलेटरवर ठेवू शकतो; पण त्यानंतर नाही. वी विल ट्राय बेस्ट; पण काही काही वेळा नियतीसमोर माणूस हतबल होतो; तरी पण तुम्ही धीर सोडू नका. ईश्वरावर श्रद्धा ठेवा,'' असं म्हणून कबीरच्या खांद्यावर थोपटून डॉक्टर निघून गेले.

डॉक्टरांचं बोलणं मागे उभ्या असलेल्या समीरानंही ऐकलं आणि ती कबीरच्या अंगावर कोसळलीच. तिला कसं सावरावं हे कबीरला समजेना. दोघंही एकमेकांना सावरण्याचा प्रयत्न करायला लागले. समीराच्या पाठीमागे उभं राहून डॉक्टरांचं बोलणं ऐकणारा धना मात्र अतिशय अस्वस्थ झाला. मीराबेबीला दुसरं हृदय मिळालं नाही तर ती जगणार नाही, हे सत्य त्याचं काळीज चिरत गेलं. ही गोबऱ्या गालाची धिटुकली मीरा त्याला फार आवडायची. खेळताना तो तिला फार जपायचा. 'आपण तिला इतकं जपतोय, मग देवानं तिला जपायला नको का?' असा प्रश्न त्याच्या मनात उभा राहिला. त्याला अचानक त्याच्या आजीचे बोल आठवले. तिला तो नुकताच दिल्लीजवळच्या गावात जाऊन भेटून आला होता. ती म्हणाली होती, 'हनुमानजीचा अंगारा लावल्यावर कोणालाच मरण येत नाही.'

त्याला ते आठवलं आणि एकमेकांची समजूत काढत धीर देत बसलेल्या समीरा आणि कबीरजवळ जाऊन तो म्हणाला, ''तुमी बिलकुल चिंता करू नगा. माझ्या आजीनं सांगितलंय, हनुमानजीचा अंगारा लावला की कुनीसुद्धा मरत नाही. इथं दोन चौकांच्या पलीकडे हनुमानजीचं मंदिर आहे. मी धावत जाऊन मीराबेबीसाठी हनुमानजीचा अंगारा घेऊन येतो. मीराबेबीला तो लावला की तिला लगेच बरं वाटेल.''

तशाही परिस्थितीत समीराला त्याच्या भाबड्या श्रद्धेचं नवल वाटलं. ती त्याला काही बोलणार, तोपर्यंत धनानं हॉस्पिटलच्या बाहेर धाव घेतली होती आणि क्षणार्धात तो दिसेनासा झाला. धना बाहेर पडला आणि एकमेकांना आधार देत समीरा आणि कबीर मीराच्या खोलीत येऊन बसले. कबीरचा मेंदू सुन्न झाला होता, तर समीरा धनाची श्रद्धा खरी ठरू दे, अशी प्रार्थना करीत बसली होती.

तासभर झाला असेल, नसेल तोच हॉस्पिटलच्या बाहेर गलका झाला. "अरे अरे, पोरगं गाडीखाली आलं, पोरगं गाडीखाली आलं! लगता है, बहुत जखमी हुआ है। उठाओ इसे, चलो, जल्दी सामने अस्पताल में ले चलो!" आणि चार-पाच जण एका सात-आठ वर्षांच्या मुलाला उचलून घेऊन हॉस्पिटलमध्ये आले. हॉस्पिटलमध्ये धावाधाव झाली. डॉ. भिडे इतर दोन डॉक्टर, दोन-तीन नर्स सगळेच तिथे धावत आले. त्या मुलाला बरंच लागलं असावं. त्याच्या अंगातून खूप रक्त वाहत होतं. डॉक्टरांनी ताबडतोब त्याला ऑपरेशन थिएटरमध्ये घेतलं. त्याच्या जखमा पुसल्या. त्याच्या डोक्याला मोठ्ठी जखम झाली होती. चारचाकी गाडीला धडकून तो मोटारसायकलवर जाऊन आदळला असावा; कारण मोटर सायकलचं फुटरेस्ट त्याच्या पोटात घुसलं होतं आणि ते इतक्या जोरात घुसलं होतं, की ते तुटून त्याच्या पोटातच घुसून राहिलं होतं. डॉक्टरांनी त्याच्या जखमा पुसल्या खऱ्या, पण तो वाचणं कठीण दिसत होतं. तो कोण होता, त्याचे आई-वडील कोण हे काहीच कळायला मार्ग नव्हता. डॉक्टरांनी त्याचा चेहरा स्वच्छ केला आणि त्याच्या शेजारी उभी राहिलेली नर्स पटकन म्हणाली, "अरे हा तर धना! हा मघाशी मीराबेबीच्या रूममध्ये होता. तिला नक्कल करून दाखवत होता."

नर्सचं बोलणं ऐकून डॉक्टर चमकले. "ओऽह! हा धना काय! त्या बेबीनं याच्याच नावाचा धोशा लावला होता तर! अरे अरे! पुअर बॉय!" त्याच्या पोटात घुसलेलं फुटरेस्ट काढावं की नाही हा विचार करत डॉक्टर क्षणभर शांत झाले. तोच धना कण्हण्याचा त्यांना आवाज आला. ते पटकन त्याच्या चेहऱ्याजवळ गेले आणि त्यांनी त्याला हाक मारली, "धनाऽऽ! धना बेटा काळजी करू नकोस. तुला काहीही होणार नाही. तू लवकर बरा होशील. तुला मीराबेबीशी खेळायचं ना? मग तू लवकर बरा हो! मी तुला बरा करेन!" धनाचा रक्ताळलेला हात हातात घेऊन डॉक्टर बोलत होते.

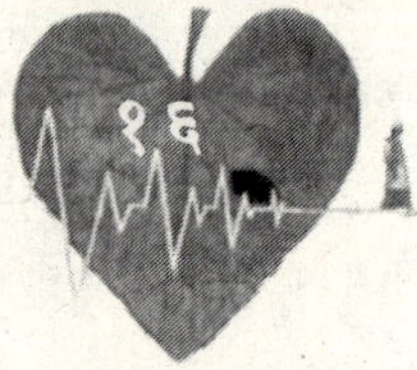

डॉक्टर बोलत होते खरं; पण त्यांना कळत होतं की, आपण खोटं बोलत आहोत. त्यांना समजत होतं की, हा जगणार नाही. मीराबेबीशी खेळण्याबद्दलचं डॉक्टरांचं बोलणं ऐकलं आणि तशातही अर्धवट शुद्धीतल्या अवस्थेत धनाचे डोळे चमकले. 'मीराबेबी?' त्याला आठवलं, 'आपण तिच्यासाठी हनुमानजीचा अंगारा आणायला गेलो होतो. वाटेत जोरात पळत येत असताना एक गाडी भरधाव आली आणि आपल्याला धडकली. आपण खाली पडलो; पण आपल्या हातात हनुमानजीचा अंगारा असल्यामुळे आपण जिवंत राहिलो. हनुमानजीचा अंगारा... तो अजूनही आपल्या मुठीत आहे.' त्यानं आपला उजवा हात किंचित वर घेतला. गाडी डाव्या बाजूला धडकल्यामुळे डाव्या खांद्याचा पार चुराडा झाला होता. त्यातल्या त्यात उजवा हात शाबूत होता. त्यानं तो हात हळूहळू उचलला आणि डॉक्टरांना हाक मारली. डॉक्टर तिथेच होते. धनाचा आवाज खोल गेला होता. डॉक्टर त्याच्याजवळ उभे राहिले. तशाच खोल आवाजात धना म्हणाला, ''डॉक्टर काका, माझ्या मुठीत अंगाऱ्याची पुडी हाय. ह्यो हनुमानजीचा अंगारा हाय. ह्योच घेऊन मी धावत येत होतो. मीराबेबींना हा अंगारा लावा. अंगारा लावला की माणूस मरत न्हाई, असं माझी आजी म्हणती. माझ्या हातात अंगारा होता म्हणून मीपण वाचलो. मीराबेबींना अंगारा लावला म्हणजे त्यापण बऱ्या होतील.'' असं म्हणत त्यानं आपल्या उजव्या हाताची मूठ डॉक्टरांसमोर उघडली. त्याच्या मुठीमध्ये रक्तानं भिजलेली अंगाऱ्याची पुडी होती. डॉक्टरांनी ती पुडी तशीच उचलली. अलगद उघडली. त्यात दोन-चार चिमटी राख होती. डॉक्टरांनी त्या अंगाऱ्याचं बोट धनाच्याही कपाळाला लावलं आणि म्हणाले, ''हनुमानजीनं तुझासुद्धा जीव वाचवावा रे!'' हे बोलताना डॉक्टरांचाही कंठ दाटून आला. त्यांचा हात हातात धरून धना पुन्हा म्हणाला, ''डॉक्टर काका, मीराबेबींना अंगारा नक्की लावा हं! त्या बऱ्या झाल्या पाहिजेत. त्या लई चांगल्या आहेत. त्या मला धनादादा म्हणतात!'' डॉक्टरांनी मूकपणानं मान डोलावली आणि अंगाऱ्याची ती पुडी नर्सच्या हातात देऊन त्यातला अंगारा मीराला लावायला सांगितलं. धनाच्या चेहऱ्यावर समाधानाची रेषा उमटली. अनवधानानं त्यानं आपला उजवा हात आपल्या पोटावर ठेवला आणि त्याच्या मस्तकात कळ गेली. तो जोरात किंचाळला. दोन-चारदा कण्हला. पुन्हा सावध झाला आणि त्यानं डॉक्टरांना

विचारलं, ''डॉक्टर काका, माझ्या पोटात काय घुसलं?'' डॉक्टरांनी एक नजर त्याच्याकडे टाकली आणि म्हणाले, ''धना, तू काळजी करू नकोस. तुझ्या पोटात मोटारसायकलचं पायडल घुसलं; पण आता पाच मिनिटांत आपण तुझं ऑपरेशन करून ते काढून टाकू या. मग तू... लवकर बरा होशील हं!'' एवढ्यात ऑपरेशन थिएटरचा दरवाजा उघडला. भूलतज्ज्ञ डॉ. परमार आत आले. डॉ. भिडे त्यांचीच वाट बघत होते. धनाच्या पोटात घुसलेलं मोटारसायकलचं फुटरेस्ट काढायचं म्हटलं, तर त्याला पूर्ण भूल देणं भाग होतं. ते फुटरेस्ट किती खोल घुसलं आहे, यावर धनाचं जगणं-मरणं अवलंबून होतं. आपल्या पोटात मोटारसायकलचं पायडल घुसलंय हे कळल्यावर धनाचा चेहरा एकदम आकसला.

तोच त्याला डॉक्टर म्हणाले, ''धना, आता आपण तुझं ऑपरेशन करू या हं. दुसरे डॉक्टरपण आले आहेत. तू चांगला बरा होशील हं!''

ते ऐकल्यावर का कोण जाणे, धनाच्या डोळ्यांतून अश्रू ओघळले. शेजारी उभ्या असलेल्या डॉक्टरांचा हात धरून अतिशय खोल गेलेल्या आवाजात बोलण्याचा प्रयत्न करत धना म्हणाला, ''डॉक्टर काका... माझं... ऑपरेशन... झाल्यावर... मी... बरा... व्हईन... पण... मी... बरा... न्हाईच... झालो... हितंच... माझा... जीव... गेला... तर... माझं हृदय... मीराबेबीला... लावा... मी... मेलो... तर... माझं हृदय... मीराबेबीला लावा... मी... असं... सांगितलंय... असं... माझ्या आई आणि बाला... सांगा... सां...गा!''

धना तुटक तुटक बोलत होता. हळूहळू त्याचा आवाज आणखी खोल खोल गेला. तो बोलायचाही बंद झाला आणि त्याबरोबरच त्याचा श्वासोच्छ्वासही बंद झाला. धनाच्या उघड्या राहिलेल्या डोळ्यांतून त्यानंतरही एक अश्रू ओघळला. डॉक्टर परमार त्याला भूल देण्याची तयारी करीत होते, पण आता धनाला त्याची गरजच पडणार नव्हती. मीरासाठी हनुमानजीचा अंगारा आणायला गेलेला धना 'आपण मीराबेबीला इतकं जपतो, मग देवानं तिला का जपायचं नाही?' या प्रश्नाचं उत्तर विचारायला जणू तो देवाकडेच गेला होता. डॉक्टरांच्या डोळ्यांतही पाणी उभं राहिलं. क्षणभरच. दुसऱ्या क्षणाला ते भानावर आले. धनाच्या कपाळाला, खांद्याला जोराचा मार बसला होता आणि त्याच्या पोटात मोटारसायकलचं फुटरेस्ट घुसलं होतं. अति रक्तस्त्रावामुळे त्याचा मृत्यू झाला होता; पण धनाचं हृदय सुस्थितीत होतं आणि ते मीराबेबीला देण्याची इच्छा त्यानं बोलूनही दाखविली होती. आता फक्त वेगानं हालचाल करायला हवी होती आणि त्याआधी त्याच्या आई-वडिलांची समजूत घालून त्यांच्याशी बोलणं भाग होतं. त्यांनी त्यांचा एकुलता एक मुलगा गमावला होता. हे दुःख सहन करून त्याचं हृदय दान करण्यासाठी ते कितपत तयार होतील, ही शंकाच होती; पण त्यांना तयार करायला हवं होतं. एकतर

धनाची तशी इच्छा होती आणि दुसरं म्हणजे मीराबेबीचा जीव वाचलाच असता. डॉक्टर पूर्ण भानावर आले.

आता गडबड करायला हवी होती. घाई करायला हवी होती. धनाचे उघडे असलेले डोळे आपल्या हातांनी मिटून डॉक्टरांनी त्याच्या कपाळावरून हात फिरवला. एक क्षणभर त्याच्याकडे बघून त्यांनी त्याला मनोमन सलाम केला आणि त्याची बॉडी क्लीन करायला सांगून डॉक्टर झपाट्यानं ऑपरेशन थिएटरच्या बाहेर पडले.

जाताना डॉक्टर परमारना 'सॉरी' म्हणायला ते विसरले नाहीत. त्यांनी खुणेनं डॉ. परमारनाही सोबत चलण्यास खुणावले. दोघंही मीराच्या रूममध्ये आले. अंगारा घेऊन आलेल्या नर्सनं कबीर आणि समीराला झाल्या घटनेची कल्पना दिली होती. आपल्या लेकीसाठी अंगारा घेऊन धावत येताना धनाला अपघात झाला, हे दोघांनाही समजलं होतं. ते ऐकून समीराचे डोळे पाण्याने भरले, तर कबीरनं कपाळावर हात मारून घेतला. असं कसं झालं? याबद्दल ती दोघं बोलत असतानाच डॉ. भिडे आत आले. कबीरच्या समोर उभं राहून म्हणाले, "मिस्टर कबीर, त्या ॲक्सिडेंटमध्ये ओव्हर ब्लीडिंग होऊन धनाचा मृत्यू झालेला आहे." ते ऐकल्यावर समीरा आणि कबीर दोघांनीही पट्‌कन एकमेकांचा आधार घेतला. डॉक्टर पुढे म्हणाले, "येस मिस्टर अँड मिसेस कबीर, ही इज नो मोअर. धनाचा मृत्यू झाला आहे; पण जाता जाता तो सात-आठ वर्षांचा पोर आपल्यावर फार मोठे उपकार करून गेला आहे. मिस्टर कबीर, माझ्याकडे असे आश्चर्याने बघू नका. प्राण जाण्यापूर्वी आपण यातून जगलो नाही तर आपलं हृदय मीराबेबीला बसवा, असं सांगून धनानं प्राण सोडलाय. ही कितीही विचित्र आणि दुःखाची गोष्ट असली, तरीसुद्धा मीराबेबीसाठी हे वरदानच लाभलं आहे. तेव्हा कम ऑन; बी फास्ट. वी नीड टु हरी. आता आपल्याला अजिबात वेळ घालवून उपयोग नाही. तुम्ही ताबडतोब जा आणि धनाच्या आई-वडिलांना हॉस्पिटलमध्ये घेऊन या. ही दुःखद बातमी त्यांना सांगून त्यांची समजूत काढली पाहिजे. धनाचं हार्ट डोनेट करण्यासाठी त्यांची समजूत काढली पाहिजे. तुम्ही ताबडतोब निघा."

डॉक्टरांचं बोलणं ऐकत समीरा आणि कबीर डोळे विस्फारून बघत होते. त्यांचा आपल्या कानांवर विश्वासच बसत नव्हता. आपण ऐकतो आहे ते खरं आहे की खोटं, हेच त्यांना कळत नव्हतं. 'आपल्या लेकीला जीव लावणारा, तिला हसवणारा, तिला सांभाळून घेत तिच्याशी खेळणारा आपल्या लेकीचा बेस्ट फ्रेंड असलेला धना मृत्यू पावला आहे, ही बातमी समजल्यावर समीराला हुंदका आवरेना. ती स्फुंदून स्फुंदून रडायला लागली, तर आपण ज्याचा राग राग केला, ज्याचा तिरस्कार केला, ज्याचा दुस्वास केला, आपल्या लेकीशी खेळायचंही नाही

असं ज्याला धमकावलं, ज्याला घाणेरडा म्हटलं, तो धना स्वच्छ आणि प्रेमळ मनानं आपल्यावर आणि आपल्या लेकीवर डोंगराएवढे उपकार करून गेला होता, हे लक्षात आल्यावर कबीरला स्वतःची अत्यंत लाज वाटली. माणूस असण्याचीही त्याला लाज वाटली. आपण काय विचार करीत होतो आणि तो धना काय निघाला? आपण आपली चूक कबूल करावी, त्याची माफी मागावी, अशी संधीही त्यानं ठेवली नव्हती. जन्मभर आपल्याला त्याच्या उपकाराखाली ठेवून तो निघून गेला होता; पण हा विचार करण्याची आता ही वेळ नव्हती. कबीरने धावत जाऊन गाडी काढली आणि मोठ्या वेगाने तो धनाच्या आई-वडिलांना आणायला निघाला. तो बिल्डिंगपाशी पोहोचला, तेव्हा धनाची आई झोपडीच्या दारात भांडी घासत बसली होती, तर धनाचे वडील कोणाशीतरी बोलत उभे होते. गाडी त्या बिल्डिंगच्या समोर उभी करून कबीर खाली उतरला आणि गेट उघडून आत गेला. तो आत आल्याचं बघून धनाचा बाप समोर आला व म्हणाला, "साहेब, माफी करा, मी धनाला लई सांगून बघितलं. त्यानं तुमच्या बिल्डिंगमध्ये यायचं सोडलंय खरं; पण तो खाली उभा राहून बेबीशी बोलत राहतो. काय करू साहेब? कित्ती सांगितलं तरी ऐकत नाही. हे पोरगं हाताबाहेर जाईल की काय अशी मला भीती वाटते."

'तुमचा मुलगा हाताबाहेर नाही, तर या जगाच्या बाहेर गेला आहे' असं त्याला सांगावं असं कबीरच्या मनात आलं. पण हे लगेच सांगणं योग्य नाही, असा त्याच्या मनानं निर्णय घेतला आणि तो म्हणाला, "भैया, धनाला अपघात झालाय. त्याला दवाखान्यात ठेवलंय. तुम्ही दोघं लगेच माझ्याबरोबर चला. मी तुम्हाला न्यायला आलो आहे."

आपल्या एकुलत्या एका पोराला अपघात झाला आहे, हे ऐकल्यावर ते दोघंही जण घाबरले. घासलेली भांडी तशीच अर्धवट टाकून पदराला हात पुसत धनाची आई कबीरसमोर येऊन उभी राहिली. "कुठं हाय माझं पोरगं? किती लागलंय त्याला? ते बरं तर हाय नव्हं?" तिच्यातली घाबरलेली आई एकापाठोपाठ एक प्रश्न विचारत होती. काय उत्तर देणार होता कबीर तिच्या प्रश्नांची? काही न बोलता मान खाली घालून तो गाडीकडे गेला. पाठोपाठ धनाची आई आणि बाप दोघंही आले. दोघंही येऊन गाडीमध्ये बसले आणि कबीरनं भरधाव गाडी सोडली. गाडी हॉस्पिटलच्या दारातच उभी केली. त्या दोघांना घेऊन कबीर गडबडीनं हॉस्पिटलमध्ये आला. ऑपरेशन थिएटरच्या बाहेर डॉ. भिडे त्यांचीच वाट बघत होते. कबीरसोबत आलेली ही दोघं धनाचे आई-वडील असावेत हे त्यांनी ओळखलं. तातडीनं ते पुढे आले आणि म्हणाले, "धना, तुमचा मुलगा काय?"

"व्हय, व्हय, धना आमचाच पोरगा! कुठं हाय तो? कसा हाय तो? बरा हाय नव्हं?"

त्या दोघांनी एकापाठोपाठ एक प्रश्न विचारायला सुरुवात केली. त्यांना काय उत्तर द्यावं हे डॉ. भिडेंनाही समजेना. एक क्षणभर थांबून त्यांनी धनाच्या बापाच्या खांद्यावर हात ठेवला आणि ते म्हणाले, "तुम्हाला धीरानं घेतलं पाहिजे. धनाला फार मोठा अपघात झाला होता. त्या अपघातातून तो वाचणं शक्य नव्हतं. आम्ही खूप प्रयत्न केले. आम्ही त्याला वाचवू शकलो नाही." डॉक्टरांच्या तोंडून हे शब्द ऐकले आणि धनाची आई जमिनीवरच कोसळली आणि खाली बसून गहिवर घालून ती रडायला लागली, तर धनाचा बाप कपाळावर हात मारून मट्कन खाली बसला. त्या दोघांची कशी समजूत घालावी हे डॉक्टरांनाही समजेना. शिवाय धनाच्या हार्ट डोनेशनबद्दलही त्यांना सांगावं लागणार होतं आणि तेही लवकरात लवकर; कारण वेळ घालवून चालणार नव्हतं. कसंही करून या दोघांना आवरावंच लागणार होतं. डॉक्टरांनी कबीरला डोळ्यांनीच खूण केली. कबीर पुढे झाला. त्यानं त्या दोघांना खांद्याला धरून उभं केलं. दोघांना नेऊन ऑपरेशन थिएटरच्या बाहेर असलेल्या खुर्चीवर बसवून प्यायला पाणी दिलं. दोघं थोडेसे सावरले. हे बघून डॉक्टर पुन्हा त्यांच्याजवळ आले.

धनाच्या बापाच्या शेजारच्या खुर्चीवर बसून त्याच्या खांद्यावर हात ठेवून डॉक्टरांनी बोलायला सुरुवात केली, "मी तुमचं दुःख समजू शकतो, पण मी तुम्हाला आत्ता जे सांगणार आहे, ते तुम्ही शांतपणे ऐकून घ्यावं अशी माझी विनंती आहे. हे पाहा, आता तुमचा धना तर गेलाच आहे. काहीही केलं तरी तो आता परत येणार नाही. तुमच्या हृदयामध्ये तो जसा कायम असणार आहे, तसाच तो दुसऱ्याही एका व्यक्तीच्या मनात सजीव रूपात राहू शकणार आहे. धनाची आणि मीराबेबीची एकमेकांशी फार दोस्ती होती. दोघांनाही एकमेकांशिवाय करमायचं नाही. तीच मीराबेबी याच दवाखान्यात मरणाशी झुंज देते आहे. खरं तर ती तीन-चार दिवसांचीच सोबती आहे; पण तुम्ही जर परवानगी दिलीत आणि धनाची शेवटची इच्छा जर पूर्ण केलीत, तर मीराबेबीचे प्राण वाचू शकतात."

डॉक्टरांच्या तोंडून 'धनाची शेवटची इच्छा' हे शब्द ऐकून, डोळ्यांत पाणी आणून धनाच्या बापानं विचारलं, "काय होती धनाची शेवटची इच्छा? तो प्राण जाण्यापूर्वी तुमच्याजवळ काही बोलला का?"

क्षणभर डॉक्टर काही बोलले नाहीत. मग म्हणाले, "होय, शेवटी मीच धनाच्या जवळ होतो. प्राण जाण्यापूर्वी त्यानं माझ्याजवळ त्याची इच्छा बोलून दाखवली. तो म्हणाला, माझं हृदय मीराबेबीला बसवा आणि माझ्या आई-बाला सांगा, की मी तिच्या शरीरात हृदयाच्या रूपानं जिवंत राहीन. सात-आठ वर्षांचा तुमचा पोर, पण केवढं मोठं काम करून गेला. त्याची शेवटची इच्छा पूर्ण करण्यासाठी तुम्ही परवानगी द्यावी, अशी माझी विनंती आहे." एवढं बोलून डॉक्टर

थांबले.

बाजूला उभं राहून कबीर हे सगळं ऐकत होता. तो पुढे झाला. धनाच्या बापाचे हात आपल्या हातात घेऊन तो म्हणाला, "भय्या, माझ्या नीचपणाच्या वागणुकीबद्दल मला क्षमा करा आणि धनाची शेवटची इच्छा पूर्ण करण्याची अनुमती द्या. एका असहाय बापाला एवढी भीक घाला. तुम्ही 'हो' म्हणालात, तर माझ्या छकुलीचे प्राण वाचतील. तिच्या प्राणांची भिक्षा मी तुमच्याकडे मागतोय. तेवढी माझ्या ओंजळीत घाला." हे बोलत असताना कबीरच्या डोळ्यांतूनही घळघळा अश्रू वाहत होते. पश्चात्तापाचे, शरमेचे, असहायतेचे आणि लेकीच्या वियोगाचेसुद्धा.

धनाच्या बापानं भिजल्या डोळ्यांनी धनाच्या आईकडे पाहिलं. तिच्या डोळ्यांतून तर अश्रूंची धार लागली होती. तिची आणि धनाच्या बापाची नजरानजर झाली. दोघांनीही कबीरकडे पाहिलं. तोही तितकाच घायाळ झाला होता. आपले वाहणारे अश्रू तसेच ठेवून धनाची आई म्हणाली, "साहेब, आमचं लेकरू तर गेलंच; पण त्याचा तुमच्या लेकरावर जीव होता. त्याचं हृदय तिला देऊन तिच्यावर असलेला त्याचा जीव तसाच राहणार असेल आणि आमचं लेकरू तिच्या शरीरात हृदयाच्या रूपानं का होईना, पर जिवंत राहणार असेल, तर तुम्ही त्याचं हृदय घेऊन मीराबेबीला बसवा. त्याचीच जर ती शेवटची इच्छा असेल, तर नाही म्हणणारे आम्ही कोण? धनाचे बाबा सांगा डॉक्टरास्नी, की धनाची शेवटची इच्छा पुरी करा म्हणावं!" असं म्हणून येणारा हुंदका आवरण्यासाठी धनाच्या आईनं तोंडात पदराचा बोळा कोंबला. त्या दोघांची संमती मिळताच डॉक्टर समाधानानं तिथून उठले.

पुढच्या सगळ्या गोष्टी झपाट्यानं पार पडल्या. दानपत्राच्या पेपरवर धनाच्या आई-वडिलांची सही घेऊन डॉक्टरांनी लगेचच ऑपरेशनची तयारी केली. तत्पूर्वी धनाच्या आई-वडिलांना एकदा धनाचं अंत्यदर्शन घेऊ दिलं. त्याचा देह साफ केलेला असला तरीसुद्धा, पोटात घुसलेले फुटरेस्ट काढून तिथे आणि इतर जखमांवर बँडेज बांधलेलं असलं तरीसुद्धा, धनाचं जखमांचं शरीर बघून त्याच्या आई-वडिलांना भडभडून आलं. धनाची आई तर धनाला मिठी मारून रडायला लागली, ती त्याला सोडेच ना. दोन नर्सेसच्या मदतीनं तिनं धनाला घातलेली मिठी डॉक्टरांनी सोडविली आणि दोघांना बाहेर नेऊन बसवलं. पुढचं सगळं शिस्तबद्ध रीतीनं पार पडलं. धनाचा ब्लड ग्रुप 'ओ' होता – युनिव्हर्सल डोनर, तर मीराचा ब्लड ग्रुप एबी पॉझिटिव्ह होता. तसंच दोघांच्या वयातही फार अंतर नव्हतं, इतरही सगळ्या गोष्टी जमून आल्या आणि धनाचा प्राण गेल्यापासून चार तासांतच त्याचं हृदय काढून मीराला बसवण्यात आलं. ऑपरेशन तसं गुंतागुंतीचं, अवघड होतं; पण डॉ. भिडे, डॉ. परमार आणि हार्ट स्पेशालिस्ट डॉ. संचेती या तिघांनी प्रयत्नांची

शर्थ केली आणि मीराचं भोक असलेलं आणि कमकुवत झालेलं हृदय काढून त्या ठिकाणी धनाचं हृदय बसवण्यात आलं. ऑपरेशन साडेआठ तास चाललं. ऑपरेशन थिएटरच्या बाहेर आपलं पोर मेल्याचं दुःख करणारे धनाचे आई-वडील आणि आपली पोर आता वाचेल, अशी आशा करणारे मीराचे आई-वडील. त्या एकाच ठिकाणी जीवन आणि मृत्यू एकमेकांचं सांत्वन करीत बसले होते.

ऑपरेशन झाल्यानंतर धनाचा मृतदेह त्याच्या आई-वडिलांच्या ताब्यात देण्यात आला. कबीरनं पुढाकार घेऊन त्याचा अंत्यसंस्कार केला. मीरा अजूनही बेशुद्ध होती. बारा तासांनंतर ती शुद्धीवर येईल असं डॉक्टरांनी सांगितलं होतं आणि त्याचबरोबर ऑपरेशन यशस्वी झालं आहे, याचाही दिलासा त्यांनी दिला होता आणि तसंच घडलं. बारा तासांनंतर मीरा शुद्धीवर आली. तिच्या शरीरात आता तिच्या धनादादाचं हृदय धडधडत होतं. एकमेकांच्यावर अत्यंत जीव असल्यामुळे की काय, मीराच्या शरीरानं धनाचं हृदय लगेच स्वीकारलं, तर धनाच्या हृदयानं मीराचं शरीर लगेच स्वीकारलं. काळजातली माया यालाच तर म्हणत असतील! शुद्धीवर आल्यानंतर मीराच्या शरीरावर, त्वचेवर आलेली निळसर झाक कमी व्हायला लागली आणि हळूहळू तिची त्वचा गुलाबी व्हायला लागली. शुद्धीवर आल्यावर तिनं आईला आणि बाबाला हाक मारली आणि दोघांचेही डोळे पाण्यानं भरले.

त्यांना तसं रडताना बघून मीरा म्हणाली, ‘‘मम्मा, बाबा, तुम्ही दोघं रडताय? मी आता बरी झाली आहे. हसा बघू तुम्ही, की धनादादाला बोलावू नक्कल करून तुम्हाला हसवायला?’’ तिचं हे बोलणं ऐकून समीरानं पटकन कबीरचा हात धरला. ‘आता ती धनाबद्दल विचारेल, आपण काय सांगायचं?’ असा तिला प्रश्न पडला. त्यातच धनाचा अंत्यसंस्कार झाल्यावर दुसऱ्या दिवशी सकाळी कबीरचा निरोप घेऊन त्याचे आई-वडील गावाकडे निघून गेले. त्याच्या उत्तर भारतातील प्रथेप्रमाणे धनाचं पुढचं कार्य तिकडेच करावं, असं त्यांनी ठरवलं. खरं तर गेली आठ-दहा वर्षं ते महाराष्ट्रात राहत होते; पण असं घडल्यावर त्यांचं मन इथे रमणार नव्हतंच. धनाच्या वडिलांनी ही नोकरीही सोडली. कबीरनं त्यांना जाताना एक लाख रुपये दिले व तो म्हणाला, ‘‘धनानं जे केलं ते अनमोल आहे. त्याची किंमतच होणार नाही; पण मला तुमचा भाऊ समजा आणि हे पैसे ठेवून घ्या!’’ कबीरची विनवणी मान्य करून धनाच्या बापानं ते पैसे ठेवून घेतले; आणि ती दोघं कायमची त्यांच्या गावाकडे निघून गेली. हे सगळं समीराला माहीत होतंच. आजच सकाळी तिसऱ्या दिवशी धनाची रक्षा सोबत घेऊन ती दोघं गेली होती. हे सगळं छकुलीला सांगणं शक्य नव्हतं.

समीराची मनःस्थिती कबीरच्या लक्षात आली. तो पुढे येऊन म्हणाला,

''छकुली, अगं तुझा धनादादा त्याची आजी आजारी आहे म्हणून गावाकडे गेला आहे. तो जाताना तुला भेटायला आला होता; पण तुला झोप लागली होती; त्यामुळे तुला न भेटताच तो निघून गेला. आता तू जास्त विचार करू नकोस आणि जास्त प्रश्नही विचारू नकोस. तू आता झोप बरं. डॉक्टर काकांनी तुला झोपायला पाहिजे असं सांगितलंय.''

कबीरनं छकुलीची समजूत काढली; पण का कोण जाणे, आज मीराला ऐकायचं नव्हतं. कुरकुरत ती म्हणाली, ''ऊंऽऽऽ! नाही बाबा, मी नाही झोपणार. मला झोप येत नाही. मी निजलेही असते; पण धनादादा इथं नाही. तो असता तर ते बाप्पाचं गाणं म्हणून त्यानं मला निजवलं असतं; पण तो तर गावाला गेला. मग बाबा, तू म्हण ना ते गाणं! तू म्हण ना ते बाप्पाचं गाणं!'' मीरानं हट्ट करायला सुरुवात केली. तिची समजूत कशी काढायची ते कबीरला समजेना आणि समीराला उमजेना.

समीरानं विचारलं, ''बेटा, मी म्हणू का गाणं तुझ्यासाठी?'' पण का कोण जाणे, आज मीराला आईचं हे गाणं नको होतं. तिनं नकारार्थी मान हलवली आणि कबीरला म्हणाली, ''नाही बाबा, आज तूच बाप्पाचं गाणं म्हणायचं. माझा धनादादा इथं असता, तर त्यानं माझ्यासाठी नक्की म्हटलं असतं. तूच... तूच... तूच म्हणायचंस!''

सिस्टर आत आली आणि म्हणाली, ''मिस्टर कबीर, बेबीला झोप लागली पाहिजे. तिला आता काही सिडेटिव्ह देणं शक्य नाही. ती तशीच निजेल असा प्रयत्न करा.'' असं सांगून सलाईन तपासून सिस्टर बाहेर गेली.

समीरानं कबीरकडे एक हतबल कटाक्ष टाकला. एक क्षणभर कबीर स्तब्ध झाला. पुढच्या क्षणाला दाराकडे जाता जाता त्यानं मीराला सांगितलं, ''छकुली, दहा मिनिटं थांब, मी पट्कन जाऊन येतो आणि आल्यावर तुझं ऐकतो.'' एवढं बोलून तो त्वरेनं बाहेर गेला. खरोखरच दहाव्या मिनिटाला परतला तेव्हा त्याच्या हातात एक छोटंसं पुस्तक होतं. त्याचा आकार एखादी लहानशी पोथी असावी, तसा होता. कबीर एवढ्या गडबडीनं कुठं गेला या विचारात पडलेल्या समीराला तो परतला, तेव्हा त्याच्या हातात पुस्तक दिसलं. ते कसलं पुस्तक आहे, हे विचारायची तिला संधी न देता कबीर छकुलीच्या शेजारी बेडवर जाऊन बसला. मांडी घालून बसून त्यानं पुस्तक उघडलं आणि त्या पुस्तकात बघून धीरगंभीर आवाजात त्यानं म्हणायला सुरुवात केली,

''जय हनुमान ज्ञान गुन सागर।
जय कपीस तिहुँ लोक उजागर।।
राम दूत अतुलित बल धामा।

अन्जनीपुत्र पवनसुत नामा।।''

कबीरचा तो धीरगंभीर आवाज त्या खोलीमध्ये भरून राहिला होता. धनादादा म्हणतो तेच बाप्पाचं गाणं आपला बाबा म्हणतोय हे बघून मीराच्या चेहऱ्यावर आनंद पसरला. एक हलकीशी टाळी वाजवून तिनं तो आनंद व्यक्तही केला. आता तरी तिच्यात तेवढीच ताकद होती. कबीर हनुमान चालिसा म्हणत होता आणि ते ऐकता ऐकता मीराचे डोळे मिटायला लागले. मिटल्या डोळ्यांसमोर तिला 'आपला धनादादाच आपल्या शेजारी उभं राहून हे बाप्पाचं गाणं म्हणतोय' असा भास व्हायला लागला. तो भास बघता बघताच तिला गाढ झोप लागली. समीरा विस्फारलेल्या डोळ्यांनी हे दृश्य बघत होती. तिचा आपल्या डोळ्यांवर ना विश्वास बसत होता, ना आपल्या कानांवर; पण मनाच्या कुठल्यातरी कोपऱ्यात छकुलीच्या आजाराबरोबरच आपल्या आयुष्यात वादळ निर्माण करू पाहणारं 'धर्मसंकट'ही निघून गेलं आहे, याचा प्रत्यय तिला येत होता.

कबीर हनुमान चालिसा म्हणतच होता. त्याची नजर पोथीतल्या अक्षरांवरून फिरत होती खरं; पण त्याला तिथे देवधर सर, सरकाकू, मोरे सर, बाई – ही माणसं ठळकपणे दिसत होती. त्या पोथीच्या पानात कुठेतरी मशिदीसारख्या दिसणाऱ्या इमारतीसारखा दरवाजा बंद होताना त्याला दिसत होता. हॉस्पिटलमधली ती खोली मंत्रांच्या त्या उच्चारानं भारल्यासारखी झाली होती आणि कबीरची अवस्था यापेक्षा वेगळी नव्हती. क्षणभर डोळे उचलून त्यानं मीराकडे नजर टाकली. मीरा... त्याची छकुली गाढ निजली होती. मिळालेल्या नवीन आयुष्याची स्वप्नं बघत.

कबीरनं नजर वळवून खिडकीकडे पाहिलं. खिडकीच्या बाहेर त्याला धनाचा चेहरा दिसला. तसाच हसरा आणि प्रसन्न. आत्ता तर तो अधिकच प्रसन्न दिसत होता; कारण दोस्ती करत, दुनियादारी निभावत, त्यानं दिलाचंही दान केलं होतं.

◆